NGÔN NGỮ
TẠP CHÍ VĂN HỌC NGHỆ THUẬT
SỐ 10 - 1/11/2020

NHÓM CHỦ TRƯƠNG:

Luân Hoán - Song Thao - Nguyễn Vy Khanh - Hồ Đình Nghiêm - Lê Hân

CỘNG TÁC TRONG SỐ NÀY:

Bernard Cooper, Biển Cát, Cái Trọng Ty, Cao Nguyên, Chu Vương Miện, Cung Tích Biền, Dung Thị Vân, Hạ Đình Thao, Hiền Nguyễn, Hoàng Ngọc Nguyên, Hoàng Quân, Hoàng Thị Bích Hà, Hoàng Xuân Sơn, Hồ Chí Bửu, Huỳnh Liễu Ngạn, Huỳnh Minh Lệ, Khaly Cham, Lâm Băng Phương, Lê Chiều Giang, Lê Hân, Lê Hữu Minh Toán, Lê Nguyệt, Lê Thanh Hùng, Luân Hoán, Lữ Quỳnh, Lưu Tuấn Giao, Mang Viên Long, Michael Trụ Bùi, Minh Nguyễn, Ngàn Thương, Nguyễn An Bình, Nguyễn Đình Phượng Uyển, Nguyễn Hàn Chung, Nguyễn Lê Hồng Hưng, Nguyễn Minh Nữu, Nguyễn Nam An, Nguyễn Thái Dương, Nguyễn Thiên Nga, Nguyễn Thiếu Dũng, Nguyễn Văn Điều, Nguyễn Văn Gia, Nguyễn Vy Khanh, M.H. Hoài Linh Phương, NP Phan, Phạm Cao Hoàng, Phạm Công Luận, Phan Ni Tấn, Phan Việt Thủy, Phương Tấn, Song Thao, Thiên Di, Thy An, Tiến Thắng B7, Tiểu Nguyệt, Trần Dzạ Lữ, Trần Đình Sơn Cước, Trần Hạ Vi, Trần Nguyên, Trần Hoàng Vy, Trần Thị Nguyệt Mai, Trần Triệu Hoàng, Trần Vạn Giã, Trần Vấn Lệ, Trương Thị Mỹ Vân, Võ Thạnh Văn, Vương Hoài Uyên, Y Thy.

BÌA: Uyên Nguyên Trần Triết

DÀN TRANG: Nguyễn Thành & Lê Hân

ĐỌC BẢN THẢO: Trần Thị Nguyệt Mai

LIÊN LẠC:
Thư và bài vở mời gởi về:
- Luân Hoán: lebao_hoang@yahoo.com
- Song Thao: tatrungson@hotmail.com

TÒA SOẠN & TRỊ SỰ:
Lê Hân: (408) 722-5626 han.le3359@gmail.com

Mục lục

- luân hoán - thư tòa soạn - tr.6
- ***phần tưởng niệm nhà văn đỗ phương khanh & nhà văn nhật tiến*** - tr.7
- *tiểu sử và hình ảnh* - tr.8
- michael trụ bùi - *bố tôi* - tùy bút, tr.18
- michael trụ bùi - *mẹ tôi* - tùy bút, tr.26
- m.h. hoài linh phương - *thuở nghe... "chim hót trong lồng"* - tùy bút, tr.33
- ***phần tưởng niệm nhà văn huỳnh phan anh*** - tr.36
- nguyễn vy khanh - *huỳnh phan anh và hành trình văn chương mới* - biên khảo, tr.40
- ***phần văn học nghệ thuật tạp chí ngôn ngữ*** - tr.49
- mang viên long - *ước nguyện của người tử tù* - truyện ngắn, tr.50
- cung tích biền - *mơ chiêm thành* - truyện ngắn, tr.55
- lữ quỳnh - *một người tù lãng mạn* - truyện ngắn, tr.65
- hoàng quân - *dọn nhà, dọn lòng* - truyện ngắn, tr.75
- song thao - *karaoke* - phiếm, tr.84
- nguyễn nam an - *trang thơ* - thơ, tr.93
- khaly chàm - *thời gian không gian vô cùng tuyệt mỹ* - thơ, tr.94
- lê hân - *mùa vui sắp tới* - thơ, tr.96
- trần thị nguyệt mai - *tạ ơn anh* - thơ, tr.97
- trần kiêm trinh tiến - *ông già ở rừng natick* - thơ, tr.100
- phạm cao hoàng - *woodbridge, buổi chiều và những nụ cười* - thơ, tr.102
- trần đình sơn cước - *gặp gỡ ven đường* - thơ, tr.104
- cao nguyên - *chùm thơ* - thơ, tr.105
- lê thanh hùng - *chùm thơ* - thơ, tr.106
- biển cát - *mùa gió* - thơ, tr.107
- trần vấn lệ - *23 september 2020 mùa thu mới* - thơ, tr.108
- nguyễn thiếu dũng - *họ nguyễn và trần lưu quận* - biên khảo, tr.110
- hoàng thị bích hà - *một nữ lưu xứ huế với truyện kiều* - biên khảo, tr.106
- nguyễn minh nữu - *sư ông chùa núi* - truyện ngắn, tr.126
- tiểu nguyệt - *ông lão mài dao* - truyện ngắn, tr.139
- nguyễn an bình - *xe bánh mì chú sồi* - truyện ngắn, tr.144
- nguyễn đình phượng uyển - *bạc phận* - truyện ngắn, tr.148
- hạ đình thao - *thăm làng* - thơ, tr.154
- chu vương miện - *chùm thơ* - thơ, tr.155
- cái trọng ty - *hạ long châu* - thơ, tr.156
- dung thị vân - *những bước cuộc đời* - thơ, tr.158
- huỳnh liễu ngạn - *cho em nhìn ra tôi* - thơ, tr.159
- hoàng xuân sơn - *chùm thơ* - thơ, tr.160
- huỳnh minh lệ - *chùm thơ* - thơ, trang 162

• lâm băng phương - *bóng tôi* - thơ, tr.163
• ngàn thương - *hàn giang êm đềm* - thơ, tr.164
• nguyễn hàn chung - *thề không nghỉ đẻ* - thơ, tr.165
• vương hoài uyên - *ngõ cụt* - truyện ngắn, tr.166
• phạm công luận - *nhà sách hồi xưa* - thơ, tr.175
• (bernard cooper) (picking plums) - trương thị mỹ vân dịch - *hái mận* - dịch thuật, tr.179
• hiền nguyễn - *nhập dòng chính* - truyện ngắn, tr.193
• lê nguyệt - *người đàn bà góa* - truyện ngắn, tr.201
• nguyễn thái dương - *bão rừng* - thơ, tr.208
• nguyễn thiên nga - *em dệt thơ bằng sợi tầm gai* - thơ, tr.209
• nguyễn văn gia - *viết sau khi đọc lời kinh trong bàn tay* - thơ, tr.210
• thiên di - *nhặt mảnh trời xanh* - thơ, tr.211
• np phan - *bầy sẻ trở về* - thơ, tr.212
• lê hữu minh toán và phan ni tấn - *kinh thơ* - thơ, tr.214
• thy an - *hãy để* - thơ, tr.216
• tiến thắng b7 - *cơn dông mùa hè* - thơ, tr.217
• trần hạ vi - *định mệnh* - thơ, tr.218
• trần dzạ lữ - *chùm thơ* - thơ, tr.220
• phan việt thủy - *nhạc làm gì có màu* - tản mạn, tr.211
• trần triệu hoàng - *nhân quả nghiệp báo diễn ra trong đời kiểu như thế nào?* - biên khảo, tr.224
• lưu tuấn giao - *một trang ký ức về phan lạc hoa* - tản mạn, tr.237
• luân hoán - *thơ tình, thi phẩm đầu tiên in chung* - hồi ký, tr.245
• minh nguyễn - *đồ sơn đồ nhà* - tản mạn, tr.253
• y thy - *trăng thu* - thơ, tr.272
• trần hoàng vy - *cà phê tản mạn* - thơ, tr.273
• đặng hiền - *trăng ảo* - thơ, tr.274
• nguyễn văn điều - *cám ơn đời cám ơn em* - thơ, tr.275
• hồ chí bửu - *lặng im đáng sợ...* - thơ, tr.276
• phương tấn - *bước ra từ nhà thương điên biên hòa* - thơ, tr.278
• trần nguyên - *quên và nhớ!* - thơ, tr.280
• võ thạnh văn - *ơn đời nặng trĩu đôi vai* - thơ, tr.281
• trần vạn giã - *đêm ở làng nghe hô bài chòi* - thơ, tr.282
• lê chiều giang - *người mẫu* - tản mạn, tr.283
• thái nc - *đò xưa* - truyện ngắn, tr.287
• nguyễn lê hồng hưng - *hải hành mùa đại dịch* - truyện dài, tr.292
• hoàng ngọc nguyên - *đi tìm sự yên tĩnh với "mặt trận ở sài gòn"* - biên khảo, tr.300
• nguyễn vy khanh - *"thành phố new york" của lê thanh hoàng dân* - điểm sách, tr.308
• nguyễn văn gia & lê hân - *tin sách* - tr.311

NGON NGU

THƯ TÒA SOẠN

Sau mười số cùng số đặc biệt (về hai tác giả Tô Thùy Yên & Hoàng Ngọc Biên), Ngôn Ngữ còn được tiếp tục nhờ sự niềm nở thương mến của quý bạn đọc, bạn viết. Chúng tôi thật khó gởi lời cảm ơn cụ thể đến quý vị, ngoài việc cố gắng duy trì việc đang làm, cùng nỗ lực giúp Ngôn Ngữ ngày một đáng tin cậy hơn.

Gần đây số người Việt cầm bút của chúng ta rời cuộc sống khá nhiều và có phần dồn dập. Với mỗi tác giả đã ra đi, đều xứng đáng thực hiện một số đặc biệt. Chúng tôi đã nghĩ đến điều này, tuy nhiên vấn đề tư liệu, bài vở đã là một trở ngại. Bởi một tạp chí văn học, hai tháng một kỳ, khó cập nhật, theo kịp những nguồn sung sức khác. Chúng tôi hy vọng trong tương lai, khi cảm xúc mất mát từ một tác giả bớt phần sôi nổi chúng tôi sẽ cố gắng thực hiện một cách bình tĩnh chín chắn.

Hiện thời Ngôn Ngữ duy trì phương cách tiễn đưa, tưởng niệm gọn nhẹ như quý vị đã thấy. Ngôn Ngữ vẫn phổ biến mọi sáng tác của bốn phương gởi về. Chúng tôi hiểu còn nhiều hoài nghi từ những người cầm bút về giá trị của tạp chí, lẫn khuynh hướng chủ trương. Chúng tôi xin thông tin, chúng tôi không phe nhóm, không hội đoàn và luôn tôn trọng giá trị nghệ thuật trong mọi sáng tác nhận được.

Ngôn Ngữ số 10, nhằm vào những tháng có đậm đà hương vị của ngày lễ Tạ Ơn và Giáng Sinh, nhưng số này rõ ràng thiếu sót. Chúng tôi hy vọng số kế tiếp, chủ đề Xuân Tân Sửu 2021, sẽ được sự tiếp tay của tất cả bốn phương văn hữu.

Kính chúc tất cả chúng ta luôn được Ơn Trên giữ cho yên lành mỗi ngày.

Luân Hoán

PHẦN TƯỞNG NIỆM

NHÀ VĂN ĐỖ PHƯƠNG KHANH
NHÀ VĂN NHẬT TIẾN

TIỂU SỬ ĐỖ PHƯƠNG KHANH

Nhà văn Đỗ Phương Khanh tên thật **Đỗ Thị Phương**. Sinh ngày 9 tháng 8 năm 1936 tại Nam Định, Bắc Việt. Di cư vào Nam năm 1954, sống tại Sài Gòn. Năm 1979, chồng bà, nhà văn Nhật Tiến, vượt thoát khỏi Việt Nam, tới trại tỵ nạn Songkhla, Thái Lan. Ngày 11 tháng 4 năm 1980, Đỗ Phương Khanh cùng các con vượt biên đến được Mã Lai vào ngày 20 tháng 4 năm 1980, tỵ nạn tại trại Pulau Tengah. Cùng gia đình định cư tại quận Cam, California, Hoa Kỳ. Khởi viết trước 1975 trên các tạp chí: Văn Hóa Ngày Nay, Tân Phong… Phụ trách trang Phụ Nữ nhật báo Dân Chủ và trang Nhi Đồng nhật báo Hòa Bình. Đầu thập niên 1970, bà giữ vai trò quản lý trị sự cho tuần báo Thiếu Nhi đồng thời phụ trách trang Vườn Hồng và sinh hoạt với Gia Đình Thiếu Nhi, một tập hợp độc giả của tuần báo này cho tới năm 1975. Hội viên Trung Tâm Văn Bút Việt Nam từ thời Linh mục Thanh Lãng làm chủ tịch. Bà đã ra đi vào trưa ngày 26/8/2020 tại nhà, trong vòng tay thân ái của gia đình, hưởng thọ 85 tuổi.

Tác phẩm đã xuất bản:

Hương Thu (tập truyện, Nxb Huyền Trân, 1967), Các Nhà Văn Nữ (nhiều người viết, Nxb Ngọc Minh, Sài Gòn).

Đỗ Phương Khanh và Nhật Tiến qua nét vẽ của họa sĩ VyVy

TIỂU SỬ NHẬT TIẾN

Nhà văn Nhật Tiến tên thật **Bùi Nhật Tiến**, sinh ngày 24 tháng 8 năm 1936 tại Hà Nội. Di cư vào Nam năm 1954. Sống ở Sài Gòn. Chủ trương nhà xuất bản Huyền Trân, chủ biên tuần báo Thiếu Nhi, viết trên nhiều tạp chí tại thủ đô Sài Gòn. Hội viên Trung Tâm Văn Bút Việt Nam trong tổ chức Văn Bút Quốc Tế (P.E.N International). Dạy học tại một số trường trung học tại Sài Gòn (môn Vật lý và Hóa học). Vượt biển qua ngả Thái Lan (tháng 10/1979). Định cư tại Hoa Kỳ 1981. Tiếp tục viết trên những tạp chí văn học tại hải ngoại. Giải thưởng văn chương toàn quốc năm 1962 với tập truyện *Thềm Hoang*. Có bài trong nhiều tuyển tập tại hải ngoại. Ông đã mệnh chung ngày 14/9/2020 tại Irvine, California, hưởng thọ 85 tuổi.

Tác phẩm đã xuất bản:

Những Người Áo Trắng (truyện dài, 1959), Những Vì Sao Lạc (truyện dài, 1960), Thềm Hoang (truyện dài, 1961), Mây Hoàng Hôn (truyện dài, 1962), Người Kéo Màn (tiểu thuyết, kịch, 1962), Ánh Sáng Công Viên (truyện ngắn, 1963), Chuyện Bé Phượng (truyện dài, 1964), Vách Đá Cheo Leo (truyện dài, 1965), Chim Hót Trong Lồng (nhật ký, 1966), Giọt Lệ Đen (truyện ngắn, 1968), Tay Ngọc (truyện dài, 1968), Giấc Ngủ Chập Chờn (truyện dài, 1969), Quê Nhà Yêu Dấu (truyện dài, 1970), Tặng Phẩm Của Dòng Sông (truyện dài, 1972), Thuở Mơ Làm Văn Sĩ (hồi ký, 1974), Đường Lên Núi Thiên Mã (sách hồng dành cho thiếu nhi), Săn Trong Thành Phố (sách hồng), Lá Chúc Thư (sách hồng), Đóa Hồng Gai (sách hồng), Điệu Đàn Muôn Thuở (sách hồng), Tín Hiệu Khẩn Cấp (sách hồng), Người Bạn Mới (sách hồng), Theo Gió Ngàn Bay (sách hồng), Quà Giáng Sinh (sách hồng), Ngày Tháng Êm Đềm (sách hồng), Tiếng Kèn (tập truyện, 1982), Hải Tặc Trong Vịnh Thái Lan (tường trình, viết cùng Dương Phục và Vũ Thanh Thủy, 1982; ấn bản Anh ngữ: *Pirates On The Gulf Of Siam*), Một Thời Đang Qua (tập truyện, 1985), Mồ Hôi Của Đá (truyện dài, 1988), Cánh Cửa (tập truyện, 1990), Quê Nhà Quê Người (viết chung với Nhật Tuấn, in tại Việt Nam, 1992), Thân Phận Dư Thừa (dịch từ tác phẩm *The Unwanted* của tác giả Kiên Nguyễn, 2002), Hành Trình Chữ Nghĩa (biên khảo, 2012), Nhà Giáo Một Thời Nhếch Nhác (hồi ký, 2012),…

ĐỖ-PHƯƠNG-KHANH
hương thu
TIỂU THUYẾT
ĐÔNG PHƯƠNG
CƠ SỞ BÁO-CHÍ VÀ XUẤT-BẢN

Bùi Nhật Tiến

Bút hiệu : Nhật Tiến
Sinh ngày : 24-08-1936 tại Hà-nội
Viết văn từ năm 1957.

NGÀY TRAO TẶNG GIẢI VĂN CHƯƠNG TOÀN QUỐC 8-9-1962
Từ trái qua : VƯƠNG ĐỨC LỆ (*Giải Thơ*), NHẬT TIẾN (*Giải Tiểu Thuyết*)
ĐINH HÙNG (*Giải Thơ*), LÊ NGỌC TRỤ (*Giải Biên Khảo*), MAI TRUNG TĨNH (*Giải Thơ*)

Nhật Tiến tại tòa soạn báo Thiếu Nhi

Trại tỵ nạn Songkhla -Thái Lan 1980

VISA
29-5-2013

Bác sĩ, Văn sĩ Ngô Thế Vinh & Nhật Tiến

NHẬT-TIẾN
Thềm Hoang
truyện dài
đời nay
1961

NHẬT TIẾN
người kéo màn

NHẬT-TIẾN
GIẤC NGỦ
chập chờn
truyện dài
huyền trân
1969

Nhật Tiến
NHÀ GIÁO
một thời
nhếch nhác
huyền trân, 2012

Bố Tôi

MICHAEL TRỤ BÙI

Mẹ tôi người làng Hành Thiện - Nam Định. Ông Nội của Mẹ tôi chống Pháp bị chém đầu chung với Hoàng Hoa Thám tức Đề Thám vào năm 1913. Mẹ tôi có người anh cả tức Bác Quỳnh đi theo Việt Minh cũng chống Pháp. Việt Minh trong giai đoạn này là liên minh chính trị cánh tả mang danh nghĩa trung lập với mục đích công khai là "Liên hiệp tất cả các tầng lớp nhân dân, các đảng phái để chống thực dân Pháp". Sau Bác Quỳnh bị Việt Minh thủ tiêu vì không phải là người của Đảng Cộng Sản mà Bác đi theo Đảng Tân Dân Chủ. Lớn lên khi dọn về Hà Nội, gia đình Mẹ rất khá giả vì ông Ngoại tôi là nhà thầu cho mỏ than Hòn Gai - tỉnh Quảng Ninh. Sau khi Việt Minh chiến thắng Điện Biên Phủ và Hiệp Định Đình Chiến Genève được ký kết, ông Ngoại tôi tức tốc bán tống bán tháo tài sản để di cư vào Nam, tránh bị đấu tố khi đã biết quá rõ bản chất của người Cộng Sản là gì.

Còn Bố tôi gốc Hà Thành, có hai anh chị cũng đi theo Việt Minh chống Pháp, nhưng người anh kế là Bác Tân thì lại đi theo chính phủ Quốc Gia Việt Nam. Sau khi Bác Tân tốt nghiệp khóa Sỹ Quan Hải Quân ở Nha Trang mang quân hàm Thiếu Úy và vì tin theo Hiệp Định Genève năm 1956 sẽ có Tổng Tuyển Cử, hai miền Nam Bắc sẽ thống nhất, nên bác quay về Hà Nội.

Khi Thủ Tướng Ngô Đình Diệm làm cuộc Trưng Cầu Dân Ý và truất phế được Vua Bảo Đại vào năm 1955. Sau đó ông Diệm cũng tuyên bố sẽ không tổ chức cuộc Tổng Tuyển Cử ở miền Nam như đã dự định vào năm sau 1956, vì ông cho rằng bầu cử ở miền Bắc mà do Đảng Lao Động (Cộng Sản) tổ chức thì chỉ là trò bịp bợm không công bằng, vì thật sự người dân miền Bắc làm gì có tự do mà đi bầu. Vậy là cuộc Tổng Tuyển Cử theo Hiệp Định Genève kể như bị hủy bỏ... Bác Tân dính luôn ngoài Bắc rồi bị dập vùi cho đến cuối đời vì lỡ mang cái "mác" từng đi lính Quốc Gia.

Trong bối cảnh đó, một bên nhất quyết bỏ xứ vào Nam, một bên muốn ở lại. Thế là ông Ngoại tôi phải tới nhà ông Nội tôi xin cho Bố tôi đi theo, sau một Lễ Cưới gấp Mẹ tôi cho kịp ngày di cư.

Vào Sài Gòn, Bố tôi bắt đầu gầy dựng sự nghiệp qua nghề làm báo viết văn, ông hoạt động rất tích cực và cũng dấn thân vào chính trị qua ngòi bút. Cuối năm 1955 khi tác phẩm đầu tay "Những Người Áo Trắng" ra đời, Bố tôi chính thức bước vào thế giới Văn Nghệ Sĩ, và đã được văn hào Nhất Linh Nguyễn Tường Tam của Tự Lực Văn Đoàn giới thiệu vào Trung Tâm Văn Bút Việt Nam vào năm 1958, để rồi sau này Bố tôi giữ chức Phó Chủ Tịch cho tới ngày mất nước.

Ngày ông Nhất Linh tuẫn tiết vì chống chính phủ Ngô Đình Diệm đã thẳng tay đàn áp các phần tử đối lập, cái chết của ông là một thảm kịch và đã làm xúc động lớn cho giới trẻ Học Sinh & Sinh Viên miền Nam dạo đó. Ở đám tang của ông vào ngày 13 tháng 7 năm 1963; gần 4 tháng trước khi chế độ nhà Ngô bị đảo chánh, Bố tôi lúc đó mới 27 tuổi được hân hạnh đọc Điếu Văn và đã ràn rụa nước mắt nói tới cố văn hào Nhất Linh như sau: "Văn hào đã hình thành sứ mạng cao quý của người cầm bút. Văn hào đã nêu cao sĩ khí bất khuất của truyền thống những nhà văn chân chính."

Bố tôi tuy là Nhà Văn nhưng thật sự ông kiếm kế mưu sinh nuôi nấng đàn con bằng nghề Nhà Giáo. Bố tôi dạy Vật Lý - Hóa Học cho nhiều trường công tư thục ở Sài Gòn, như Nguyễn Bá Tòng, Hưng Đạo, Bồ Đề, Phan Sào Nam, v.v... Đối với quân đội, Ông cũng là Giảng Viên đứng lớp các khóa chính trị cho các sỹ quan QLVNCH ở Cục Tâm Lý Chiến thuộc Tổng Cục Chiến Tranh Chính Trị. Mỗi sáng thứ Hai hàng tuần, Bố tôi còn viết bài diễn văn cho Trung Tướng Trần Văn Trung để đọc dưới chân cột cờ trong trại Lê Văn Duyệt. Tôi còn nhớ hàng ngày Bố tôi tha về hàng xấp tài liệu đã đánh máy sẵn rồi sai tôi đi ra tiệm quay Ronéo. Quay Ronéo đại khái giống như máy

Photocopy thời nay nhưng phải quay bằng tay. Hồi xưa các trường Trung Học ra Báo Xuân thường sử dụng kiểu quay Ronéo này. Nhìn vào bài học, nói chung là về "Tuyên Truyền và Phản Tuyên Truyền". Cũng như bài vở về Lý Hóa, Bố tôi cũng cần quay Ronéo những tài liệu này ra hàng trăm copy để phát cho học sinh. Sau khi mang về sắp xếp trang thứ tự và hoàn thành nhiệm vụ, Bố tôi thường thưởng cho anh em tôi mỗi đứa một cái bánh giò hay bánh chưng mà có bà đội nguyên cái thúng trên đầu đi rao bán hàng ngày ngang xóm.

Nói chung thời thơ ấu của anh chị em chúng tôi có thể nói là rất êm đềm. Cuối tuần Bố tôi thường nhét cả một gia đình 9 người vào chiếc xe hơi của ông rồi chở cả đám đi chơi, tuần thì đi bát phố Bonard, ăn kem Pôle Nord hay vào chợ An Đông ăn Cơm Gà Siu Siu, tuần thì cả nhà đi xem ciné sau khi lang thang thương xá Tam Đa - Tax & Phố Sách Lê Lợi, hoặc có dịp thì Bố lôi cả lũ đi Sở Thú hay ra Vũng Tàu cho tắm biển.

Nhưng có lúc chúng tôi cũng bị Bố tôi bắt nằm xuống hết rồi quất cho mỗi đứa vài roi, từ trên xuống dưới, Bố mới giơ roi lên chưa hạ xuống là cả lũ đã bù lu bù loa khóc lóc than đau quá đau quá rồi... làm Bố tôi cũng phì cười. Riêng tôi thì có một hôm tôi nhớ hoài, lần đó tôi đã sẵn sàng chịu đựng, mặc 2-3 cái quần xà lỏn dầy lên cho khỏi đau. Cả ngày cứ như người mất hồn vì sợ, lần này tội quá nặng. Khi Bố tôi bước vô nhìn tôi một lúc lâu rồi không nói câu nào, bỗng nhiên ngồi phịch xuống ghế salon hình như là ông đã quá chán nản, có thể nói tôi là cái thứ quá bất trị, rồi ông đứng lên bỏ ra ngoài, và đó là lần cuối cùng Bố tôi không muốn sử dụng roi vọt gì đối với tôi nữa. Bị quất tuy đau nhưng tôi không sợ vẫn lỳ, nhưng chính vì lần đó ông không nói gì nên tôi mới nhớ, không bao giờ tôi dám tái phạm lần nữa.

Có hai ngày mà tôi để ý thấy Bố tôi lặng người ngồi ngoài sân hàng giờ không nói câu nào. Đó là 27 tháng 1 năm 1973, ngày chính thức đình chiến giữa hai miền Nam Bắc. Bố tôi thắp nhang ở bàn thờ Ông Bà Nội cầu mong từ đây đất nước sẽ không còn tiếng súng, tiếng bom đạn. Nhưng mực ký chưa ráo thì Việt Cộng đã trắng trợn vi phạm Hiệp Định Paris, chúng lại giở trò pháo kích, giật mìn, quậy phá.

Rồi đến ngày 30/4/1975. Bố tôi ra lệnh cho anh em tôi đốt hết tài liệu từ trường Chiến Tranh Chính Trị mà tôi thấy từng thùng với những trang giấy plastic viết bằng bút lông màu lên trên, giống như kiểu Projector đặt trên mặt kính, có đèn ở dưới chiếu sáng lên phông vải trắng. Bố tôi còn cẩn thận lấy kéo cắt nhỏ từng tờ ra rồi quăng vào đống lửa. Đốt hết, tài liệu, sách báo nào liên quan tới chính trị đốt sạch. Nội đổ ra sân rồi lựa ra đốt cũng đến tối mịt mới hết, bắt đầu từ lúc những binh đoàn Motolova của CS đã tràn vào tiếp quản Thủ Đô Sài Gòn.

Cũng may hồ sơ trong Cục Tâm Lý Chiến đã được thiêu hủy kịp và không bị ai chỉ điểm. Bố tôi được đi dạy học lại tại trường Hưng Đạo trên đường Cống Quỳnh. Làm nghề thầy giáo ở dưới mái trường Xã Hội Chủ Nghĩa, có thể nói Bố tôi cực kỳ chán nản, ông có viết một tác phẩm kể rõ những hỉ nộ ái ố tựa "Nhà Giáo Một Thời Nhếch Nhác", và giai đoạn này gia đình tôi cũng dọn hẳn về mặt tiền đường Bùi Viện chỉ cách trường Hưng Đạo 50-70 mét, mà bây giờ là Phố Đi Bộ hay họ còn gọi là Phố Tây Ba Lô.

Về đây cạnh xóm Sáu Lèo, không khí rất xô bồ vì ở trong khu vực Ngã Tư Quốc Tế (Bùi Viện, Cống Quỳnh, Phạm Ngũ Lão và Đề Thám), dân cư đông đúc thuộc giới lao động tạp nhạp nên không bị để ý như hồi còn ở nhà cũ đường Thiệu Trị. Đã thế, vì gần trường Hưng Đạo nên học trò của thầy Tiến ngày nào cũng lũ lượt ghé thăm thầy ra vô nườm nượp. Rất tiện lợi cho Bố Mẹ tôi toan tính chuyện cho cả gia đình đi vượt biên.

Năm 1980, Bố tôi đi chuyến thứ hai qua tới Songkhla, Thái Lan. Vào thời đó, bọn hải tặc Thái Lan hoành hành ác độc dữ lắm. Nhập trại Bố tôi và hai nhà báo Dương Phục & Vũ Thanh Thủy đã cùng nhau viết lên Bản Cáo Trạng "Hải Tặc Trong Vịnh Thái Lan" mà chính bố tôi là 1 trong 157 nhân chứng đã bị chúng nó kéo vào đảo Kra, rồi gửi lên Liên Hiệp Quốc (LHQ). Bản cáo trạng này đã làm thức tỉnh lương tâm nhân loại, sau đó LHQ đã thành lập một Ủy Ban tạo sức ép cho Hải Quân Hoàng Gia Thái phải đi lùng bắt. Kết quả là một số hải tặc đã bị đồng bào ta ra tòa chỉ mặt, phải chịu án tù, và cũng nhờ vậy mà sau này vấn nạn hải tặc cũng bớt đi nhiều vì chúng nó cũng biết sợ.

Tới California năm 1981, lúc này Mẹ tôi qua được từ Mã Lai vào chuyến vượt biên thứ ba. Bố tôi mướn được một căn nhà ở đường King, Santa Ana, ông gom đàn con lại hết. Bố tôi may được nhà báo

Bùi Ngọc Đường của tạp chí Hợp Lưu mách cho cách kiếm tiền bằng nghề cắt cỏ. Ông tốt bụng còn chia cho Bố tôi khởi đầu bằng một số account ở vùng Glendale cách Santa Ana khoảng 50-60 miles. Thế là Bố tôi sáng sớm phải khởi hành mang theo máy cắt cỏ, máy thổi bụi, bao rác, v.v... trên chiếc xe truck cũ rích. Đôi khi tôi cũng đi theo Bố tôi để phụ việc hay đi phát flyer để kiếm thêm account. Ác nỗi cái vùng nhà giàu này toàn nhà lớn trên đồi. Đi bộ lên dốc quăng tờ quảng cáo "Mr. Lee Landscaping" cả block mới được có vài căn, toát cả mồ hôi. Nhưng cắt cỏ cho nhà giàu thì họ trả cao vì lắm việc và có nhiều tiền tips. Đến chiều thì xe truck đã chất đầy bao rác rồi mang ra landfill đổ. Bố tôi nói, nghề này tuy cực nhưng đó là cách kiếm tiền lương thiện chân chính vì mình mới qua, cho dù có khó khăn cỡ nào đi nữa cũng còn tốt hơn gấp trăm lần phải sống dưới chế độ Cộng Sản. Với chân lý ấy, tôi chẳng bao giờ thấy Bố tôi bực dọc hay cằn nhằn gì cả vì đã chấp nhận hoàn cảnh như hàng trăm ngàn người Việt đã bỏ xứ ra đi, trên đường đi tìm tự do.

Rồi khó khăn gì cũng qua đi. Sau Bố tôi cùng Mẹ tôi đi học điện tử lại ở trường Control Data Institute, cả hai ra trường với tấm bằng Electronics Technician và cùng đi làm cho hãng Verifone chuyên sản xuất máy cà thẻ credit card cho tới ngày về hưu.

Năm 1991, nghe tin Bác Tân ngoài Bắc bị bệnh nặng thiếu thốn đủ thứ. Từ ngày đi di cư vào Nam năm 1954, Bố tôi vẫn chưa được gặp lại các Bác tính ra đã 37 năm ròng. Tôi đã tháp tùng theo Bố tôi về Hà Nội năm đó. Ôi thôi Bố tôi quá xúc động và thật sự cảm thông cho dân tộc Việt đang bị chà đạp dưới chế độ phi nhân Cộng Sản. Đời Bác Tân đúng là sai một ly đi một dặm. Phải chi ngày ấy Bác đừng quay về Hà Nội thì cuộc đời của Bác đâu đến nỗi bị đọa đày triền miên đến thế này.

Bố tôi cũng có người em mà tôi gọi bằng Chú, tên Bùi Nhật Tuấn. Lúc này ông cũng đã thành danh ở miền Bắc với một sự nghiệp viết văn đồ sộ không kém Bố tôi. Trong thời chinh chiến ông đi lính bộ đội, rất bất mãn với chế độ nên hai ông rất tâm đầu ý hợp. Tác phẩm "Đi Về Nơi Hoang Dã" của Chú Tuấn bị đánh giá là chống Đảng chống chế độ. Nó moi ra những cái vô lý của cuộc sống mà con người chỉ biết tuân theo mệnh lệnh, có chết đói rã họng cũng phải chịu đựng vì cấp trên tức Đảng ta thì không bao giờ sai, có khó khăn gì đi nữa cũng phải ráng mà khắc phục. "Đi Về Nơi Hoang Dã" có ý tưởng đả phá Cách Mạng như là tác phẩm "Những Thiên Đường Mù" của Dương Thu Hương, "Mùa Lá Rụng Trong Vườn" của Ma Văn Kháng, "Thời Xa Vắng" của Lê Lựu, "Nỗi Buồn Chiến Tranh" của Bảo Ninh. Ở thời gian này, nhờ sự cởi trói cho giới văn nghệ của Nguyễn Văn Linh nên trong Việt Nam đang nở rộ ra "Phong Trào Văn Nghệ Phản Kháng" kiểu như "Phong Trào Nhân Văn Giai Phẩm" thời 1955-1958.

Thế là khi quay về Mỹ, Bố tôi cùng nhà văn Bùi Nhật Tuấn có viết chung một tập truyện tựa "Quê Nhà - Quê Người". Cuốn này gom những truyện ngắn của Nhật Tiến - Nhật Tuấn có nội dung nói lên những bất công của xã hội VN dưới chế độ CS, đồng thời Bố tôi cũng tập trung truyện ngắn của 27 nhà văn hải ngoại cộng 67 nhà văn phản kháng trong nước để ra mắt tác phẩm "Trăm Hoa Vẫn Nở Trên Quê Hương" ngõ hầu tiếp sức cho cao trào phản kháng trong nước đang dâng cao, gộp lại toàn là những tác giả bất mãn chế độ CS như: Tướng Trần Độ, Đại Tá Nguyên Ngọc, Dương Thu Hương, Trần Mạnh Hảo, Nguyễn Huy Thiệp, Nguyễn Thị Hoài, v.v...

Với cả một công trình tim óc của cả trăm tác giả trong và ngoài nước như thế, nhưng có một số người ở hải ngoại, họ đã cắt xén những câu văn qua lời giới thiệu của Bố tôi rồi vu khống tập truyện "Trăm Hoa Vẫn Nở Trên Quê Hương", nào là công cụ của Đảng ta, nào là hòa hợp hòa giải với tà quyền, nào là bợ đít chế độ đương thời. Chưa thỏa mãn, họ còn đi vu cáo Bố tôi tiếp tay với nhà văn Bùi Nhật Tuấn để nhuộm đỏ hải ngoại, v.v... trong khi hỏi tới thì chính họ cũng chưa từng đọc qua tập truyện đã được gom lại của cao trào phản kháng này, mặt mũi trang bìa ra sao, màu gì, họ cũng không hề biết.

Qua danh nghĩa chống Cộng họ viết bài đánh phá Bố tôi triền miên từ năm nay qua năm khác, cứ toác miệng ra vu khống chửi bới cho sướng cái mồm, khốc liệt đến nỗi chính những tác giả ở hải ngoại có bài trong "Trăm Hoa Vẫn Nở Trên Quê Hương" cũng phải e dè, không có một lời thanh minh thanh nga trong khi Bố tôi đang bị đánh hội đồng. Sự việc này cũng làm cho Bố tôi già đi nhiều vì quá chán nản và không còn muốn dấn thân đấu tranh gì nữa cho các phong trào đấu tranh dân chủ cho Quê Hương. Khi tôi hỏi tới, thì Bố tôi nói Bố tôi sẽ trả lời những định kiến xuyên tạc khi đúng lúc. Quả tình, cách đây 6-7 năm, ông đã đi tìm lại sự thật cho "Trăm Hoa Vẫn Nở Trên Quê Hương", ơn đền oán trả phải sòng phẳng qua tác phẩm "Sự Thật Không Thể Bị Chôn Vùi".

Những tác phẩm của Bố tôi viết sau này được Nhà xuất bản Huyền Trân mà Bố tôi giao cho tôi làm Giám Đốc, đã tái bản lại hầu hết. Tôi có đề nghị và được ông đồng ý là gửi tặng toàn bộ tác phẩm của Nhật Tiến cho tất cả những thư viện ở những trường đại học lớn khắp 50 tiểu bang. Thế là tôi lên danh sách mấy trăm cái thư viện và đã làm trọn nhiệm vụ đó để mai sau có những học sinh cần sách Việt ngữ sẽ kiếm được sách của Bố tôi mà trau giồi.

Hồi xưa ở Sài Gòn, Bố tôi đầu tắt mặt tối lo dạy học, viết văn và làm báo, không có thời giờ nhiều nên ít khi ngồi chơi với anh em chúng tôi. Nhưng sau này khi về hưu, Bố tôi đã dành hết thời gian cho các cháu nội ngoại. Ông đưa đón các cháu đi học, dẫn đi Pic and Save, 99 cents Store mua đồ chơi, hoặc ông gấp Origami hay Photoshop các loại hình thú vật, Superman cho các cháu cắt. Rồi khi chúng nó lớn lên thì thỉnh thoảng ông giúi tiền cho chúng nó xài, sợ bố mẹ các cháu không cho lấy. Có mấy năm sau này vì tuổi già, sức khỏe của Bố tôi càng ngày càng suy yếu, đến cái chữ ký tặng sách tôi xin Bố ký mà Bố tôi cầm bút cũng khó khăn. Tôi phải đề nghị đi làm cái triện son, Bố khỏi cần ký nữa, cứ dùng triện son mà ấn vào sách thay cho chữ ký.

Lúc 1 giờ sáng đêm hôm qua nghe tin Bố tôi khó thở. Tức tốc tôi chở Bố tôi vào BV Kaiser ở Irvine, trên đường đi tôi nắm lấy bàn tay gầy guộc của Bố mà linh tính như có chuyện chẳng lành. Người Bố tôi đã nhũn ra như không còn một chút sinh lực nào hết, tôi phải bế Bố tôi mà hồi tưởng lại khi còn bé chiều chiều Bố tôi thường bế tôi ra đầu ngõ dạo chơi. Ôi sao mà ấm quá Bố ơi. Đến nơi họ cấp tốc đưa Bố tôi vào phòng hồi sinh cho thở máy Oxygen, nhưng nhịp tim của Bố tôi càng lúc càng yếu dần như ngọn đèn cầy le lói chỉ chờ tắt ngúm. Đến 11:26 trưa thì tim Bố tôi ngừng đập. Bố tôi đã ra đi thanh thản chẳng làm phiền toái gì đến các con các cháu.

Thưa Bố,

Thôi vậy thì cách đây 66 năm Bố theo Mẹ xuôi Nam, Mẹ đi mới 2 tuần Bố đã nhớ, thì hôm qua Bố đã muốn theo kiếm Mẹ trên cõi Vĩnh Hằng. Con tin chắc Mẹ đang chờ Bố và Bố Mẹ sẽ được thảnh thơi không còn phải vướng mắc bụi trần làm chi nữa. Riêng đàn chim sau nhà mà ngày hai buổi Bố thường rải gạo cho chúng nó ăn, lúc nào Bố cũng sợ thiếu gạo. Bố yên chí đi, tụi nó sẽ được lo lắng đầy đủ Bố nhé.

Bây giờ con cũng xin phép được quỳ xuống vái Bố 10 lạy để tri ân những gì Bố đã cho con nhe Bố.

Con của Bố,

Michael Trụ Bùi
Sept 15th, 2020

Mẹ Tôi

MICHAEL TRỤ BÙI

Gia đình tôi là gia đình di cư. Năm 1954, đồng 18 tuổi, Bố Mẹ tôi nắm tay nhau xuống tàu há mồm xuôi Nam chạy trốn chế độ CS. Vào đến Sài Gòn, Bố Mẹ tôi khởi nghiệp bằng cách hành nghề viết Sách làm Báo. Năm tôi còn học Tiểu Học, Mẹ tôi dùng tư gia để thành lập Cơ Sở Ấn Loát Huyền Trân. Căn nhà này được cái sâu và rộng nên tôi thấy có đến cả trăm nhân viên nhà in làm việc suốt ngày. Chỗ thì chứa các máy in, chỗ thì để những hộc chữ bằng chì, phòng này đặt máy xén, cắt giấy, phòng kia cho giai đoạn khâu bìa bằng chỉ của các cô các dì, v.v... Trong giờ làm việc thì ôi thôi vui lắm. Tiếng máy in chạy rầm rầm xen lẫn tiếng nói, tiếng cười đùa, tiếng ca vọng cổ... nó tạo nên một không khí rất sinh động.

Công nhân của nhà in thì rất quý Mẹ tôi qua cách cư xử và đối đãi với họ rất tận tình chu đáo như đại gia đình. Tôi nghe bà thường nói, ngày thứ Sáu là ngày vui nhất của Mẹ trong tuần đó con, vì ngày đó là ngày phát lương cho thợ. Nghĩ đến cảnh họ có tiền chạy về nhà dẫn vợ con đi chơi cuối tuần là Mẹ thấy vui rồi. Cái chân lý này đã thấm nhuần tôi cho đến mấy chục năm về sau này, tốt với nhân viên thì họ sẽ đối xử với mình y như vậy thôi.

Có thể nói là Mẹ tôi rất thương tôi, chưa bao giờ Mẹ tôi la rầy gì hết cho dù tôi có phá phách kiểu gì đi nữa, Mẹ tôi chỉ nhìn và khuyên tôi thôi đừng làm vậy nữa nhe con. Hồi xưa kỹ thuật in ấn còn thô sơ chứ không viết bằng computer rồi in ra như bây giờ. Bài viết được thợ sắp chữ nhìn vào rồi bốc từng chữ chì cho vào cái khay, ABCD - sắc huyền hỏi ngã nặng, sắp được vài hàng là họ phải bỏ qua một bên rồi sắp tiếp, một trang bài có là thợ giỏi cũng mất khoảng 1/2 tiếng, khi đầy trang rồi thì lấy dây cói cột lại, xong họ cà mực lên chì rồi lăn qua giấy trắng, chữ chì ngược khi in qua tờ giấy sẽ hiện ra chữ xuôi.

Dĩ nhiên là khi bốc từng chữ như vậy chắc chắn họ sẽ bốc lộn, Mẹ tôi sẽ coi lại những chỗ sai gọi là sửa morasse, bà lấy bút lôi ra sửa từng chữ rồi trả về cho thợ sắp chữ, họ chỉ việc lấy cái níp gắp từng chữ sai ra rồi thay vào đó bằng chữ khác cho đúng. Bản chì đã sửa đủ thành trang, họ chồng lên nhau để chờ đưa vào máy in.

Thế mà ban đêm bọn con nít chúng tôi kéo nhau vô chạy nhảy trong nhà in làm lộn tùng phèo hết đống chữ ấy, kéo theo những chồng giấy in khổ báo lớn chất cao tới trần nhà sập xuống đổ ngổn ngang. Thế là sáng hôm sau những người thợ phải làm lại từ đầu. Họ báo cáo lên thì Mẹ tôi cũng không nói gì, bà chỉ yên lặng khi nhìn ra thủ phạm đúng là tôi rồi hiền từ nói, các con muốn chạy nhảy thì ra sân mà chơi nhé, đừng làm công việc nhà in của Mẹ bị chậm trễ.

Có những buổi trưa khi Mẹ tôi còn làm quản lý cho nhà in Hồng Lam của Linh Mục/ Triết Gia Cao Văn Luận. Cha Luận từng là Viện Trưởng Viện Đại Học Huế, sau bị chính quyền Ngô Đình Diệm thất sủng qua vụ Biến Động Miền Trung, Cha có viết một cuốn Hồi Ký lẫy lừng tựa “Bên Giòng Lịch Sử 1940-1965”. Mẹ tôi cho tôi đi theo chơi quanh quẩn trong nhà in. Mỗi lần được gặp mặt, Cha Luận lại giúi cho tôi nay thì vài cái kẹo, bữa thì cái bánh giò, nghĩ lại thật là hân hạnh cũng nhờ Mẹ tôi.

Rồi cũng có những lần Mẹ tôi dắt tôi đi khám bệnh hay đi làm răng ngoài Sài Gòn, tôi rất ghét cái cha nha sĩ này ở gần văn phòng Beer BGI cạnh hãng làm nước đá trên đường Hai Bà Trưng, khi xe xích lô ngừng trước cửa là tôi biết ngay, sợ lắm nhất định không dám vào, Mẹ tôi lại phải dụ ngọt mãi. Bù lại, cứ mỗi lần như thế là Mẹ tôi lại dắt tôi đi xem ciné ở các rạp như Eden, Đại Nam, Rex..., xong bà còn thưởng cho một chầu ở quán Kem Bạch Đằng đối diện Casino Sài Gòn vì tôi đã anh dũng hy sinh cái răng bị hư. Thiệt, răng bị sâu tôi còn không biết mà Mẹ tôi đã biết tỏng rồi...

Khoảng đầu thập niên 70' Mẹ tôi vừa làm nhà in, vừa mở thêm Vườn Trẻ Anh Vũ theo phương pháp giáo dục Montessori, bà mướn trọn cái nhà lầu hai tầng kế bên có cái sân rất rộng, rồi đập luôn cái tường cho thông nhau. Ban ngày phụ huynh gửi trẻ, tối về hết, thế là bọn chúng tôi lại có thêm đất để chạy nhảy, bắn súng, chơi năm-mười. Hò hét vui thật vui, lũ con nít trong xóm thòm thèm muốn vô chơi phải xin vào nên tôi rất có thớ, đứa nào cà chớn tôi tống cổ ra nên tụi nó một phép. Có Mẹ mà, có quyền vênh váo chút chứ.

Ngoài hai cơ sở nêu trên, Mẹ tôi còn phụ trách trang Nhi Đồng trong báo Hòa Bình của Linh Mục Trần Du trên đường Phạm Ngũ Lão, trang Phụ Nữ trong báo Dân Chủ thuộc Đảng Dân Chủ của ông Thiệu trên đường Hiền Vương. Đồng thời vào năm 1971, báo Thiếu Nhi cũng ra đời, bà là Tổng Quản Trị và đồng phụ trách trang Vườn Hồng mà chủ nhiệm là ông Nguyễn Hùng Trương, chủ nhân nhà sách Khai Trí và chủ bút là nhà văn Nhật Tiến. Thời gian này nhà tôi còn đông nữa, Mẹ tôi tận dụng luôn mấy phòng trên để làm Tòa Soạn. Hàng ngày thì các cô chú trong Ban Biên Tập tới làm việc, cuối tuần thì mở cửa đón các thiếu niên vào Thư Viện Báo Thiếu Nhi đọc sách, sinh hoạt Gia Đình Thiếu Nhi. Báo Thiếu Nhi còn mở lớp dạy ORIGAMI - Nghệ Thuật Gấp Giấy của Nhật Bản nữa chứ. Nói chung Mẹ tôi đầu tắt mặt tối, nhưng hình như càng thấy đông con nít lại càng làm cho bà vui, chẳng bao giờ thấy Mẹ tôi kêu ca phiền hà gì.

Năm tôi lên lớp 6, chắc phá quá nên Mẹ tôi cho tôi vào trường nội trú Don Bosco ở Thủ Đức. Cuối tuần thứ 7 có xe Bus chở về, ngày chủ nhật họ lại đón đi. Dĩ nhiên là bị bắt vào khuôn khổ kỷ luật của các Linh Mục người Hòa Lan thì làm sao tôi thích được. Thế là tôi dùng 500$ mà cứ mỗi tuần Mẹ tôi giúi vào tay khi ra đi ngày chủ nhật, tôi mua kẹo Cam kẹo Dâu trong cái hộp sắt ở Căn Tin rồi chờ thứ 7 đem về tặng Mẹ như là quà hối lộ. Năn nỉ ỉ ôi riết qua năm lớp 7 vì thương tôi nên Mẹ tôi cho tôi về học lại tại Sài Gòn.

Vì trong giới Nhà Văn Nhà Báo, Bố Mẹ tôi có rất đông thân hữu. Từ nhà văn Duyên Anh, Mai Thảo, Nguyễn Hiến Lê, Cung Tích Biền, Sơn Nam, v.v... cho tới Nguyễn Thị Vinh, Minh Đức Hoài Trinh, Minh Quân, Linh Bảo... Riêng nhà văn Nguyễn Thị Vinh còn nhận tôi là con nuôi, mà tôi gọi là Me Vinh. Hầu như gần hết các Văn Nghệ Sĩ ở Sài Gòn thường xuyên lui tới thăm viếng ông bà cụ và nhiệm vụ của tôi là bưng nước. Còn đãi tiệc thì có thể nói là thường xuyên. Cứ mỗi lần đi học về xuống nhà bếp là thấy Mẹ tôi và ba bà người làm tất bật lo chuẩn bị, thường thì Mẹ tôi đãi khách bằng các món miền Bắc như Bánh Tôm Cổ Ngư, Chạo Tôm, Nem Rán Cua Bể, Giả Cầy hay Bún Thang, Bún Ốc, v.v... Thế là tôi lại có dịp được uống nước Xá Xị, nước Cam thả giàn. Chai ướp lạnh khui ra cứ vậy mà nốc.

Ngày 30/4/1975 đại họa ụp xuống thế là Mẹ tôi bị mất hết. Nhà in dẹp tiệm, vườn trẻ giải tán, toàn bộ báo chí của miền Nam tự do bị cấm đoán, chỉ có nhật báo Tin Sáng của dân biểu nằm vùng Ngô Công Đức là được ra lại vào tháng 7/1975 vì Võ Văn Kiệt cần một tờ báo của chế độ cũ để tuyên truyền. Đã thế vào tháng 9/1975, Ủy Ban Quân Quản còn ra lệnh đổi tiền, cứ 500$ tiền VNCH đổi được 1$ tiền mới. Mỗi gia đình được phép đổi 100.000$ VNCH tức là chỉ được 200$ tiền Việt Cộng. Gia đình nào có trên 100.000$ VNCH thì kể như mất sạch. Cú này là đòn chí tử đánh vào những gia đình trung lưu ở miền Nam. Mẹ tôi kể như trắng tay sau 20 năm tích lũy.

Miền Nam sau ngày Sài Gòn tắt bóng, người dân sống trong cảnh lo âu sợ hãi. Không biết đêm nào công an sẽ gõ cửa bắt đi vì lý do nào đó. Tuy vậy, ở một khóa học tập gọi là "Khóa Bồi dưỡng Chính Trị dành cho Văn Nghệ Sĩ", Mẹ tôi đã đứng lên chỉ mặt vào một cán bộ miền Bắc tên Mai Quốc Liên, khi ông ta dám tuyên bố rằng: "Các anh các chị đừng trông mong vào việc cầm bút trở lại. Bởi vì miền Nam các anh các chị làm gì có văn hóa!" Mẹ tôi hỏi: "Anh vào trong Nam được bao lâu rồi, và anh đã đọc được bao nhiêu tác phẩm của miền Nam rồi mà anh dám nói miền Nam không có văn hóa?" Làm hắn cứng họng.

Là con người đầy nghị lực, Mẹ tôi lại lăn ra đường kiếm sống cũng như hàng triệu người miền Nam khác, bằng cách mở quán bán Bánh Tôm Cổ Ngư tại Hồ Con Rùa trước cửa Viện Đại Học Sài Gòn. Một thời gian sau cũng không xong phải dẹp tiệm vì bị Công An rình rập, về nhà bà đi vay mượn rồi lại mở Cơ Sở Sản Xuất Nước Đá. Thấy có vẻ xôm trò, thế là Ủy Ban Nhân Dân Phường bắt phải đưa vào Hợp Tác Xã. Tức mình, Mẹ tôi dẹp luôn, nhất định không dây dưa gì đến chúng nó.

Trong thời gian này, một hôm tôi thấy có Ký giả - Phóng viên Chiến trường Kiều Mỹ Duyên tới nhà xầm xì với Mẹ tôi chuyện gì đó.

Sau đó vài ngày có một người đàn ông lạ mặt tới ở tuốt đàng sau nhà, căn phòng này xưa là cái kho nhỏ cạnh nhà tắm. Ông ta không bao giờ ra đường, tôi cũng không rõ ông ta ăn uống thế nào. Rồi mãi sau này tôi mới biết ông ta tên Nguyễn Phúc Vĩnh Tung, là sỹ quan QLVNCH, chồng bà Kiều Mỹ Duyên trốn tù cải tạo về. Thế mà Mẹ tôi ra tay giúp đỡ bao che cho. Thiệt, chúng mà bắt được thì Mẹ tôi có mòn rũ tù, nhưng bà vẫn tỉnh bơ làm như không có chuyện gì xảy ra. Ông Vĩnh Tung sau cũng tìm ra đường đi vượt biên và đã đến được bến bờ tự do vào năm 1979.

Sau đó Mẹ tôi nhờ quen biết nên được ông Lý Thái Thuận, một người Việt gốc Hoa, Giám Đốc nhà in Alpha mời về làm xếp khâu sửa morasse có biên chế nhà nước. Mừng quá bà nhận lời ngay. Thế là ngày qua ngày Mẹ tôi lại đạp xe đạp từ Cổng Xe Lửa số 6 đi làm công nhân viên ở đường Phạm Ngũ Lão gần chợ Thái Bình. Có lần mãi đến tối mịt mới thấy Mẹ tôi về, mồ hôi nhễ nhãi. Trời ơi, Mẹ tôi phải dắt xe đạp bị đứt dây sên từ đường Kỳ Đồng về tới nhà vì không đủ tiền sửa. Dây sên phải thay mới. Nhưng bà vẫn hớn hở, vì trong giỏ hôm đó là ngày Mẹ tôi được mua nhu yếu phẩm có 1 ký thịt heo. Nhìn Mẹ mà tôi chảy nước mắt nhưng không làm gì được cho Mẹ.

Nhưng cũng nhờ sự quen biết này mà Mẹ tôi mới vay được tiền ông Lý Thái Thuận để lo cho hai anh em tôi đi vượt biên. Ngày chia tay xuống bãi vào cuối Hè năm 1979, Mẹ tôi giúi vào tay tôi một chỉ vàng rồi ôm tôi khóc, Mẹ không biết con sẽ đi về đâu, nhưng nếu có thoát được ráng cho Mẹ biết để Mẹ khỏi lo. Tôi biết chắc rằng Mẹ tôi sẽ không ngủ được. May sao, rời Ngọc Hà ghe của tôi lênh đênh trên Biển Đông khoảng một tuần thì được tàu của Hoàng Gia Na Uy vớt lên đem vào Singapore. Nhập trại xong là tôi mò ra Sembawang đánh điện cấp tốc ngay về cho Mẹ chỉ với một hàng chữ "Cam on co chu Thuan", cho khỏi lộ chuyện gia đình có thân nhân đã đào tẩu với bọn công an khu vực. Lại nữa, không có Mẹ tôi lo cho đi thì ở lại cũng đạp xích lô chứ khá gì nổi ở cái xứ Xếp Hàng Cả Ngày ấy.

Mẹ tôi chia ra cho cả gia đình đi vượt biên thành 3 chuyến. May sao cả 3 đều trót lọt và cùng gặp nhau tại California. Năm 1981 qua tới, bà lại làm lại từ đầu. Bố mẹ tôi chở nhau đi học điện cho thực tế, hồi xưa có trường Control Data Institute ở Anaheim, không biết bây giờ còn không. Sau đó cả hai ông bà đều ra trường với tấm bằng

Technician điện. Sau hãng Verifone chuyên sản xuất máy cà credit card, nhận cả hai vào làm Electronic Technician cho tới ngày Bố Mẹ tôi nghỉ hưu, tính ra Mẹ tôi làm cho Verifone cũng được 20 năm.

Sau khi nghỉ hưu có thời giờ rảnh rỗi, Mẹ tôi bắt đầu dồn nỗ lực vào việc nghiên cứu kinh kệ. Bà phụ trách và biên soạn cho chương trình về Phật Pháp Tuệ Đăng hàng tuần trên đài Hồn Việt TV phát đi khắp 50 tiểu bang và Canada. Ngoài ra Mẹ tôi còn dịch sách của Triết gia Krishnamurti sang Việt ngữ, cũng như phụ trách điều hành trang website *khaiphong.net* cho dân mạng mở mang kiến thức về các vấn đề Khoa Học Xã Hội.

Nói thật, Mẹ tôi sinh tôi ra, lo lắng cho tôi từng li từng tí, cái gì tôi thích bà cũng chiều. Muốn đi chơi, Mẹ cho tiền. Muốn xe đạp có xe đạp, muốn giầy mới, đồ mới, mẹ tôi trước sau gì cũng xì tiền cho tôi mua. Chẳng bao giờ thấy Mẹ tôi la mắng gì cả. Ngay đến cái Sổ Học Bạ hồi xưa, tháng nào mà tôi bị xuống bậc, tôi cũng nhờ Mẹ tôi đưa cho Bố tôi ký giùm cho xong chuyện còn đem nộp...

Ngày Mẹ tôi nghỉ hưu, bà có tiền hưu, tiền già, chẳng khi nào bà cần gì ở chúng tôi cả. Nói đúng ra thì tôi chưa lo cho Mẹ tôi được ngày nào, thứ vô cùng vô dụng đối với Mẹ tôi. Nhưng đôi khi tôi cũng có chút an ủi làm cho Mẹ tôi vui. Số là thế này. Cách đây 10 năm sau khi giá địa ốc bị sụp đổ, tôi xoay qua nghề nhập các loại máy về Massage vô Mỹ bán. Máy thì ôi thôi tôi có đủ hết. Massage bụng, cổ, vai, lưng, tay, chân, đầu, mặt... Nói chung là các loại các kiểu đủ hết. Mà Mẹ tôi sau này lại hay bị đau nhức vì hồi xưa trước 1975, có lần bà bị xe lửa đụng. Đúng vậy, xe lửa đụng nát chiếc xe hơi bà đang đi tại Cổng Xe Lửa số 6 đâm ra bệnh đau nhức cứ theo bà từ dạo đó. Thế là tôi mang đủ loại máy Massage qua cho Mẹ tôi trị bệnh, mang nhiều đến nỗi bạn bè của Mẹ tôi đến chơi họ còn nói giỡn, cứ tưởng như đang lạc vào GYM. Nhờ vậy mà bệnh đau nhức của Mẹ tôi cũng bớt nhiều, lại còn không phải mổ chân theo lời một ông bác sĩ kia xúi bậy. Có cái đưa máy mới thì lúc nào Mẹ tôi cũng áy náy vì sợ tôi cần hàng để bán cho khách. Tôi phải năn nỉ, Mẹ ơi, máy con có cả kho mẹ cứ xài đồ mới đi... mãi bà mới chịu lấy. Đấy, đến cuối đời Mẹ tôi vẫn lo cho tôi chẳng khác gì ngày tôi còn bé.

Mẹ tôi là người ăn chay trường từ 30 năm nay. Bà sống rất đạm bạc, vui vẻ, lạc quan, yêu đời. Cách đây vài tuần, bác sĩ phát giác ra

Mẹ tôi trở bạo bệnh vào thời kỳ cuối. Không than van, không rên siết, không làm phiền tới ai. Mẹ tôi đã ra đi vào trưa ngày hôm qua Aug 26th, 2020 với đầy đủ con cháu chung quanh.

Mẹ ơi, tối hôm qua lúc xe nhà quàn tới đưa Mẹ đi, tụi con tiễn Mẹ cho tới giờ xe lăn bánh. Kỷ niệm của những năm tháng thời thơ ấu lại trở về đầy ắp trong tâm trí. Bao nhiêu âu yếm ân cần mà Mẹ cho tụi con nay đã trở thành dĩ vãng. Ước gì Mẹ ráng ở lại thêm được ngày nào hay ngày đó thì vui biết mấy, hay Mẹ quay luôn về sống lại những ngày xưa ấu thơ của tụi con thì càng tốt. Con sẽ chạy quanh Mẹ để Mẹ xoa đầu gọi "Trụ của Mẹ", Mẹ phải đền cho con khi con té, Mẹ phải đền từng cái mũi chích, từng cái răng con bị nhổ, hay là phải có Mẹ con mới lên mặt được với chúng nó. Nhưng ước gì thì ước vậy thôi chứ Mẹ đã đi thật rồi thì con xin kính chúc Mẹ được thảnh thơi trên cõi Vĩnh Hằng. Đời Mẹ đã hy sinh cho tụi con như thế là quá đủ, Mẹ đừng bận tâm nữa Mẹ nhé.

Con của Mẹ,

Michael Bùi
Aug 27th, 2020

Thuở Nghe… "Chim Hót Trong Lồng" *

M.H. HOÀI LINH PHƯƠNG

Thành kính tiễn đưa nhà văn Nhật Tiến về nơi an nghỉ đời đời.

"Cánh chim bay vút về trời
Tiếng chim ở lại bên đời vô ưu."

Quặn thắt. Rưng Rưng…

Và nước mắt tôi tràn ra ướt gối khi nghe tiếng chim hót trong vắt, hồn nhiên của Hạnh trong chiếc lồng cô độc tựa như những lời kêu cứu tuyệt vọng, bi thương về năm tháng tuổi thơ bất hạnh, thiếu vắng bếp lửa ấm áp của một gia đình.

Bên cánh cửa của ngôi trường nội trú, quất quay, khắc khoải, Hạnh vẫn đứng dựa gốc cây bàng vào chủ nhật hàng tuần trong gió rét, ngóng chờ Mẹ đến đón với tất cả mừng rỡ, yêu thương…

*

Khác Hạnh ở một phận đời, nhưng tôi vẫn thấy như trong Hạnh có tôi. Nếu Hạnh có búp bê Gigi để thì thầm bên gối, thì tôi cũng có búp bê Bella nhắm mắt, mở mắt theo mọi buồn, vui…

Nếu Hạnh có ma soeur Félicité an ủi, chở che, thì tôi cũng có được phúc phần ma soeur Marie Christiane đỡ đầu trên từng bước thăng trầm của đời dâu bể…

Mười một tuổi, học *sixième* A bên trong cổng trường vôi tím. Tôi được Ba Mẹ gửi vào nội trú để học được những điều hay lẽ phải từ các soeurs, dù nhà tôi chỉ cách trường chừng vài con phố…

Đáng lý ra… tôi đã phải lên Couvent Des Oiseaux ở Dalat khi bắt đầu vào Lycée. Nhưng Mẹ tôi nghĩ lại, không muốn hàng năm phải đi thăm tôi quá xa. Đất nước lại chiến tranh. Không tiện bề di chuyển.

Đêm thơm mùi hoa sứ…

Ngan ngát từ vườn hoa nhà nguyện qua dãy nội trú phòng tôi.

Êm ả, bình yên như tiếng kinh cầu nguyện từng chiều mưa, sáng nắng…

Khác với Hạnh, cuối tuần nào tôi cũng được về nhà. Tôi hay kiễng chân, nhón gót để nhìn qua cổng rào, nhìn chiếc Deux Chevaux của Ba tôi trờ tới… Rồi Ba tôi vào văn phòng gặp soeur Marguerite, để làm thủ tục đón tôi…

Hạnh phúc biết bao nhiêu khi vừa được ngồi gần Ba tôi vừa kể việc học của một tuần qua… Và sẽ được ăn những bữa cơm gia đình từ bàn tay Mẹ chăm chút…

Tội nghiệp Hạnh. Mẹ làm nghề import - export nên đón không đều đặn. Có lúc có. Có lúc không.

Hạnh đã như một người bạn thân tình trong trí tưởng của tôi…, có người mẹ làm nghề "import-export" theo lời ma soeur Félicité - để nuôi Hạnh, và một người cha… tưởng tượng theo lời mẹ Hạnh kể đang ở bên Pháp...

Và bà đã trút hơi thở cuối cùng vì bạo bệnh trong quạnh quẽ, khi thời tiết đã chuyển mùa sang…

*

Ngậm nước mắt giữa hai hàng mi…

Tôi quên…

Hạnh không có thật.

Nhưng sao cảm xúc trong tôi vẫn dạt dào theo từng trang chữ…

Nhà văn Nhật Tiến đã tài tình, tinh tế cho tôi có cảm giác hình dung như có một người bạn nhỏ hiện hữu bên mình, mà mãi về nhiều năm sau này, khi nghĩ về thân phận của Hạnh tôi vẫn còn nghe như môi mình bỗng mặn...

Tiếng chim hót trong lồng tha thiết, đã đong đầy yêu dấu tuổi thơ tôi.

Và… tiếng chim ấy đã ngừng lại âm vang, đã bay về đâu, khi nhà văn Nhật Tiến đã đi xa thật xa, về một vùng trời miên viễn…

Bằng sự ngưỡng mộ chân thành, xin được thắp nén hương muộn thành kính gửi về ông.

Nhưng thanh âm "chim hót trong lồng" vẫn hoài sống mãi trong tôi… như một chặng đời kỷ niệm.

M.H. Hoài Linh Phương
Washington D.C, tháng 09/2020.

** "Chim Hót Trong Lồng": truyện dài của Nhật Tiến.*

PHẦN TƯỞNG NIỆM
HUỲNH PHAN ANH

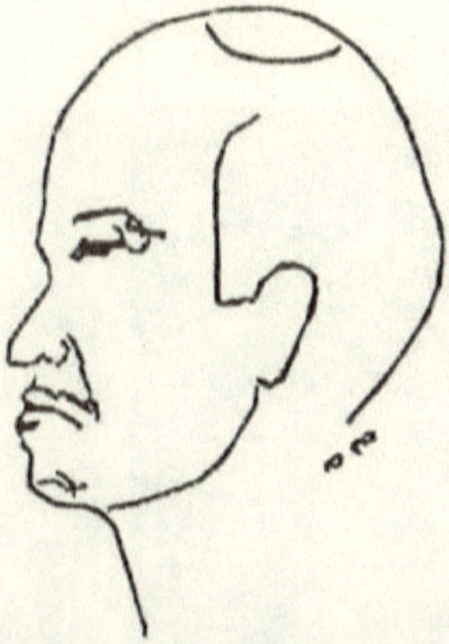

Tranh vẽ Huỳnh Phan Anh trong tập thơ Tự Do

Huỳnh Phan Anh qua nét vẽ Đinh Trường Chinh

JEAN-RENÉ
HUGUENIN
Bãi Hoang
LA CÔTE SAUVAGE
Huỳnh Phan Anh dịch
NHÀ XUẤT BẢN
HỘI NHÀ VĂN

HUỲNH PHAN ANH
NGUYỄN ĐÌNH TOÀN
Phía
ngoài
tập truyện
HỒNG ĐỨC

HUỲNH PHAN ANH
DUYÊN ANH
tuổi trẻ, mộng và thực
VÀNG SON
HUỲNH PHAN ANH
ĐI TÌM TÁC PHẨM VĂN CHƯƠNG
ĐỒNG THÁP
HUỲNH PHAN ANH
VĂN CHƯƠNG VÀ KINH NGHIỆM HƯ VÔ
Huỳnh Phan Anh
KHÔNG GIAN KHOẢNH KHẮC VĂN CHƯƠNG
HUỲNH PHAN ANH
NGUYỄN ĐÌNH TOÀN
Phía ngoài
CÁNH CỬA SAU CÙNG
VĂN-UYÊN
HUỲNH PHAN ANH
người đồng hành
ĐÊM TRẮNG

Nhà văn Huỳnh Phan Anh (trái) chụp cùng nhà thơ Yves Bonnefoy tại Paris năm 1999. Ảnh: Trọng Quang cung cấp

BK

Huỳnh Phan Anh
Và Hành Trình Văn Chương Mới

NGUYỄN VY KHANH

Huỳnh Phan Anh tên thật Huỳnh Thanh Tâm, sinh ngày 3-3-1940 tại Thủ-Dầu-Một, Bình Dương. Tốt nghiệp Đại học Sư phạm ban Triết Đà-Lạt năm 1964. Trước đó, ông đã có truyện ngắn đầu tay Đứa Bé Đánh Giầy đăng báo năm 1956 và bài phê-bình đầu tiên đăng tạp chí *Mai* khoảng năm 1960, nơi đồng môn Nguyễn Xuân Hoàng cùng gia nhập làng văn. Ông chủ trương nhà Đêm Trắng xuất-bản sách của ông và bạn hữu cùng khuynh hướng sáng tác/triết lý như Nguyễn Xuân Hoàng, Đặng Phùng Quân (ở Paris, Pháp có nhà Éditions de Minuit cũng từng là nơi xuất-bản tác phẩm nhiều tác giả thuộc nhóm «tiểu thuyết mới»).

Tác phẩm đã xuất bản:

Về phê bình văn chương: Văn Chương Và Kinh Nghiệm Hư Vô (Hoàng Đông-Phương, 1968. 199 tr.), *Đi Tìm Tác Phẩm Văn Chương* (Đồng Tháp, 1972. 352 tr.) và nhận định *Duyên Anh Tuổi Trẻ Mộng và Thực* (Vàng Son, 1972. 349 tr.).

Về sáng tác, các tập truyện *Người Đồng Hành* (Đêm Trắng, 1969), *Phía Ngoài* (chung với Nguyễn Đình Toàn; Hồng Đức, 1969), *Những Ngày Mưa* ('tân truyện', Đêm Trắng, 1971) và *Ngọn Lửa Đìu Hiu* (Tân Văn 52, 1973).

Ông còn là dịch giả cuốn *Ca Ngợi Triết Học* (*Eloge de la philosophie* của M. Merleau-Ponty, Nguyễn Nhật Duật chú giải, Đặng Phùng Quân giới thiệu; NXB Mai Nguyễn, 1970) và các tác phẩm văn chương: *Tình Yêu và Lý Tưởng* (*Tonio Kröger* của Thomas Mann; Ngày Mới, 1974), *Chuyến Viễn Hành Trong Đêm* (*Der Zug kommt pünktlich* của Heinrich Böll; Vàng Son, 1973), *Lạc lối về* (*Und sagte kein einziges Wort* của Heinrich Böll; Khai Hóa, 1972), *Tình Cuồng* (Raymond Radiguet, dịch chung với Nguyễn Nhật Duật; Ngày Mới, 1973), ..

Sau 1975, ông xuất bản *Không Gian Và Khoảnh Khắc Văn Chương* ("tiểu luận-phê bình"; Hội Nhà Văn, 1999. 474 tr.) tuyển trích lại những bài từ hai tập phê bình trước 1975 và bài mới viết về các tác giả ngoại quốc và các tác phẩm dịch thuật về thơ: Một Mùa Địa Ngục (thơ Arthur Rimbaud, NXB Văn học), Tuyển thơ Tình yêu (Paul Eluard, NXB Hội Nhà văn), Thơ Yves Bonnefoy (Hội Nhà Văn) cùng truyện, tiểu thuyết Chuông Gọi Hồn Ai (Ernest Hemingway, Văn Học), Tình Yêu Bên Vực Thẳm (Erich Maria Remarque, NXB Trẻ), Sa Mạc (J.M.G Le Clézio, Hội Nhà Văn), Lạc Lối Về (Heinrich Böll, Văn Hóa Văn nghệ), Tình yêu và Tuổi trẻ (Valery Larbaud, NXB Trẻ), Ảo Ảnh (Thomas Mann, Văn học), Cỏ (Claude Simon, Hội Nhà văn), Thời gian của một Tiếng thở dài (Anne Philipe, Văn nghệ TpHCM) và tập Những Cuộc Đời Tỏa Sáng của André Maurois (NXB Trẻ).

Năm 2002, ông định cư tại Hoa-Kỳ và mất ngày 30-8-2020 tại San Jose, CA.

*

Huỳnh Phan Anh ít nhiều sử-dụng những phương pháp *cấu trúc luận*, đi vào tác-phẩm như là một hiện hữu tự sinh tự tỏa qua ngôn-ngữ cá biệt của mỗi tác-phẩm, qua cái mà tác-phẩm đem đến cho độc giả dù trong khoảnh khắc, ... qua các tiểu luận văn-chương: ***Văn Chương Và Kinh Nghiệm Hư Vô*** (bài dùng làm Tựa sách đã đăng trên *Văn-Học* số 63, 1-9-1966; các bài khác: Hành trình vào vô hạn, Tại sao những bài thơ tình đó? (*Văn,* số 91, 1-10-1967), Ghi nhận về Hồ Biểu Chánh, Một cuộc trở về, Đoạn Trường Tân Thanh trên đường tìm kiếm bạn đọc, Nghĩ về Gide, Thơ hiện hữu chống lại thơ, Hàn Mặc Tử, Khoảng Trống, Hành trình hư vô *(Nghệ Thuật,* số 56, 1966), Đi tìm tiểu-thuyết mới ở Việt-Nam, Tác-phẩm văn-chương (*Văn Học* số 67, 15-10-1966), Tư duy chống lại tư tưởng). Cuốn ***Đi Tìm Tác Phẩm Văn Chương*** tập hợp những bài viết với cái nhìn *hiện tượng luận* trong văn học, với các mục "Hành trình tác phẩm", "Ám ảnh của tác phẩm", "Phê-bình và chống phê-bình", "Nhất Linh và Bướm Trắng", ...- tóm, về Tản Đà, Hàn Mặc Tử, Nhất Linh, Thanh Tâm Tuyền, Mai Thảo và Samuel Beckett, Jean Paul Sartre, Simone de Beauvoir!

Huỳnh Phan Anh áp dụng phần nào phương-pháp khi viết *Duyên Anh Tuổi Trẻ Mộng và Thực* (Vàng Son, 1972. 349 tr.; đã bắt đầu với bài trên tạp-chí *Văn Học*, số 149, 7-1972) và các bài khác đăng tạp chí *Văn Học*: "Định mệnh văn-chương" (65-66, 1966); "Nhà văn và Thượng đế" (68, 1967); Huỳnh Phan Anh với quan niệm tự trị của tác phẩm: "Samuel Beckett và thẩm quyền của ngôn ngữ" (*Khởi Hành*, số 29, 1969), về J.P Sartre, về Simone de Beauvoir và những hình ảnh đẹp, Hành trình của S. de Beauvoir, ... Viết về Duyên Anh, Huỳnh Phan Anh nhận xét: "*Dù có chấp nhận Duyên Anh hay không người ta vẫn phải đồng ý với nhau rằng Duyên Anh đã viết trong một ý hướng và một sự chọn lựa rõ rệt đồng thời chính tác-phẩm ông đã thể hiện ý hướng và sự chọn lựa đó. Ông viết cho những người sẽ đọc ông. Ông viết không để hỏi mà để trả lời. Để thỏa mãn tâm hồn người đọc…*". Ông kết luận: "*Duyên Anh thuộc số những nhà văn còn tin tưởng vào giá trị của sự mơ mộng. Dù trong ý hướng làm đẹp cuộc đời hay lãng quên, quay lưng trước thực tế xấu xa, khốn khổ, Duyên Anh lúc nào cũng trung thành và trọn vẹn với vũ trụ mơ mộng của mình, vũ trụ mà chắc hẳn ông là người đầu tiên yêu mến và tin tưởng (...) Và, nếu mỗi tác-phẩm đều thể hiện một tên sách thầm kín của nhà văn đối với độc giả, ta có thể nói rằng tác-phẩm Duyên Anh đòi được tiếp nhận bằng sự rung động của tâm hồn hơn là bằng một ý thức sáng suốt. Cũng như chính tác-giả đã viết bằng tất cả tâm hồn nhạy cảm và mơ mộng của mình*" (*DATTMVT,* tr. 60, 64, 65).

Huỳnh Phan Anh đến với tác-phẩm, tác-giả văn-học nhưng không đưa ra kết luận hoặc ngừng ở một biên thùy nào - như chính ông đã ghi nhận mở đầu tập ***Văn Chương Và Kinh Nghiệm Hư Vô***. Từ F. Nietzsche qua Gaston Bachelard, Heidegger, từ những kinh-nghiệm hư vô toàn diện, phân ly bên trong và bên ngoài ("*hiện sinh mang ý nghĩa một chia lìa*", tr. 10), cảm thức vô hạn vì lưỡng lự ("*tôi* *đang hiện hữu hay chính sự hiện hữu của tôi không ngừng sụp đổ, lâm nguy"* tr. 14), đi đến ý niệm biểu tượng của hiện hữu, của tác-phẩm hay bất cứ gì khác ("*Không có tư tưởng câm lặng. Chân lý là cái phải được* nói ra. *Tư tưởng chỉ có thể tư duy trên* biểu tượng, *nếu không tư tưởng chỉ còn là một tài năng giả tạo, gian trá: nó không tư duy được gì. Chỉ có chân lý, chỉ có ý nghĩa trong sự bộc lộ, từ trong ra ngoài, thành biểu tượng: trong tác động* biểu tượng hóa..." (tr. 15-16). Theo ông, "*tác-phẩm không là một trạng thái, nó là một vận hành siêu việt, nó đi tìm cái khác:* một chuyến đi không quay lại, không hứa hẹn trở về. (...) *Tác-phẩm phủ nhận tôi, quay lưng trước định mệnh tôi, nó là hữu-thể-hướng-về-bên-ngoài-cái-chết-của-tôi (être-au-delà-de-ma-mort) nói theo chữ của nghĩa của E. Levinas..."* (tr. 25). Và ông nhận định về ngôn-ngữ **thi ca** cho rằng "*Thơ là sự khẳng định không khẳng định gì hết (...) Thơ tạo cơ hội gặp mặt với cái bên ngoài, cái xa lạ. Sự gặp gỡ thực hiện trong khoảng cách tuyệt đối của sự phân ly. Thơ cho thấy kinh-nghiệm của những cái ngoài tầm..."* (tr. 27).

Còn **tác-phẩm văn-chương**? Theo ông, "*tác-phẩm là khả thể, vô số những khả thể. Nó mở ra vô cùng...",* cho nên "*tác-phẩm là một hành trình ... Mỗi tác-phẩm là một sự trở thành của tác-phẩm. Nhà văn, bằng tác-phẩm của mình, làm công việc thăm dò tìm đến yếu tính tác-phẩm, đến cái làm nên tác-phẩm (...) Đối với nhà văn, hành trình đi tới của tác-phẩm cũng là hành trình trở lại, quay về. Trở về nguồn cảm hứng nguyên thủy để thấy bản chất tác động sáng-tạo, bản chất cuộc hành trình. Để bắt đầu từ đó văn-chương bộc lộ yếu tính của nó"* vì "*Viết là tìm đến yếu tính, tìm đến cái gì luôn ở đó, đồng thời là* cái khác*..."* (tr. 171, 173, 174). Nhưng quan-trọng hơn hết, "*ngôn-ngữ là khởi điểm của văn-chương (...) Chữ viết, thường gọi là chữ nghĩa, đưa con người vào một không-gian đặc thù, khác lạ với không-gian ta đang sống, nó bưng bít đồng thời hứa hẹn sự thăng vượt không ngừng, nó tầm thường và linh thiêng:* không-gian văn-chương". Từ đó ông kết luận: "*Tác-phẩm ước muốn hư vô, ước muốn cái* không có gì *(không có nghĩa là không ước muốn gì hết): tác-phẩm là một siêu thể, là kinh-nghiệm của những vùng cao xa mù mịt mà con người vô vọng đuổi theo. Viết là tìm đến trong vô vọng sự hòa giải với vô hạn. Hiện hữu tác-phẩm hay hiện hữu đoạn trường. Kinh-nghiệm tác-phẩm hay kinh-nghiệm đoạn trường. Đó phải chăng chỉ là kinh-nghiệm tìm về* *nền tảng, không bao giờ* là kinh-nghiệm nền tảng" ("Tác-phẩm văn-chương". Sđd, tr. 180-1). Huỳnh Phan Anh xem **thi ca** là tuyệt đỉnh của văn-chương, là non cao triết-vị mà cũng là giấc mộng tưởng vô hạn khó định nghĩa: "*Thơ bộc lộ để không bộc lộ gì hết. Nó bộc lộ để giấu ẩn.... Thơ ở giữa có và không, thực hữu và hư vô, mời gọi và từ chối*" (tr. 104). Với ông, những huyền nhiệm, bí ẩn của thơ khởi đi từ cuộc hiện sinh, từ con người cụ thể trong một môi trường thực hữu dù lãng đãng giữa hai bờ hư thực!

Trong ***Đi Tìm Tác Phẩm Văn Chương***, ông đẩy sâu phân tích hiện-tượng luận qua các thể-loại văn-chương. Khi nói đến thơ, ông viết: "*... Thơ là biểu tượng, là hình ảnh. Thơ tạo dựng một vũ trụ qua trung gian biểu tượng một vũ trụ phi thực, một vũ trụ chỉ có ý nghĩa trong tính cách phi thực của nó. Hơn đâu hết, biểu tượng hình ảnh là điều kiện của thơ, lý do tồn tại của thơ, biểu tượng chính của thơ*" (tr. 314) và ông xác định rằng "*Thơ không là thực tại, không là tổng số những hình ảnh xác định một thực tại rõ ràng. Nó là một ước muốn hơn thế nữa là một đam mê mù quáng cũng nên...*" (tr. 316).

Trong bài "Nhất Linh và Bướm Trắng" - vốn đã đăng trên *Văn* trong số đặc-biệt Hoài niệm Nhất Linh (số 156, 15-6-1970), Huỳnh Phan Anh đã đưa ra những lý giải cho việc chọn một tác-phẩm của Nhất Linh để nhận định: "*... Tách rời một cuốn sách khỏi toàn bộ tác phẩm của một nhà văn tức là một cách nào đó phủ nhận sự nghiệp tác phẩm của nhà văn như một toàn bộ cứng nhắc. Nói khác đi là phủ nhận sự nghiệp sáng tác của nhà văn như một dòng liên tục, như một định mệnh chờ đợi hoàn tất, an bài. Một cuốn sách không là một chặng đường, mà là một hướng đi, một lối đi bên cạnh những hướng đi, những lối đi của cùng một người. Mỗi một cuốn sách đều có thứ tiếng nói riêng của nó, một giọng nói riêng của nó, một ước muốn riêng của nó. Một cuốn sách có thể nói khác đi, ngược lại nếu cần với những điều mà tác giả đã nói ở những nơi khác, những cuốn sách khác. Tác phẩm là một hình thái bất liên tục. Để hoàn tất (tạm dùng chữ này) tác phẩm của mình, nhà văn không đi trên một con đường thẳng, êm xuôi, thanh bình. Trái lại hắn không ngớt phải vượt qua chính mình, phải nói không với chính mình, phải phủ nhận chính mình. Hắn phải trải qua những kinh nghiệm, những tìm tòi và khủng hoảng luôn luôn đổi mới. Những cuốn sách hắn viết nên có thể mâu* *thuẫn, chống đối nhau, nhưng chính tác phẩm hắn hứa hẹn làm nên từ những mâu thuẫn và chống đối đó. Tác phẩm của hắn không đứng lại bao giờ, bởi nó còn những xung đột nội tại phải làm nên từ những mâu thuẫn và chống đối đó. Tác phẩm của hắn không đứng lại bao giờ, bởi nó còn những xung đột nội tại phải giải quyết, bởi nó còn phải trò chuyện không ngừng với người đọc. Không có bảo tàng viện cho văn chương bởi tác phẩm vẫn không ngừng sống, lớn lên. Và công việc của các nhà làm văn học sử chỉ là một ảo tưởng bởi tác phẩm văn chương, thực tại văn chương không bao giờ là một món đồ ù lì, bất động để cho các sử gia mặc tình thâu tóm hay phân loại!".* Và theo ông, "*trong sự nghiệp Nhất Linh,* Bướm trắng *hầu đã vượt khỏi giới hạn của một cuốn tiểu thuyết. Nó đánh dấu một sự thay đổi ngay trong quan niệm viết văn của tác giả. Nó là một thí nghiệm. Nó mặc nhiên bao gồm trong nó một lý thuyết (về tiểu thuyết) bởi nó thể hiện một chọn lựa, một quyết định của chính tác giả: viết khác đi với những điều đã viết, với những cách thế đã sử dụng để diễn đạt con người, xã hội, vũ trụ...".*

Trong phân tích, Huỳnh Phan Anh cho rằng: "*Bướm Trắng là giấc mơ của một tâm hồn đang chới với giữa lòng cuộc đời với những ám ảnh không rời của bệnh tật và cái chết, một giấc mơ điên cuồng, đẹp tuyệt được tạo thành để lấp đầy những khoảng trống vắng hãi hùng của cuộc hiện hữu ngẫu nhiên không trường tồn*" (tr. 146) - đó là Trương, nhân-vật chính, một "*kẻ lạc loài, tuyệt vọng và tù chung thân của cô đơn và bóng tối (...) một kẻ đang sống chính cái chết của đời mình*". Đời đang hân hoan tình yêu, không dễ chấp nhận định mệnh nhưng Trương chứng tỏ là mẫu người dấn thân, dám sống thật, đến cùng cuộc hiện sinh - qua tình yêu với Thu và qua kinh nghiệm trác táng, thụt két: "*Trương là điển hình của mẫu người sống trong sự đốt cháy của ý thức. Sống và ý thức về đời sống, về chính mình. Nhưng* ý thức về đời sống ở Trương đồng thời cũng là ý thức về cái chết. *Trương trước tiên là một cái nhìn thấu suốt căn phần: sống là chạm mặt thường xuyên với chính thân phận đầy giới hạn và ngẫu nhiên của chính mình: sống tức là đang đi lần tới, đã tới chỗ tận cùng của đời sống mình. Phải chăng chính trong những phút, chỉ trong những phút gọi là hấp hối của con người, đời sống sẽ chợt hiện lên trong vẻ đẹp não nùng nhất của nó. Cái gì đã làm ngây ngất người đọc ở* Bướm trắng *nếu không phải là cái vẻ đẹp não nùng của đời sống như sắp sửa vỡ tan thành mây khói kia?"* (tr. 153-154). Và ông kết luận: "*Thiết tưởng rằng tìm đến một câu giải thích về Trương cũng như về tác phẩm* Bướm trắng *mà chỉ căn cứ vào một chủ trương hay một ý hướng đạo đức, điều này có nghĩa là phủ nhận nhân vật (Trương) và tác phẩm (*Bướm trắng*) ngay từ trong bản chất của chúng. Bởi vì ở đây, khởi điểm của nhân vật và tác phẩm không căn cứ trên một ý tưởng đạo đức mà trên một nhận thức thấm đẫm tính chất siêu hình của con người về đời sống. Vậy thì Trương, hình ảnh một con người mộng tưởng đồng thời là một ý thức khốn khổ đó, hắn đi tìm cái gì? Có thể hắn đi tìm cho hắn một đời sống thật, một khuôn mặt thật, sự thật và niềm vui, tất cả ẩn giấu sau những tấm màn giả ảo".*

*

Huỳnh Phan Anh còn là nhà văn từng theo khuynh-hướng "tiểu-thuyết mới" với các tập truyện ngắn *Người Đồng Hành* (1969), *Những Ngày Mưa* (1971) và *Phía Ngoài* (chung với Nguyễn Đình Toàn; 1969). Trong các truyện 'tiểu thuyết mới' này, tác giả của chúng vẫn có phần riêng bản sắc, có nhân vật và con người không hoàn toàn bị vật hóa, kiểu tả «cái máy pha cà phê để ở trên bàn» mà những nhà phê bình văn học Pháp chống khuynh hướng vẫn hay nhắc đến! Không khí tác phẩm của Huỳnh Phan Anh, Hoàng Ngọc Biên, Nguyễn Đình Toàn, ... gần với khuynh hướng tiểu thuyết mới ở Âu châu, trong khi thế giới của Nguyễn Xuân Hoàng không hẳn cùng khuynh hướng vì trong các truyện ngắn và tiểu thuyết của ông, tính cách tự thuật và lãng mạn cũng như văn phong tạp bút thật sự lấn át tính cách *khách quan* của tiểu thuyết mới!

Huỳnh Phan Anh với truyện ngắn Phía Ngoài mang cùng không khí với Đêm Ngủ Ở Tỉnh của Hoàng Ngọc Biên, nhưng hai đặc thù khác nhau, khiến truyện trở nên hấp dẫn hơn cho người đọc. Trong Phía Ngoài, một ngày như mọi ngày hay một ngày của Tôi, nơi tỉnh lỵ, chỗ "Tôi" đang sinh sống với những địa điểm như hàng quán: "*Tôi sẽ bước vào ngồi chỗ của mình*". Những khuôn mặt đi ngang qua, nhìn lên, nhìn vào, như nhìn Tôi... Rồi "*gian phòng nơi tôi trở về, nhưng rồi sau đó?*", và những sợi ký ức bất chợt trở về, như ám ảnh: "*Gian phòng nơi tôi trở về rất muộn ban đêm khi gió từ dưới sông ùa lên, lạnh buốt, một ý nghĩ quen thuộc bấy giờ, 'nơi yên nghỉ của tôi sau một ngày', thật ra tôi biết rằng tôi không muốn nói như vậy, điều tôi muốn nói, nghĩ đến, hẳn là một điều gì hãy còn mơ hồ, nhưng chắc chắn đó là một nỗi sợ sệt, một sự lo lắng, một điều mong ước bắt đầu từ công việc hình dung trong đầu tôi ý nghĩ về nó. Tại sao? Hẳn là nó vẫn ở đó, ở cuối khu vườn, im lìm trong bóng tối. Có sự gì khiến tôi luôn tìm cách trì hoãn việc trở về (trở về? Thật ra đó chỉ là những bước chân: tôi chỉ đi theo những bước chân của mình, điều này thật buồn cười, nhưng có những lúc tôi chợt thấy như vậy, nhận ra rằng trên những bước chân đó, tôi đang trở về gian phòng của mình), nó như một niềm xấu hổ trong vô thức mà tôi tìm cách lẩn tránh, nó như một thói quen đã bắt đầu mòn rỉ, tôi phải cố gắng nhiều để có thể chịu đựng được, nó như...".*

Nhân-vật Tôi 'sống' bằng 'tư duy' kiểu tôi tư duy tức là tôi hiện hữu vậy: "*Đứng dậy. Rời khỏi quán. Trở về. Tôi mường tượng con đường, trên đó, dù muốn dù không, tôi sẽ lần bước trở về, cánh cửa phòng đứng sững trước mặt tôi, ở tận cùng lối đi vòng trong bóng tối, và chiếc giường. Tôi bắt đầu thấy sợ hãi trong ý nghĩ* sẽ bước lên chiếc giường đó, *một ý nghĩ khủng khiếp, chết chóc: ý nghĩ đó hầu như đặt tôi ở cuối đường mọi sự, ở tận cùng đời-sống, nó ném tôi về phía trước, nơi xa tít mù, nó bóp nát mọi ước vọng tôi đang có, nó là sự hủy diệt. Đó là khoảnh khắc chờ đợi. Đó là giây phút sau cùng. Tôi sẽ ngả lưng xuống, tôi không còn lại gì, chỉ còn lại ở trên kia, chập chùng, bóng tối của một đêm, một đời. Cái gì bảo đảm cho tôi rằng sáng hôm sau, mọi sự vẫn không thay đổi: tôi vẫn ngồi bên cửa sổ nhìn mặt trời đang lên từ phương đông đó chứ! Tôi nói với Hạnh: "Thuở nhỏ, tôi chỉ lo phút tận thế đến khi mình đang ngủ". Hạnh nói về một tình cảm thất trận nào đó trong tôi. Nàng lại nói không phải, nàng không muốn nói vậy, nàng chỉ muốn nói rằng... Tôi không biết nàng định nói gì. Tôi tiếp lời: "Thật ra không có gì... không có gì thật cả"*".

Ồ, nỗi ám ảnh giây phút tận thế và nội tâm không yên!

Phong trào „tiểu thuyết mới" của Paris và tiểu thuyết hiện đại Hoa Kỳ đã lan rộng đến Sài-Gòn - một thử nghiệm khác, hiện đại và quốc tế, nhưng vong hóa thêm cái hồn Việt Nam. Phái này thường bị xem là vô nhân hóa tiểu thuyết, vật hóa cuộc đời. Chỉ có sự vật, vật giới, còn con người không ra gì, không đáng nói đến! Trong tác phẩm của các tác giả này, kỹ thuật mô tả nếu không theo hiện tượng học thì thuộc về "tiểu-thuyết mới": thế giới đang hình thành, mà ai để mắt nhìn vào thì cũng chỉ thấy bề mặt cho nên nhân-vật, con người chưa thể rõ nét, đó là lý do con người vắng mặt trong cõi "tiểu-thuyết mới"!

Trước sau, Huỳnh Phan Anh luôn trân trọng văn chương, luôn đi tìm cái mới, chân lý mới, lẽ sống/hiện hữu mới cho văn chương, cho tác phẩm. Qua các phê bình, nhận định văn học cũng như trong các sáng tác của chính ông. Hành trình đó chừng như đã bị khựng lại sau biến cố 30-4-1975: ông đành phải lấy dịch-thuật làm "lẽ sống văn chương" và không còn hăng say trong những mê-lộ huyền ảo của lý luận, phân tích như thuở ban đầu.

Nguyễn Vy Khanh

PHẦN VĂN HỌC NGHỆ THUẬT
TẠP CHÍ NGÔN NGỮ

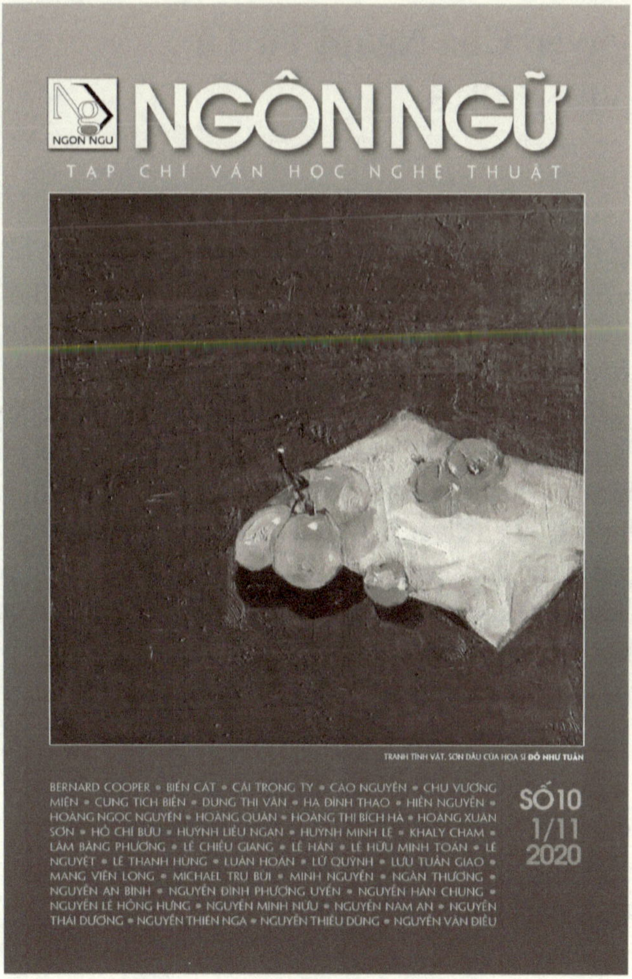

TN

Ước Nguyện Của Người Tử Tù

MANG VIÊN LONG

Sáng nay Công được chuyển sang phòng biệt giam khác, nhưng cùng khu nhà của trại. Nhìn thoáng, anh biết phòng này chật hơn phòng giam cũ mỗi chiều khoảng gần một mét. Công ngồi xuống trên chiếc giường-bệ-xi-măng sát bên phải vách phòng, đưa mắt nhìn một vòng căn phòng lờ mờ ánh sáng. Bên kia cũng có một "bệ-xi-măng" tương tự, có lẽ sẽ dành cho một người nào đó nữa. Đây là phòng giam cho những tử tù vừa qua vòng sơ thẩm của mọi tội phạm, từ hình sự đến chính trị. Qua chiếc cửa sổ duy nhất bằng vài thanh sắt ấp chiến lược ghép lại, mỗi cây cách nhau gần một gang tay, Công có thể nhìn thấy một khoảng sân nhỏ, hay một mảnh bầu trời xa trên cao. Không gian và thời gian của những con người ở đây đang thu hẹp lại. Cuộc đời vốn ngắn ngủi nhưng với họ thì không hề có ngày mai nữa.

Vài ngày sau, người quản trại mở cửa, đẩy vào phòng Công một người đàn ông trạc năm, sáu mươi, chỉ cho ông ta chiếc giường-xi-măng đối diện Công đang nằm. Công thầm nghĩ, lại có thêm bạn, đỡ buồn. Anh ngồi dậy - chào người đàn ông: "Anh phạm tội gì mà "chui" vào đến tận phòng này vậy?".

- Vượt biên. Còn chú mầy?

Giọng nói lơ lớ, không rõ của gã, làm Công nhận ra ngay gã là một "Ba Tàu". Trông gã hơi ngớ ngẩn, hiền từ. Công nhếch môi, cười: "Chống nhà nước. Tử hình!"

Sống chung được gần tuần lễ, một buổi sáng - khoảng 3 giờ, gã thức dậy sớm như mọi ngày, nhưng lại bước sang giường của Công ngồi, nói tỉnh bơ: "Tôi thấy Đức Quan Âm ngồi trên đầu giường anh, đưa tay vuốt trán anh. Anh không chết đâu!"

Công khẽ cười: "Tội chống nhà nước, phản động của tôi như vậy, đã thành án sơ thẩm tử hình, sao lại không chết được? Ông nói nghe lạ quá!".

Gã chỉ nói thêm một câu: "Không chết, không chết đâu!' rồi sang giường của mình, nằm im lặng, chờ mở cửa để đi làm công việc vệ sinh hằng ngày. Hai cái bô to đã đầy phân và nước tiểu cả ngày hôm trước còn để ở góc phòng, đang bốc mùi.

Lời nói đơn giản, thoáng qua của người bạn tù "Ba Tàu' như có một mãnh lực vô hình, rất bất ngờ và tự nhiên, cứ ám ảnh Công mãi, từ buổi sáng sớm hôm ấy. Suốt ngày đêm, ngoài lúc ngồi nhẩm học thêm các trang của quyển tự điển Anh văn "The Vest Pocket Dictionary" của vợ gởi vào cho, theo đề nghị của anh - Công thường nằm yên, thầm nguyện cùng *Mẹ Quan Âm* nếu cứu cho anh sống, cho anh làm được chút gì cho gia đình, cho người thân và mọi người chung quanh, thì anh vô cùng tạ ơn; nếu không, xin *Mẹ Quan Âm* cho anh được chết sớm.

Khoảng một tuần sau nữa, người bạn tù "Ba Tàu" chung phòng được tha - Công chia vui với anh: "Tôi tặng anh chiếc áo mới này do chính tay vợ tôi may, để làm kỷ niệm. Tôi không mặc nó lâu được đâu". Người bạn tù đỡ lấy chiếc áo đã được Công xếp ngay ngắn - "Này, cảm ơn cậu, cảm ơn…" Công cười: "Nhưng anh nhớ cho tôi gởi một lá thư về cho vợ con tôi nhé?" - "Được rồi!". Công viết vội cho vợ vài dòng thăm hỏi, báo tin sức khỏe, nhưng cốt yếu là viết cho hai con đang ở nước ngoài với người dì nuôi dưỡng, từ sau ngày anh bị bắt giam. Anh dặn dò hai con chăm lo học hành, khuyên đừng chơi bời lêu lổng, theo đua đòi ở xứ người mà hư hỏng. Gắng tự học thêm được bao nhiêu, tốt bấy nhiêu, vì sự học bao giờ cũng cần, không bao giờ hết. Xếp vội thư lại, trao cho người bạn tù - Công dặn thêm: "Khi anh đến chợ gặp vợ tôi, anh nên mặc chiếc áo này, cô ấy sẽ biết chính là thư của tôi, nhé!" - "Được rồi, được rồi!" - "Chúc anh về với gia đình bình an, hạnh phúc!"

oOo

Công đã nằm chờ ở "khung" tử hình của vòng sơ thẩm gần một năm, đến vòng chung thẩm, Công vẫn bị xử y án. Nghĩa là chết! Khi có phán quyết của tòa, Công và số anh em chung trại, cùng án tử hình, được di chuyển sang khám Chí Hòa, chờ ngày thi hành án lệnh. Biết mình đã nhận cái chết trong tay, nhưng Công vẫn ngày đêm âm thầm khấn nguyện cùng "*Mẹ Quan Âm*" như đã từng tha thiết tin tưởng bấy lâu. Mỗi ngày qua, là một ngày sống với sự cầu nguyện. Công cảm thấy, sau mỗi lần lắng lòng, khẩn thiết thành tâm nguyện cầu, anh được an ổn hơn, niềm tin ngày càng sáng hơn. Dường như sau mỗi lần cầu nguyện, Công như thấy được chút tia sáng le lói, chiếu rọi vào trái tim khô héo, lạnh lẽo của mình. Lời nguyện cầu như một vị thuốc mầu nhiệm, đã khiến anh vượt qua bao ám ảnh của cái chết, nỗi đau buồn, và thất vọng, dằn vặt thúc giục anh từng giờ. Đồng thời, Công nhận ra rằng, anh còn sống, còn hít thở, còn nhìn thấy đời sống chung quanh, chính là nhờ vào sự cầu nguyện. Một lần, trong lúc thầm khấn, Công đã ước nguyện cùng *Mẹ Quan Âm*, khi được trở về anh sẽ xây dựng một ngôi chùa, để được gần gũi, ngưỡng vọng, và cúng dường chư Phật. Anh nguyện sẽ trao lại ngôi chùa cho một vị Thầy có đạo hạnh, có nhân duyên với chùa, trông coi; để vị ấy trợ duyên lâu dài cho những người muốn tu học, muốn đi vào con đường lành, an vui sau nầy.

Một buổi sáng chủ nhật, Công được người quản trại đến mở cửa, gọi tên: "Anh được phép ra gặp người nhà!". Công mặc vội áo quần, theo người quản trại ra khu tiếp tân. Vợ anh, đứa con trai út lên tám tuổi, và người anh cả trên sáu mươi của Công vẫn thường được đến thăm anh bất thường như vậy đôi lần trong năm, khi anh còn ở khu trại biệt giam sơ thẩm trước đây.

Đứng cách xa vợ con, và người anh khoảng một mét, Công đăm đăm nhìn con, cố ý không nhìn vợ. Anh không muốn để nàng thấy rõ nỗi đau buồn, gầy xanh hiện rõ trong mắt anh. Anh khẽ cười, trả lời to, rõ ràng những lời hỏi thăm của vợ và con về tình trạng sức khỏe; rồi dặn dò vợ lo chăm sóc con và bản thân, yên tâm chờ anh. Khác với vài lần trước, người anh chỉ nghe, nhìn, và cúi đầu - như cố che giấu những giọt nước mắt chực rơi xuống.

Hết giờ thăm, Công đứng yên, nhìn theo, đưa tay vẫy chào tiễn vợ con, và anh, đang lững thững từng bước, trên con đường hẹp dẫn ra cổng trại. Công đứng đó, nhìn dáng người anh đi xiêu vẹo, như chực ngã, mà nghe lòng quặn thắt. Đứa con trai tám tuổi, không cầm tay mẹ như mọi lần, mà đi thụt lùi, mặt hướng nhìn anh, như cố thu hút hình ảnh của anh lần cuối, với gương mặt đẫm nước mắt tiếc nhớ.

Công quay vội trở về phòng, thoáng nghĩ rằng, đây có lẽ là lần thăm cuối cùng của gia đình dành cho anh. Giọng nói gắng gượng, ngập ngừng của vợ, sự im lặng của người anh, và nhất là đứa con trai quay nhìn khi chia tay như một lần vĩnh biệt. Anh nói với người quản trại đang đi theo sau: "Anh cho tôi mượn cây bút và tờ giấy…".

- Anh định làm gì?

- Tôi làm gì, anh đọc sẽ biết rõ thôi.

Một lát sau, người quản trại mang đến phòng giam cho anh cây bút nguyên tử và tờ giấy manh. Công cảm ơn và kê giấy trên giường - bắt đầu viết: *"Đơn tình nguyện xin đi bắn"*.

oOo

Gần ba tuần nay, khu trại biệt giam phạm nhân nhận án tử hình quen dần với "thời khóa biểu" dành cho họ: Sau 4 giờ sáng thứ 5, nếu không bị mở cửa gọi tên ra đi, thì sẽ sống tiếp được đến sáng thứ 7. Sau 4 giờ sáng thứ 7, không bị gọi tên, sẽ được sống cho đến thứ 5 tuần sau. Phòng của Công đã hai lần được mở cửa gọi tên vào 4 giờ sáng thứ 5 và thứ 7. Lúc bắt tay tiễn người bạn ra cửa - Công đã có lần nói: "Anh vui vẻ đi trước nhé, anh em sẽ theo sau!". Có người đùa: "Nhớ đăng ký cho tôi một hộ khẩu ở dưới đó nhé!". Có người vừa nghe gọi tên qua cửa sổ, đã ngã quỵ, hay đái đầy quần.

Một lần, đúng 4 giờ sáng thứ 7, người quản trại trẻ đi ngang qua cửa sổ, nói lớn: "Anh Công chuẩn bị!". Công quay nhờ người bạn nằm phía trong lấy giúp thau nước, khăn lông, để anh rửa mặt trước khi ra đi. Công làm công việc chuẩn bị cho mình nhanh chóng, như đã sắp đặt trước từ lâu.

Vài phút sau, người quản trại trẻ lách cách mở cửa, nhưng đến gọi tên người đang nằm phía bên kia, không nhắc đến tên Công. Hôm sau, gặp lại người quản trại trẻ ấy - Công quát lên: "Anh là con gì? Có phải là con người không? Anh đùa giỡn được trên nỗi đau đớn, trên cái chết của người khác như vậy sao?" - Người quản trại vội vàng cầm tay Công - giọng run run: “Xin anh tha lỗi! Tôi biết lỗi rồi! Anh bỏ qua cho…”.

Khoảng một tuần lễ, sau khi Công nhờ chuyển *“Đơn tình nguyện xin đi bắn”*, một nhân viên của Viện Kiểm sát thành phố, đã đến tận phòng gặp Công. Nhìn anh từ đầu đến chân, ông hỏi: “Nhân viên trại đã đối xử với anh thế nào, mà anh xin tình nguyện đi chết sớm vậy?”.

- Thưa, họ vẫn cư xử bình thường với anh em.

- Vậy sao anh không thích sống, muốn chết sớm?

- Tôi không muốn được sống một ngày, mà để vợ con, người thân phải đau buồn lo lắng thêm một ngày. Tôi thà chết sớm để cho người thân chỉ đau khổ một lần, được yên.

- Anh đừng nên nghĩ vậy - ông an ủi, ai cũng cần sự sống, anh nên sống.

Sau buổi sáng bị gọi tên “hụt” - nhất là sau buổi gặp người của Viện Kiểm sát, hằng ngày Công thầm đọc bài nguyện cầu cho riêng mình:

“Cầu xin Đức Mẹ Quan Âm
Dìu con tránh khỏi lỗi lầm thế nhân
Cho con đi trọn đường trần
Tai qua nạn khỏi, thân tâm an toàn
Con cầu xin Mẹ cho con
Chung lo việc nghĩa, vuông tròn trả xong
Quê nhà vui bước thong dong
Ơn sâu ghi tạc một lòng chẳng quên.
Con dâng lên Mẹ báo đền
Trọn niềm tôn kính - tạ ơn Mẹ hiền!”.

oOo

Công nhận được lệnh ân xá án tử hình, chuyển về trại cải tạo lao động. Mười lăm năm sau, qua nhiều đợt được xét ân xá, miễn giảm mức án chung thân, anh được trả về lại với gia đình. Ước nguyện xây một ngôi chùa vẫn còn là một ước vọng, mà Công ngày đêm đang nỗ lực thực hiện.

Mang Viên Long

Mơ Chiêm Thành

CUNG TÍCH BIỀN

Mẹ dẫn hắn từ bóng tối ra đầu con đường xa lạ, rồi bảo, "*Mọi thứ từ đây, con đều phải tự tập tành cho quen nhé. Tự con thôi. Bắt chước người đời, rồi dần dần biết lấy*". Hắn từ lâu nằm im, cuộn tròn người tập thở, và mơ màng lắng nghe nhịp tim mẹ. Vũ trụ bấy giờ là bóng tối, lấp lánh sao trời và ấm áp nhựa nuôi từ mẹ. Mẹ đau đớn lắm, rất là quằn quại đau đớn, đau đớn van xin trời đất, mới dẫn đứa con ra tới. *Đầu con đường duy nhất, không thể lựa chọn con đường thứ hai nào khác, con ạ.* Xương cốt của hắn là cây, máu hắn là suối. Tự thân, từ đây chịu lấy. Lúc hắn đang bỡ ngỡ đầu con đường ánh sáng, hắn có riêng một mặt trời đầu tiên, đã có một người lên tiếng, "*Ta là cha của con. Ta sẽ đặt cho con một cái tên, lấy họ của Ta làm khai sinh. Con sẽ thấm dần cát bụi này*".

Hắn nghe, chừng người cha lắm điều, hay bởi một bí ẩn cần tỏ bày, "*Ta chỉ có một ít tinh trùng. Đất đai rừng núi sông nước chim muông thảo mộc nơi này tự trước chẳng phải là của Ta. Ta mượn của Mẹ con từ nhiều trăm năm trước.* Hắn tập nghe cho quen, tiếng với giọng, trong câu nói ấy. Âm lượng, màu sắc, giọng và tiếng, đoan quyết là thuần/ từ, một loài tinh trùng đã dai dẳng truyền đời, được nhuộm một huyền nhiệm, một thiêng liêng riêng biệt, cho mỗi giống giòng, màu da, loài tộc. Chúng nó, chừng cũng có một nửa trong ấy, là tinh trùng vô hình. Chúng bơi trong biển bào thai, không bằng đôi tay đôi cánh. Bọn siêu nhiên này mới chính là cái vô thỉ vô chung, có tiềm năng phát lưu và di truyền trời thần bí, đất tâm linh, đặc trưng nơi mỗi Giống-Người.

Hắn tập nói, và nói được. Bên này, phía nam đèo núi Hải Vân hiểm trở. Mớ âm thanh riêng lẻ, lạnh lẽo và lẻ loi, của hắn, trong một quần thể người, ồn ào, phồn tạp và sáng quắc. Lớn dần, hắn hiểu, giọng nói ấy như một tiếng chim lạ, so với các giọng nói, có từ các miền trên Đất Việt. Từ cổ họng hắn bắn ra, là những âm thanh nhọn hoắc, bén những mảnh gương vỡ. Nó có thể làm lỗ chỗ tâm linh, làm rách nát thần hồn cho một ai.

Hắn tập đi, rồi đi lại đó đây. Cha hắn biết, từ đây hắn đã có một-đời-riêng, và, sẽ rất khó khăn dưới bóng một-mặt-trời-chung. Người ta sẽ cướp những chiếc bóng của nhau. Và, sẽ giành lại phần đất, những nơi cha-ông-mình-từng-đổ-bóng. *Con người sẽ ăn linh hồn của nhau. Sẽ đâm vào những nơi không đổ máu, nhưng nó hủy diệt, triệt phá toàn diện cái cốt lõi để nên-một-con-người.* Biểu hiện một loài người trường tồn trên mặt đất, không chỉ là những hình nhân đầy đủ máu xương với xác thịt.

Đau đớn làm vậy, nhưng người cha thật lòng giảng giải điều thiện cảm hơn. Ý của cha là con có thể rũ bỏ tất thảy, nhưng điều cha nói với con đây là niềm huyết nhục. "*Họ bên cha trong lý lịch của con là họ Nội. Địa danh ghi trong ấy, nơi con chào đời, con có thể xem là Quê ngoại, là Đất cũ của người Chiêm Thành. Mẹ của con có dòng dõi Chiêm Thành*". Trong bóng tối những đêm tịch mịch, những đêm khuya ngồi chung nhau quanh ngọn đèn tâm sự; những bóng hình người chia lìa, in rã rời, âm u trên vách tường âm dương, sau lưng mỗi con người, là lúc khắc khoải riêng mình. Quá khứ luôn lên tiếng. "*Những loài thảo mộc, những thú trong rừng, cá dưới sông đã có tự thời người Chiêm Thành còn cư trú nơi này. Có những loài nay đã đổi thay, triệt để thay áo, dòng nước Chiêm sông kia, núi rừng Chiêm bữa nọ, nay là sông núi Việt. Con ạ, chỉ những ngọn tháp, một tạm-thời-vĩnh-cửu còn mang tên, Tháp Chàm. Chỉ dòng máu còn lưu truyền, tuy sẽ phôi pha, sẽ nhạt dần trong quên lãng, nhưng nó đang còn miệt mài chảy hoài trong huyết quản của con, Máu Chiêm Thành*".

oOo

Nơi xứ sở của hắn không hiểu vì sao, có thể là có ý trốn nợ, không ai muốn nhắc đến tên chủ nợ, là Chiêm Thành. Đã rất mực, và đồng loạt thay vào, là hai từ, Hời và Chàm. Người Chàm, người Hời. Tháp Chàm, tháp Hời. Vàng Hời. Vừa ra khỏi bờ tre của ngôi làng nho nhỏ, nơi chào đời của hắn, đi qua những đồi nối với đồi, rừng nối rừng sim, đã thấy rải rác đó đây trong rừng là di tích Chàm. Những thỏi đá màu xám, hình vuông hình chữ nhật, trên mặt có chạm khắc hình vẽ, hoa văn, mẫu tự Chàm. Người Pháp cai trị, đã nhiều lần tới đây đào xới đất tìm vàng, gọi là vàng Hời, và chở đi một số "đá", họ gọi rằng có giá trị lịch sử và mỹ thuật Chàm.

Thời kháng chiến 1946, đào hầm xuyên trong đồi để trốn máy bay Pháp oanh tạc, người dân làng khuân vác loại "đá" này chèn bờ thành hầm chống đất sụp đổ, rất tiện lợi. Nhiều năm trôi qua, người làng bỏ đi, kẻ cầm súng gươm, người tha phương cầu thực, chinh chiến bức lìa xóm cũ, không còn ai nghĩ tới những căn hầm kia. Bão lũ, đất đồi sụp lở, lại lấp kín miệng hầm. "Đá" lại về trong lòng đất.

Đi quanh quẩn trong một khoảng đường, nơi cửa nhà của hắn, bán kính không quá vài chục cây số đã thấy rất nhiều tháp cổ. Vào nam, ra hướng bắc, vào thung lũng núi tây, là đụng phải cái u tịch, trầm mặc, cái Nghìn-đời-im-đứng. Quảng Nam bàng bạc quá khứ Chàm. Núi mây lây lất khí hậu Chàm. Quần thể tháp Đồng Dương, một thánh địa, vẫn cái tên Tháp Chàm Đồng Dương. Xa hơn, gặp Tháp Chàm Chiên Đàn, Khương Mỹ, Bàng An, Trà Kiệu. Trong một thung lũng chẳng xa xôi, lẩn quẩn với rừng xanh, những sườn đất khô cỏ vàng, là, một vùng kinh đô tôn giáo, với một quần thể tháp nối liền tháp, di sản của nhân loại, vẫn tên gọi Tháp Chàm Mỹ Sơn. Tất cả, không có nơi nào mang tên Chiêm Thành, trừ vài trang giấy trong sử sách đã quen thân với mối mọt, nhắc nhở tên. Ở Đà Nẵng có một tàng cổ viện, duy nhất bảo tồn những di sản, di tích của một dân tộc hùng vĩ từng làm chủ một lãnh thổ rộng lớn này, vẫn là Cổ Viện Chàm. Một hòn đảo nằm ngay bờ biển Xứ Quảng, đứng từ Hội An Phố Cổ, đã thấy xanh xanh lục lục, huyền hoặc trời nửa tỉnh nửa mơ, vẫn gọi tự bao đời, là Cù lao Chàm.

Thật ra, có thể chỉ là do chỗ dân gian quen dùng. Chàm là do Chăm mà ra; Chiêm Thành là Champa, đọc theo âm Hán-Việt; Hời là đọc trại, từ H'roi mà nên.

Trực diện cái đương nhiên, nhưng hắn, hắn sống lơ lửng giữa những trùng khơi. Giấc mơ thăm thẳm, không từ trong Mơ, mà lộng lẫy đôi khi, mà xa trôi trùng trùng, tự nhiên trong máu xương, Máu Chiêm Thành. Hắn luôn vướng phải những lỗ hổng trên hành trình. Hãy lấp quá khứ đi! Không thể. Lỗ hổng này luôn không có đáy. Cái hang này chỉ đi vào giữa ngọn núi bí ẩn, tối tăm, khó giải mật.

oOo

Ngôi tháp Chàm đầu tiên hắn nhìn thấy là Bà Rầu Con Nghê, lúc lên mười. Ngay cái tên Bà Rầu, sau này khi lớn khôn, đi khắp, hắn chẳng gặp tháp nào mang tên Bà Rầu, như là thấy trong một giấc mơ. Nhưng ngôi tháp cổ độ, lúc hắn lên mười, mang tên Bà Rầu Con Nghê thì hắn có thấy, từng chạm tay vào bờ vách, bước đi trong lòng tháp trống hoang, tứ bề lạnh lẽo. Chiều đã tàn. Tháp gồm ba ngọn. Đứng song song, hàng dọc tính từ hướng bắc vào nam. Lần lượt, ngọn bắc, ngọn trung, ngọn nam. Ngọn trung cao hơn cả. Tất cả, cùng hướng mặt về biển Đông. Hy vọng là một sự thật, nhưng mặt trời, biển rộng sông dài, núi non cẩm tú, đã xa hút trong tâm thế của người Chiêm.

Bà Rầu con Nghê, lúc hắn tới, bóng của tháp nhạt nhòa trải trên bãi cỏ rộng là khuôn viên tháp, trong chiều đã tàn. Xa sau lưng tháp là bóng núi, Trường Sơn xanh thẳm. Đứa bé lên mười chưa cưu mang được tâm sự của hình tượng, là bóng dáng Nghìn-năm-còn-đứng. Trước mặt hắn, chỉ là rêu xanh, nền gạch nung, cây lưa thưa mọc ra từ những kẽ đá trên đầu ngọn tháp. Một mái tóc xanh hiu hắt trong chiều. Lòng tháp trống hoang. Cùng một mục đích thu gom, một thời, người Pháp đã vào lòng tháp, đào bới đất, có cả vàng được chôn, gọi là vàng Hời, và họ thu giữ những tượng có giá trị tôn giáo và nghệ thuật. Ngọn tháp còn đó, mang một dòng lịch sử trống hoang, rỗng ruột.

Tuổi lên mười, trước cảnh tháp, hắn chưa nhấm nháp tận mùi vị của nhân thế trải qua, những chinh chiến, chiếm đoạt giữa người với con người, vì sao có cái điêu tàn, cái tàn phế ngậm ngùi kia. Hắn chỉ như con cọp bé con trước một xác người, chưa đủ cái kích thước thèm khát, cái có từ tông đồ giống loài lưu giữ lại, là phải kịch liệt ăn thịt người. Cái lưỡi không thấm dòng máu tươi, cái mồm không đỏ thắm tanh tưởi, con ấy không là con cọp, vị anh hùng chốn sơn lâm. Hắn chỉ ngơ ngẩn, một chút động lòng, một thoáng huyền mơ, lúc cái bóng của tháp đã nhạt màu, mất bóng trong nền cỏ. Mặt trời không chết đâu, sớm mai nó sẽ trở lại, nhưng giờ đây nó đã đủ một-cái-chết-cuối-ngày. Một bầy chim hoang đã trở về trên đầu tháp. Buồn lắm những cỏ lá và hoa dại. Gió mông lung, lây lất từ phương bắc thổi vào. Mùa này gió bấc. Lại cơn mưa núi. Những sợi mưa nhọn và lạnh như kim châm. Hắn co ro trong lòng tháp. Niềm tin yêu của mẹ, về hắn, được an táng một phần trong ấy chăng.

"Cha chỉ có một ít tinh trùng...". Người cha chừng ân hận thân phận đời con khiếm khuyết một vài cái xương trong người, hay não bộ hao hụt. Mẹ hắn, một mẹ hiền từ, không phụ ơn chồng, bà chỉnh sửa nhẹ nhàng, *"Chính nó đấy. Nó mới là tất cả. Đâu thể ông gieo trong tôi một hạt cỏ mà tôi lại làm nên cây lúa. Đâu có là, có thể vài giọt máu đỏ tôi có thể đẻ ra cái hoa hồng. Không có nó, lũ chúng tôi tội tình lắm. Chúng tôi sẽ là tội nhân trên cõi đời"*. Cha đau đớn. *"Nó là cái gì? Mà là của tất cả?"*. Mẹ cười, và rất thản nhiên, *"Lũ tinh trùng được cho đi không tính trước"*.

Có bao giờ cha mẹ đều điên. Hay cùng nhớ một giống gì mà... cuồng điên vì nhớ.

Có bao giờ tôi đã mơ nghe một dòng đối thoại va chạm những ánh lửa thần linh.

oOo

Vùng Trung bộ mỗi năm có bốn mùa nắng mưa nóng lạnh, khá rõ ràng. Mùa cây xanh lá hoa nở, mùa của cây trụi cành cỏ úa vàng, bao nhiêu năm, cái nết trời, cỏ cây phải chịu sẵn. Người Chàm đã ra tới. Ấy là vào những ngày cuối đông, giáp Tết. Bầu trời thôi cơn mưa bão. Đất ấm. Hoa mai bắt đầu cho những nụ, chờ ngày đầu xuân, bung nở. Trong cái háo hức sang mùa, của hắn, chợ Tết của vùng quê, của một thời còn "Nho hóa", đã bày bán những câu liễn đối viết bằng chữ Hán, màu vàng tươi, trên nền giấy đỏ; những bức tranh tàu có sự tích từ truyện Tam Quốc Chí, như Đào viên kết nghĩa, Tam anh chiến Lã Bố… Xứ thuộc địa, những ông Tây Thương chánh áo quần đồng phục vải ka-ki màu vàng như bọn lính, bọn người Pháp này kiểm tra môn bài thuế các cửa hàng tạp hóa, vây bắt bọn dân bản địa nấu rượu lậu; mọi điều ràng buộc, nô lệ mà; đủ loại thuế, cả thuế người dân Việt phải thuê xứ sở Việt mà cư trú, là thuế thân... Ơ kìa, lác đác đoàn người, thật là một đoàn lữ thứ, từ đâu miệt Nam Trung bộ đã ra tới. Họ đã vượt qua Đèo Cù Mông, Đèo Cả, Cù Đê để tới. Tới một vùng Đất thiêng cũ, còn lại đây Thánh địa Đồng Dương, Thánh địa Mỹ Sơn. Đàn vịt trời đã bay về hướng bắc sau mùa trốn lạnh. Trên từng cao, xanh đục một không gian pha chút ấm áp, xuân đang về.

Đoàn người Chàm. Họ sẽ ở lại khu chợ, nơi mẹ hắn có một cửa hàng tạp hóa, tham dự vào những phiên chợ Tết, cho tới nửa tháng Giêng họ mới bỏ đi. Đúng ra họ từ vùng Ninh Thuận, Thuận Hải trở về đây nhìn cố quốc, rồi từ đây lại... trở về nơi nương náu hôm nay.

Trang phục với áo quần màu sắc đẹp đẽ, đầu quấn khăn màu, thắt lưng sợi dây vải màu, nhìn xa xa như những đóa hoa. Lúc đi lại, đầu đội một chiếc giỏ bằng những sợi mây đan nhiều màu. Những hoa văn đan xen trên nền giỏ, rất công phu. Thoạt nhìn, như một loại thổ cẩm. Chân họ bước thong dong, hai tay buông thõng đong đưa. Không bao giờ vịn cái giỏ chứa vật dụng đang vất vưởng trên đỉnh đầu, chừng rất nặng. Ai nấy là một cõi buồn phiền, nhưng gần gũi hiền hòa, ít nói, rất cẩn trọng khi tiếp xúc với người Kinh. Một thứ tình cảm trôi nổi, dè chừng.

Trên nền đất, ngay trên lề đường, con đường cái quan, gần khu chợ người Việt đông đúc, họ trải những tấm thảm màu sặc sỡ, bày bán những món hàng khá lạ lẫm. Thuốc xỉ, nhuộm răng đen, bùa ngải, những móng chân súc vật, nanh voi, móng cọp, lông mép voi, mật gấu, những loại rễ cây, lá khô thơm mùi thuốc bắc...

Đường cái quan, con đường tự bao năm Nam tiến, lấn dần bờ cõi. Đã là hướng đi qua, những Vua nhà Trần, nhà Lê thân chinh, là bước chân của chiến tướng anh hùng, của Công Chúa Huyền Trân. Thuở này con đường xuyên Bắc Nam còn rất hẹp, chỉ vừa hai làn xe nhưng đẹp vô cùng. Hai bên đường hai hàng cây gần như cổ thụ tỏa bóng. Đường tới đâu cây song song tới đó. Lề đường rất rộng, người người cả thảy đi bộ, tíu tít vui vầy hai bên. Xe đạp vẫn còn hiếm. Con nhà quan, trai nhà phú hộ bảnh bao mới có. Chiếc xe đạp sườn i-nốc bóng loáng, có tiếng còi nghe kinh-koong, luôn chỉ hai tiếng lặp đi lặp lại, là cả một gia tài. Năm 1907, mới có một chiếc xe bốn bánh, gọi là xe điện, của các quan Tây, đầu tiên chạy qua con đường này. Về sau vài ba năm, có vài xe chở khách, gọi là xe bộ hành. Tốc độ ba mươi cây số giờ. Còi xe bằng bọc cao su chứa khí, nối với cái loa kèn, bóp vô phát ra tiếng toe toe, một loài chim biết hú. Cả thảy quê mùa. Cả thảy hoang vu. Ủ ê một khí hậu Tháp Chàm. Chính cái phong vận chậm chạp và sầu lắng này nuôi dưỡng hắn. Chính những bâng quơ, chân quê này, những cỏ hoa mộc mạc, lẫn rừng rú hoang dã, đan thêu cho hắn một đời rong ruổi, về sau.

oOo

Chợ người Việt tan vào lúc xế trưa. Lòng của đình chợ trống vắng. Người Chàm cũng tàn phiên bán hàng. Lại thu xếp, ngủ qua đêm trong đình chợ. Chừng họ không ngủ. Đốt lửa sưởi ấm. Họ đánh đàn và ca hát. Tiếng đàn rất nhỏ. Tiếng hát như hát thầm. Nhưng đêm trống hoang, tịch lặng, đêm rách rưới những lỗ hổng đời, tiếng hát Hời ấy làm cho dân phố thị luôn thao thức. Âm vang buồn, kéo bọn nhỏ quây quần bên họ. Trẻ thơ đã vây lấy cuộc não nùng. Tiếng hát vỗ về hắn, làm giàu những sầu mộng. Đêm le lói lửa hồng, than đen nhấp nhô những tàn đỏ. Tâm hồn trắng non một bọn trẻ bị phảng phất, nhuộm một lớp men Chàm. Hình bóng tháp, trong hắn, bập bùng theo tiếng hát. Giấc mộng Hời nát vỡ, chia lìa. Với hắn, một trí-não-quay-tơ lẽ ra nhẹ nhàng, lại hỗn độn, không định hình. Nỗi-lòng-Chàm, với hắn, là món quà được cho không. Là hành trang mang đi. Lời Chàm bồng bềnh trôi giạt. Bóng Chàm ngả nghiêng thân mòn bên này núi. Cho tới ngày lớn khôn, hắn hiểu ra, nỗi buồn là máu châu thân. *Hắn đi tìm màu máu từng di truyền.*

Dòng máu mẹ, dòng sầu bi rêu khói Chàm, chừng là một dòng sông có thật, đang âm thầm chảy, ngay chính dưới đáy một con sông hai bờ đang chảy, là cuộc đời xương xác hắn.

Ngày ngày thổi bùng nghi vấn. *Trong cái lịch sử vừa nóng bỏng vừa mơ hoang, có biết bao dân tộc phải mất đất, lìa bỏ chốn xưa của tổ tiên kỳ vĩ, đành lòng tị ẩn một nơi chốn riêng sót. Một vùng cư dân nhỏ nhoi, thất lạc kinh đô, vẫn tạm có nơi ăn chốn trú, vẫn một ngôn ngữ ngày ngày dùng đủ, nhưng cái tâm thức riêng tây, cái hồn linh cao khiết của giống nòi, vẫn bập bềnh rêu đá chim hoang thân đỉnh tháp. Tiếng hát kia, trong đêm đông cuối mùa, là thân-ái-thấm-máu, một Cuồng-điên-Nỗi-nhớ. Hắn mang đi, một tiền kiếp hư ảo, một đời sống trước mặt đầy mong đợi.*

oOo

"Đất đai rừng núi sông nước chim muông thảo mộc nơi này tự trước chẳng phải là của Ta. Ta mượn của Mẹ con từ nhiều trăm năm trước".

Cuộc Nam tiến đang hồi khó khăn bất ngờ nhận được một món quà. Vào năm 1306 đời nhà Trần, vị vua thứ 34 của nước Đại Chiêm, dâng hai châu Ô, Lý, biên thổ phương bắc của nước mình, làm sính lễ cưới nàng Huyền Trân Công Chúa con vua Trần Nhân Tông. Đất châu Ô và châu Lý, nay thuộc một phần tỉnh Quảng Trị, và trọn tỉnh Thừa Thiên.

Từ con sông Thạch Hãn tới phía bắc đèo Hải Vân, Chân-ta-bước-tới, không một phí tổn máu xương. Những thân ngựa chiến rùng mình vì sự bình an bất ngờ.

Dãy Trường Sơn, cuối tỉnh Thừa Thiên, trên đường đang miệt mài chạy dọc làm sống lưng cho miền Trung bộ, nhìn cái bản đồ Việt Nam ốm o cong vẹo gãy cái cụp như chơi, núi cao rừng thẳm lại bất ngờ có một cuộc hùng vĩ đâm ngang qua đồng bằng, nối thẳng Trường Sơn từ phương tây ra với biển Đông. Vì cuộc tạo mẫu khá linh hoạt này đã có một đèo Hải Vân hiểm trở, vời vợi trời mây, chia cắt hai tỉnh, Thừa Thiên với Quảng Nam.

Vào một thời chưa có máy bay xe tăng, các phương tiện cơ giới chuyển quân, thời lính tráng phải tay giáo mác, đầu nón chũm, chân trần chạy bộ, ca dao đã tỏ lòng, "*Thùng thùng trống đánh ngũ liên / bước chân xuống thuyền nước mắt như mưa*", quan tướng cỡi ngựa, hoặc ngồi trên những thớt voi, việc vượt đèo Hải Vân, cái nút chặn hiểm nghèo này không phải là dễ dàng.

Những người Việt đầu tiên tới đất Quảng Nam là lính tráng trong những đoàn quân Nam tiến dũng mãnh, là bọn trai tráng cương ngạnh bị lưu đày, cái thứ người ngang tàng, không muốn đội trời mây chung với các bậc "Thiên-tử-giả-cầy đang ngự trên ngai vàng".

Người bị tù ngục, kẻ chốn lưu đày này là ai? Ngoài những kẻ khốn cùng, làm bừa gây tội, những kẻ ngang ngược không hiểu đạo lý làm người, hãy còn trong ấy bao nhiêu người lương thiện, bậc thức giả, các quan lại bị thất sủng. Họ, bỗng một sớm mai biến thành kẻ tội đồ đáng phải giết đi, hủy tận, truy sát cho tuyệt cùng dòng họ. Trần Thủ Độ, nhà đạo diễn kịch bản lịch sử tài ba, đã ứng xử thế nào mà vị vua cuối cùng của nhà Lý, phải treo cổ tự vẫn! Nàng Lý Chiêu Hoàng mới... bảy tuổi, phải đi lấy chồng, để có cớ nhường ngôi báu từ họ Lý sang họ Trần. Các vương tôn nhà Lý phải vượt trùng khơi, đến tận biển Bắc Thái Bình Dương là xứ Cao Ly để tị nạn "Nhà Trần". Hồ Quý Ly nương nhờ nhà Trần mà nên thân. Khi đã vào ngôi thay nhà Trần, Hồ biến một số con cháu Vua Trần trở thành kẻ "tội đồ, mưu phản". Hậu duệ nhà Trần đành phải tìm nơi dung thân, tị nạn "Nhà Hồ".

Họ đi bằng cách, đường bộ vượt đèo Hải Vân, hoặc dong thuyền biển bão sóng để vào Đà Nẵng. Bấy giờ Quảng Nam vẫn còn là đất Chiêm Thành.

Quân binh Việt vào chiếm đất Quảng Nam có thể là những kẻ "khác giống nòi" sống lâu nhất với người Chiêm Thành sở tại. Phải mất hơn một trăm năm, quân binh Việt sau khi chiếm đất Chiêm, từ phương bắc của tỉnh mới vượt con sông, để vào phần Nam của Xứ Quảng.

Hầu hết những kẻ tội đồ, những tráng sĩ, quân binh, là một thân một mình, chưa vợ, hoặc không có vợ con theo cùng. Bây giờ người Chiêm Thành bản địa hãy còn lưu cư đây đó. Một xã hội Việt-Chiêm đương thì, trải mấy thế kỷ, là một tất yếu duy trì, nương tựa nhau một thời gian dài, trong điều kiện có thể.

Trong cuộc hòa trộn chung chạ, đã gầm gừ bao mối tình, bao trai tráng Việt có vợ người Chiêm.

"*Họ bên cha trong lý lịch của con là họ Nội. Địa danh ghi trong ấy, nơi con chào đời, Xứ Quảng Nam, con có thể xem là Quê ngoại, là Đất cũ của người Chiêm Thành. Mẹ của con có dòng dõi Chiêm Thành*".

Tôi, đứa bé sống cùng thân phận Hắn. Đứa bé được mẹ dẫn ra đầu con đường. Rất bơ vơ một thời, rực rỡ những con đường, ngậm ngùi những con đường. Mơ màng với tháp. Hồn về trong tháp. Tháp ấy không hề là những tháp... ma.

Chập chùng phận người với Hắn, tôi vẫn tin, "Tôi có một Bà Cao tổ người Chiêm Thành. Vậy trăm phần trăm Tôi, là đứa cháu ngoại xa xăm, rất xa xăm và tận cùng u hiển, của Bà. Tôi, một giọt tinh huyết lênh đênh, chuyển từ biển-rộng-thai-này sang trời-tinh-khôi-bào-thai nọ. Nhiều trăm năm tôi lặn lội. Nhiều trăm năm dù hóa hình, biến thể, giọt sữa của Bà hãy còn tha thiết, chút-tình-nghĩa-yêu-nhau-mà-xóa-nhòa những hận thù bờ cõi. Giọng của chúng tôi, Xứ Quảng Nam, có lai sót giọng nói của Bà, những phương ngữ, của địa danh đó đây còn phần nào lưu giữ, là ngôn ngữ của Bà.

Trùng trùng dâu bể, những tiền thân của tôi, vốn đi từ nghìn thu trở lại, đã vĩnh cửu cưu mang một linh hồn Việt, tâm thức Việt, Tôi người Việt Nam. Tôi vẫn có một Bà Ngoại bằng xương thịt, đã nuôi dưỡng tôi, từng muỗng cháo loãng ngày đói rét từ vùng rừng núi tản cư về, mùa đông 1947, làm sao quên. Vẫn hiện còn một ngôi nhà thờ bên ngoại, làng Địch Thái, để đôi năm lại về thăm. Hàng chè tàu sau cánh cổng, vườn cây bóng lộng, những bụi chuối, những hoa dâm bụt quê mùa. Nhưng lòng tôi vẫn một ước mơ. Mơ sao một ngày, cái Tháp Chàm cổ độ biến ra một ngôi Nhà Thờ, nhà Thờ-Ngoại-tâm-linh, để bọn con cháu ngoại, còn ở chốn này, hay lưu lạc phương trời nọ, đứa chỉnh tề hay tên phiêu mộng, có nơi chốn trở về, cùng kính cẩn thắp nén nhang, "Lạy Bà Chiêm Thành, cháu về đây, đứa cháu ngoại xa xăm, trong tận cùng u hiển, của Bà".

Sông nước có nguồn
Máu có nguồn không

Cung Tích Biền
Midway City, 2018

bước vào mùa Lễ Tạ Ơn
tôi không dám viết ba lơn câu nào
thơ cần hương vị ngọt ngào
dìu đời lang bạt bước vào bình an
bình hoa đang thiền trên bàn
tôi làm tĩnh vật mơ màng đứng bên
tạ ơn trời đất chưa quên
ban phúc cho gã lênh đênh quê người _ luânhoán

TN

Một Người Tù Lãng Mạn

LỮ QUỲNH

Ở tận cùng sự đau khổ là niềm hoan lạc của hạnh phúc? Hắn nhớ rõ ràng hắn đã nghĩ như thế vào một ngày cảm thấy tuyệt vọng vô cùng, vào một ngày hắn nhìn mảnh trời xanh bị cắt xén bởi mái tôn nhà ngục và hàng cây chi chít dây kẽm gai mà mơ tưởng tới hình ảnh thân yêu đã có trong quá khứ. Hắn chỉ có quá khứ để nghĩ tới. Dù cho hắn biết với quá khứ, chỉ nên ngả nón chào. Hắn biết điều ấy rõ lắm, nhưng điều ấy chỉ có thể có với một người còn tương lai. Với hắn thì tương lai mù thẳm. Hắn đang sống mỗi ngày với các động tác như nhau, với một thứ không khí, và trí tưởng tượng cùng quẫn bởi không một dự phóng, không một khung cảnh đổi thay. Hắn chỉ biết chịu đựng. Và phút mà hắn khám phá ra cái điều *ở cuối sự đau khổ là niềm hoan lạc của hạnh phúc* là phút mà sự tuyệt vọng đã làm giác quan hắn tê liệt hẳn.

Người tù hỏi chuyện người quân cảnh một cách tự nhiên:

- Giờ này người ta vẫn đang sinh hoạt ngoài kia chứ?

Người quân cảnh im lặng nhìn hắn rồi quay đi không chú ý. Sự tuyệt vọng làm người tù thản nhiên lạ lùng, hắn tiếp tục hỏi:

- Buổi sáng vẫn có những người đàn bà đến chợ ngoài kia, và lũ trẻ con thì tới trường học... Sinh hoạt vẫn như mọi ngày?

Người quân cảnh hỏi một người bạn tù đang đứng bên cạnh hắn:

- Sáng nay có bác sĩ đến không?

Hắn cúi xuống đất mỉm cười khinh bạc. Anh ta không hiểu gì hắn hết. Mà anh ta làm sao hiểu được khi mỗi ngày anh vẫn từ cái sinh hoạt đó đến đây. Có lẽ anh hỏi bác sĩ đã đến chưa để khai bệnh giúp hắn chăng? Hắn bị loạn trí, hắn sắp điên? Thật là nhầm lẫn. Hắn phải làm cho anh ta hiểu rằng hắn không đau yếu gì cả. Người tù nói:

- Nếu anh còn tin có những con người trên mặt đất này, xin anh hãy tin tôi. Tôi đã thành thật hỏi anh những câu hỏi mà anh cho là ngớ ngẩn, nhưng với tôi, nó thỏa mãn tôi như nắm cơm khi đói, như miếng nước khi khát. Anh nhớ cho tôi đã ở đây bốn năm chưa kể chốn tù ngục cũ. Mỗi ngày tôi đã ăn những chén cơm, làm tạp dịch và ngủ. Ăn, ngủ, làm tạp dịch, ngày nào cũng như ngày nào. Anh thử tưởng tượng tôi đã sống bốn năm với từng ấy động tác. Những nhớ mong cũng trở thành cũ kỹ, kỷ niệm rồi cũng rỉ sét mất. Xin anh hãy tin tôi như tin những con người tuy còn rất ít trên mặt đất này.

Người quân cảnh có vẻ chú ý tới câu nói cuối của người tù. Anh gỡ nón xuống ôm vào ngực, ôn tồn nói với hắn:

- Anh là một người tù tốt trong khu vực này. Ngoài nhiệm vụ phải có của tôi đối với anh, tôi còn quý anh… Tôi mong anh đừng bao giờ để tôi phải nói ra như thế. Nên ở trong vị trí của mỗi người và vững tin vào lương tri…

Người tù bỗng ứa nước mắt:

- Cám ơn anh, cám ơn anh. Thật đủ quá rồi, tôi xin im lặng cho tới bao giờ…

Người quân cảnh bỏ hắn đứng lại một mình dưới hiên, lặng lẽ tiến ra phía cổng. Người tù ngồi xuống, đưa hai bàn tay lên úp mặt, tự nhiên thấy nước mắt ứa ra, thấm qua kẽ những ngón tay. Hắn khóc ngon lành như một đứa bé.

Hắn cứ tưởng rồi hắn sẽ không bao giờ làm phiền người quân cảnh ấy nữa. Dù chỉ một lời nói, anh ta đã trở thành ân nhân của hắn. Anh ta đã hiểu hắn, như hắn vẫn nhớ mong nếp sinh hoạt tầm thường ngoài bốn bức tường tù ngục. Nhưng buổi chiều người quân cảnh đã gợi chuyện trước:

- Anh có nghĩ tới một ngày nào đó cuộc chiến sẽ ngừng lại và người ta làm công việc trao trả tù binh…

Người tù nghe tiếng nói người đối diện mình xa xôi quá. Hắn nói:

- Có một điều lạ là tôi chưa nghĩ tới chuyện đó. Điều tôi đang mơ ước sao tầm thường quá, có lẽ anh không ngờ tới đâu…

Người quân cảnh ngắt lời vội vàng:

- Thử nói xem?

Người tù nhìn người quân cảnh dò hỏi, nhưng ánh mắt hắn xoắn vào đôi mắt của anh ta, hắn tự nghĩ không có gì phải dè dặt cả. Hắn nói chậm rãi:

- Nếu anh còn tin có những con người trên mặt đất này, xin anh tin những điều tôi sắp nói ra. Tôi đang ao ước được rời khỏi những vòng rào dày kẽm gai này chỉ trong chốc lát. Tôi chỉ cần thời gian đủ đi một vòng trên bãi cát, tôi sẽ đi bằng chân không… Có phải ngoài kia là biển không anh? Biển xanh thẳm và bọt sóng thì trắng ngần… Ước gì được như thế nhỉ, tôi sẽ không mang theo gì hết, tôi đi bằng chân không, tôi bước rất chậm rãi, cát mềm làm sao dưới chân mỗi bước… Sự ao ước của tôi giản dị quá phải không anh…

Giọng nói của người tù xa vắng, có lúc sự mơ màng đã làm mắt hắn dại đi một cách tội nghiệp. Người quân cảnh hỏi:

- Rồi sao nữa?

- Thì còn sao nữa! Sau đó tôi sẽ trở về đây, chắc chắn sẽ trở về đây…

Người quân cảnh áy náy khi nghe câu trả lời bình thản của người tù. Anh ta nhìn hắn, rồi bất chợt nói nhỏ:

- Có thật anh ao ước như thế?

Người tù thấy anh ta bỏ đi, không đợi câu trả lời của mình.

Bây giờ thì biển đang ở trước mặt người tù. Biển đen thẳm với những đốm đèn ẩn hiện trên mặt sóng ngoài khơi. Người tù bước đi rất chậm rãi, hắn lắng nghe hơi mát dưới lòng bàn chân. Hơi mát từ mặt cát ướt tỏa lên như mang theo sinh khí thắp nóng các mạch máu trong người. Hắn đi thật chậm, đủ ý thức rõ ràng từng phút tự do của một con người. Hắn đang bước trên mặt đất mênh mông, đang thở gió biển và cảm thấy mình trực tiếp tham dự vào sinh hoạt của những con người tự do. Hắn đang đứng trên chỗ đứng của con người. Dù với niềm hãnh diện nào về những tháng ngày trong ngục tù chăng nữa, cũng không thể đổi được giây phút xúc động này. Nỗi xúc động òa vỡ bất ngờ, khi hắn không thể ngăn được nước mắt. Những giọt nước mắt cùng với gió biển làm mặn chát môi hắn. Hắn không thèm để ý tới, tiếp tục bước với tâm hồn rộn rã. Những tàn cây xao xác bóng đêm, tiếng sóng cùng bọt sáng lòa liếm mát đôi chân. Ôi cảm giác của ngày nào xa thẳm với tâm hồn tràn ngập thiên nhiên.

Người tù bước đi không ngừng nghỉ. Bờ cát thoai thoải hoang vắng. Đôi chân trần tiếp tục đem sinh khí từ lòng đất lên. Người tù không ngờ sự tuyệt vọng đã đưa hắn đến những giây phút hạnh phúc bất ngờ như thế này. Hắn vươn vai hít không khí vào phổi. Gió của biển đấy. Mùi thơm của đất đấy. Hắn hít thở tham lam. Bằng những bước đi chậm rãi, hắn cố thu hết cảm giác thoải mái, những cảm giác làm hắn có cảm tưởng như được tái sinh. Hắn đang cảm thấy ngất ngây trong sự sung sướng kỳ diệu.

Có lẽ đêm đã khuya. Người tù rùng mình kéo cao cổ áo, nhưng đó chỉ là cái thói quen xưa cũ. Chiếc áo tù binh không có cổ đủ cao cho hắn làm thế. Hắn nhận ra trước mặt mình, từ đằng xa, một chiếc quán với ánh đèn hiu hắt và hình như có cả tiếng nhạc bị thổi giạt trong gió. Hắn chậm rãi đi tới. Sự sống kỳ diệu như quấn lấy mỗi bước chân. Hắn bắt đầu nghe rõ tiếng nhạc lạ hoắc. Người tù ngập ngừng đứng lại trước hàng rào, đưa tay áo lên lau mặt, xong mạnh dạn bước vào quán. Hắn tìm một chiếc bàn khuất trong bóng tối, ngồi xuống và nhìn quanh ngẩn ngơ. Quán với những chiếc bàn trống trơn, có lẽ khách đã bỏ về hết trước đó. Đã quá lâu rồi hắn không trở lại với không khí này. Hắn gọi một tách cà phê, không đợi cho đứa trẻ đến gần. Hắn nhớ tới một hơi thuốc lá, nhưng không thèm lắm. Chợt một cánh tay lay động sau đám lá cây ở chiếc bàn cạnh đó làm hắn chú ý.

Khi người tù nhìn được khuôn mặt của người đàn bà, cũng là lúc hắn bắt gặp đôi mắt nàng đang nhìn hắn với vẻ quan sát.

Quán hoàn toàn vắng vẻ. Người đàn bà có lẽ là người khách sau cùng nếu hắn không tới. Đứa trẻ mang tách cà phê đặt trước mặt người tù với ánh nhìn lạ lùng. Người tù im lặng mỉm cười với nó.

Ngắm những giọt cà phê nhỏ giọt qua lớp thủy tinh, hắn không quên mình là người tù chỉ tự do trong vài tiếng đồng hồ. Sự tự do được đổi bằng lòng tin, và có thể hơn thế nữa, bằng sự huyền nhiệm chỉ có giữa những con người. Hắn thầm cảm ơn lòng tốt của người quân cảnh, lòng tốt mà trước đó hắn tin là không thể nào có thực. Bỗng một ý nghĩ thoáng qua đầu, làm người tù mạnh dạn ngẩng mặt nhìn người đàn bà ngồi một mình ở bàn bên cạnh. Nàng còn trẻ, tóc ngắn đổ xuống vai, có nhiều sợi bị gió vắt qua trán như một cách điểm trang cho khuôn mặt thêm phần gợi cảm. Nhưng đôi mắt của người đàn bà bỗng làm lòng hắn chùng xuống. Đôi mắt sâu hút, thâm quầng, biểu lộ một tâm hồn phiền muộn đầy an phận. Nhận xét đó làm người tù chạnh lòng, đánh bạo hỏi:

- Xin phép cho tôi được ngồi cùng bàn…

Người đàn bà có vẻ lưỡng lự, trong khi người tù chậm rãi mang tách cà phê bỏ bàn của mình. Hắn nhận ra sự ngạc nhiên đến gần như hốt hoảng của nàng khi hắn xuất hiện toàn thể trước nàng trong cặp đồ tù binh. Hắn nói:

- Xin lỗi, tôi đã làm bà kinh ngạc. Tôi xin giới thiệu tôi là tù binh…

Người đàn bà vẫn mở tròn mắt không thốt được lời nào.

- Tôi là tù binh. Đây là lần thứ nhất tôi được tự do tạm vài giờ. Sự tự do trên nguyên tắc không thể nào có được. Xin bà yên tâm…

Người đàn bà cúi nhìn mặt bàn một lúc rồi nói ngập ngừng, câu nói mà hắn nghĩ như một cách triển hạn để nàng có thêm thì giờ tìm hiểu người đối diện.

- Tôi không ngạc nhiên đâu… Hình như ông nói tiếng Bắc?

- Vâng, tôi sinh ra ở Hà Nội.

Người tù trả lời và cũng nhận ra nàng nói đặc tiếng Nam. Hắn lấy phin cà phê ra khỏi tách, lắng nghe một bản nhạc cũ. Hắn cảm thấy ngờ ngợ, rồi dè dặt hỏi:

- Nhạc Phạm Duy chăng?

Người đàn bà gật đầu. Hắn nghe lòng bùi ngùi khi tiếng hát bỗng dẫn hắn trở về với quá khứ. Người đàn bà hỏi:

- Ông có thích nhạc tiền chiến không?

Người tù ấp úng, không biết phải trả lời sao. Người đàn bà tiếp:

- Nhạc của Văn Cao, Đoàn Chuẩn… ấy.

Người tù chợt hiểu, đáp:

- Vâng, có… Những bản nhạc thật xưa nhưng mỗi khi nghe vẫn còn cảm xúc như thủa nào…

Những ngày dài tù ngục đã làm hắn cách ngăn hẳn với đời sống bên ngoài. Riêng cuộc sống ở miền Bắc với miền Nam đã là một cách ngăn rồi, huống gì khoảng cách giữa trong và ngoài nhà ngục. Người tù cảm thấy ngượng ngùng trước mỗi câu hỏi của người đàn bà. Hắn phải lắng nghe để đoán hiểu một vài danh từ chỉ mới xuất hiện trong khoảng thời gian hắn bị bắt. Người đàn bà có lẽ cũng nhận ra thế, nên nàng bắt đầu cẩn thận trong cách nói của mình.

Một bài hát được cất lên làm cho họ cùng cảm thấy buồn não nuột. Người đàn bà quay mặt nhìn ra biển. Gió hất tung những sợi tóc nàng ra sau cho người tù thấy trọn làn da trắng của nửa khuôn mặt nhìn nghiêng. Chỗ trũng của mắt và nét cao thẳng của chiếc mũi cắt nền đen của đêm trông linh hoạt đến đẹp mắt. Bản nhạc với âm thanh như tơ trời đang làm rối lòng người nghe. Người tù hỏi:

- Bà có biết tên bản nhạc này?

Người đàn bà quay lại, dành một phút lắng nghe:

Yên Phụ đôi bờ sóng vỗ
Nhị Hà lấp lánh sao thưa
Cầu Giấy...

Rồi nhìn hắn với ánh mắt dịu dàng:

- Bản *Thương về năm cửa ô xưa* đấy.

Người tù thì thầm lặp lại: Thương về năm cửa ô xưa, năm cửa ô xưa… Trong khi người đàn bà vẫn giữ nguyên mắt mình trong mắt người đối diện. Chợt nàng bắt theo tiếng nhạc đệm, hát nho nhỏ:

Thương về năm cửa ô xưa
Nhớ nhung biết mấy cho vừa...

Người tù cảm thấy buồn tràn ngập tâm hồn một cách mãnh liệt. Hắn nén tiếng thở dài trong cổ. Người đàn bà bỏ ngang câu hát hỏi:

- Năm cửa ô là những cửa nào ông nhỉ? Chưa một lần tới Hà Nội nhưng sao mỗi lần nghe những bài hát nhắc về thành phố đó lòng tôi cứ nao nao… Hà Nội nghe sao thân thiết quá chừng.

Người tù nhìn sững nàng. Hắn phải kể như thế nào về năm cửa ô, năm cửa đã mở ra thiên đường của thời thơ ấu hắn, mà giờ đây chỉ còn mịt mù ký ức. Những kỷ niệm xa vời tưởng cũng đã mờ nhạt như thế, tưởng đã vuột xa trên quãng đường gian khổ, tưởng đã làm trắng trí nhớ, bỗng chỉ trong một phút kéo về tràn ngập, làm cảm xúc như nước sông Hồng vào một ngày mùa đông dâng cao nhanh chóng. Hắn ngậm ngùi nhìn người đàn bà đã nặng tình với thành phố quê hương hắn.

- Năm cửa ô… Có lẽ nên chờ một ngày nào đó, tôi tưởng tượng một ngày nào đó sẽ mời bà đáp chuyến tàu suốt đầu tiên đến Hà Nội, tôi bấy giờ có lẽ cũng như bà, bằng một cảm xúc mới mẻ khi cùng đứng trước ô Cầu Giấy…

Người đàn bà nhấp nháy mắt, có lẽ vì cảm động, nàng hỏi giọng mềm đi trong gió khuya:

- Biết đến bao giờ ông?

Hắn nhớ đến một câu hỏi của người quân cảnh sáng nay, và nghĩ đến ngày cuộc chiến phải ngừng lại. Hắn nói:

- Có lẽ còn không lâu nữa…

Người đàn bà mở lớn mắt nhìn hắn, như ngầm chờ ở hắn sự giải thích tiếp. Nhưng người tù đã im lặng kịp. Hắn không quên mình là tên tù binh, hắn cũng không muốn lợi dụng những giờ tự do ngắn ngủi để vượt xa hơn vị trí của mình. Hắn cố tránh cho nàng nghĩ tới cái vị trí ấy, để từ đó như một thói quen buồn thảm, nàng phải thấy hắn qua một lăng kính chủ nghĩa hay giới tuyến hận thù này nọ. Trong đôi mắt trũng sâu và quầng thâm kia, biết đâu chẳng đang theo hút một bóng hình không còn nữa. Người thân yêu đã ngã xuống một ngày nào trên mặt trận. Người thân yêu ấy của nàng và hắn từng gầm gừ nhau trên một đấu trường đã xa. Biết đâu chẳng đã như thế… Ý nghĩ đó bỗng làm người tù cảm thấy sợ hãi trước những dấu tích đau khổ của người đàn bà. Hắn đang sợ hãi thật sự.

- Những tâm hồn cao đẹp như bà, cùng với những ánh mắt trong veo của đám trẻ mới lớn mới làm cho quê hương chúng ta rực rỡ…

Người tù cảm thấy hổ thẹn về câu nói của mình. Có lẽ hắn không định nói thế. Hắn đang cần trấn an mình, chứ không phải nói cho người đối diện nghe. Hắn sợ người đàn bà có thể đang suy nghĩ về vị trí hiện tại của mình nên bối rối hỏi tiếp:

- Hẳn bà đã có cháu…

Đôi mắt người đàn bà ánh lên rồi sụp xuống buồn bã. Người tù nghe giọng nàng bỗng nghẹn đi.

- Vâng, nhưng cháu không còn ở đây…

Rồi như không muốn nhắc đến chuyện cũ, người đàn bà đổi giọng:

- Ông sắp tới giờ trở lại trại chưa?

Người tù nhìn chiếc đồng hồ treo hút trong quán.

- Cũng sắp, nhưng vẫn còn đủ thì giờ cho tôi ngồi lại thêm chốc nữa.

Người đàn bà nhìn hắn thương hại.

- Người ta dám cả gan cho ông ra ngoài như thế này nhỉ?

- Nếu bà là người giữ ngục, bà có dám cho tôi tự do như người quân cảnh kia không? Có lẽ khi thả tôi lang thang như thế này, anh ta đã đem chính bản thân mình ra đổi lấy sự bội phản có thể có ở một kẻ như tôi. Nhưng cái gì đã làm anh ta cả gan đến thế? Bà ạ, tôi nghĩ đến ánh mắt của tôi mà anh ta nhìn thấu, tôi nghĩ đến tình yêu thương chân thật từ trái tim tôi mà anh ta đã cảm nhận được…

Trong quán, một ngọn đèn vừa bị tắt. Bóng tối trùm xuống một khoảng sân. Có lẽ chủ nhân muốn nhắc với họ rằng đêm đã khuya.

- Tôi phải trở về trước khi người quân cảnh đổi gác.

Người đàn bà nhìn người tù với vẻ ngậm ngùi.

- Rồi ông còn dịp nào nữa không?

Ý người đàn bà muốn hỏi hắn còn cơ hội nào được sống tự do dù vài tiếng đồng hồ như thế này nữa không. Người tù nghĩ đến câu chuyện giữa người quân cảnh với hắn sáng nay. Cuộc chiến rồi sẽ ngừng lại và người ta rộn rịp làm công việc trao trả tù binh. Hắn tự hỏi mình có đang chờ đợi ngày đó? Để rồi không chờ câu trả lời hiện ra, hắn quay lại câu chuyện bỏ dở với người đàn bà:

- Mà bà vẫn chưa kể cho tôi nghe về cháu nhỏ. Hắn có phải có đôi mắt lạ… giống bà…

Người đàn bà mỉm cười nhưng sau đó mím môi lại. Nàng có vẻ không hài lòng về sự nhắc nhở đó của hắn. Nàng nói, giọng đanh lại:

- Vâng, nhưng như tôi đã nói với ông, cháu không còn ở đây…

Và tiếp theo bằng giọng chua chát:

- Quả như ông nói, cháu có đôi mắt lạ, nhưng không giống tôi chút nào. Đôi mắt cháu đẹp, xanh lơ như của bố nó. Bây giờ thì cả hai bố con đang sống bên kia bờ đại dương.

Nàng ngừng nói, nhìn thẳng vào mắt người tù, người tù không muốn giữ lâu tia nhìn như một sự thách thức ấy, hắn cúi mặt xuống im lặng:

- Không biết có nên kể với ông về cuộc sống tôi, cuộc sống dưới mắt ông sẽ bẩn thỉu biết chừng nào.

Người tù đưa một bàn tay lên ngăn người đàn bà lại. Hắn cảm thấy lao đao, hắn đã hiểu hết tất cả nỗi bất hạnh của nàng.

- Xin lỗi bà, tôi đã lỡ nhắc đến một điều không vui. Có lẽ chúng ta nên quên đi những gì đã xảy ra không bởi sự chấp nhận của chính lương tri mình.

Nỗi buồn vẫn còn nguyên trong đôi mắt người đàn bà. Người tù biết những điều hắn nói ra vừa rồi cho có nói vậy thôi, thật ra nó chẳng san sẻ được gì giúp nàng và cho cả chính hắn. Hắn cúi xuống nhìn màu áo buồn thảm đang mặc.

- Bà có tự hỏi tại sao tôi không lợi dụng lúc này để vượt ngục?

Người đàn bà cũng nhìn tấm áo trên người hắn.

- Tôi đã tự hỏi như thế rồi đấy. Cái gì đã giữ ông lại?

Người tù gõ tay vu vơ xuống mặt bàn. Một lúc hắn nói chậm rãi:

- Tôi cũng không biết nữa. Nhưng tôi tự hỏi cho vui vậy thôi, chứ tôi vẫn luôn luôn nghĩ tôi phải quay trở lại đó, và có thể chờ đợi đến cái ngày trao trả… Ngày đó ra sao nhỉ? Ngày đó tôi sẽ ra sao nhỉ?

Người tù thì thầm như nói cho mỗi mình nghe. Người đàn bà thắc mắc:

- Thế ông vẫn chưa tưởng ra nỗi cảm xúc của ông sẽ ra sao vào ngày trọng đại ấy?

Người tù không trả lời người đàn bà. Hắn chưa nghĩ tới ngày đó. Hắn không biết ngày đó có cho hắn cảm xúc ngây ngất, có cho hắn thứ hạnh phúc ngợp ngàng như hắn đã có trong đêm nay, khi với hai bàn chân trần dầm lên mặt cát ướt, khi với buồng phổi khô hít đã không khí tự do không hận thù của đại dương. Hắn không biết ngày đó giữa con người và con người có còn nhìn nhau bằng tâm hồn phẳng phiu, không nghi ngại, không đề phòng, như của một con điếm và tên tù binh đối nghịch đang có đêm nay trên bờ biển này?

- Tôi thường nghĩ tù binh là những kẻ may mắn nhất trong mọi cuộc chiến tranh…

Người đàn bà cắt ngang ý nghĩ của hắn. Đó có phải là một câu an ủi?

- Xin cám ơn bà. Xin cám ơn bà về điều đó, và cũng xin cám ơn bà về sự gặp gỡ mà bà đã cho tôi đêm nay.

Người đàn bà im lặng một lúc, rồi chỉ tay về phía trại giam, nơi có một khoảng sáng mờ trong sương.

- Ông sắp phải đi về phía đó? Chắc chắn không thay đổi ý…?

Người tù gật đầu.

- Tôi sẽ tiễn chân ông một quãng.

Người tù ngồi im, hắn không phản đối. Người đàn bà từng có một đứa con lai với người ngoại quốc vốn là thù nghịch của hắn, sắp đi bên cạnh hắn trên một quãng đường. Người tù cảm thấy chua xót trước sự bình yên của thực tế.

Người đàn bà trả tiền. Hắn nhìn cử chỉ đó mà cảm động mềm lòng. Cử chỉ xa xưa nào của người chị, người mẹ mà từ lâu lắm rồi hắn không có được. Người đàn bà đứng dậy. Người tù cũng chậm chạp đứng lên theo.

Khi họ bước xuống bờ cát ướt, người tù thấy người đàn bà ngừng lại tháo giày ra cầm trên tay. Nàng bước thật chậm rãi. Người tù nhìn hai bàn chân trắng ngần của nàng trên mặt cát, nghĩ đến ít phút nữa đây nàng sẽ quay về một mình trên bãi biển hoang vắng.

Lữ Quỳnh

Dọn Nhà, Dọn Lòng

HOÀNG QUÂN

Chị rời Việt Nam khi tuổi vừa ngoài đôi mươi. Trong chuyến dọn nhà vượt đại lục gần mười ngàn cây số, hành trang của gia đình chị lỏng chỏng mấy cuốn *Album*, một số sách vở, vài món quà mỹ nghệ, dăm ba chiếc áo dài, hai cây đàn *guitar* chung của mấy chị em và cây đàn tranh của chị. Sau mười ngày ở trại chuyển tiếp, gia đình chị dọn về nhà riêng. Mấy tháng sau, chị xuôi nam theo khóa học Đức ngữ, ở một thành phố nhỏ có con sông hiền hòa chảy ngang. Hết khóa Đức ngữ, chị ngược lên miền bắc, ở ký túc xá, làm học trò trung học. Rồi chị về miền trung, vui vầy đèn sách đại học Frankfurt. Cứ vậy, chị tung hoành, ngang dọc khắp nước Đức. Hơn ba mươi năm ở nơi gọi là quê hương thứ hai này, số lần dọn nhà của chị đã lên đến gần chục rưỡi. Tính chị ưa đầu cơ tích trữ những mặt hàng mua không ai bán, mà cho chẳng ai lấy. Mỗi trạm dừng, chị gom đây một chút, nhặt kia một tí. Cho nên, kiến tha lâu, đầy tràn tổ. Bởi thế, mỗi lần chị dọn nhà là lỉnh cà, lỉnh kỉnh, túi này, thùng nọ. "Kho báu" của chị ngồn ngộn những sách vở, báo chí. Những hộp xếp đầy thư từ, thiệp tết, thiệp sinh nhật, bưu thiếp du lịch, các tập thơ, tập nhạc chép tay. Những sản phẩm thủ công chị tỉ mỉ làm lấy hoặc quà của người khác. Món nào chị cũng thương, cũng nâng niu. Bên giường ngủ, chị trưng chiếc giỏ tre, trong đó quây quần mấy con thú nhồi bông be bé. Con Monchichi mặt mày láu lỉnh, chị mua con khỉ bé tẹo ở chợ trời lúc mới qua Đức. Con chuột màu vàng, chị làm quà cho chồng đã lâu. Chị quý nhất con hải cẩu len màu đen và con voi nỉ màu xám, những "tác phẩm nghệ thuật" của đứa con, khi thằng bé ở tiểu học. Lâu lâu, chồng chị khuân "sở thú" ra ban-công, lấy chổi lông gà đập nhè nhẹ. Nhìn lớp bụi mỏng bay vòng vòng, anh nói bâng quơ:

- Mấy thứ bụi này mới gây bịnh dữ a. Toàn là *Bakterien*, vi trùng tròng không hà.

Chị vội vàng binh vực "sở thú":

- Chút xíu bụi đâu sao anh! Cơ thể mình phải tập quen chút bụi bẩn. Chớ lúc nào cũng sạch bóng, hệ thống "phòng thủ" của mình sẽ yếu dần đi.

Năm cuối tiểu học, đứa con tập cưa gỗ, làm con chim đại bàng. Có hai sợi dây cột vào cánh, giựt sợi dây, hai cánh chim phe phẩy như thể chim đang bay. Thằng bé hớn hở tặng Ba Mẹ món quà nó rất ưng ý. Hai vợ chồng trầm trồ, con mình khéo tay quá chừng. Chị treo con chim bên cửa sổ của phòng con. Bạn bè đến chơi, chị hãnh diện khoe tác phẩm của quý tử. Khi đứa con vào đại học, sống xa nhà, vợ chồng chị dùng phòng con như phòng làm việc, để hẳn hai cái *computer* trong phòng. Nhưng chị không thay đổi trang trí. Con đại bàng vẫn bên cạnh cửa sổ. Lần nọ, trở về sau chuyến đi làm xa, chị vào phòng làm việc, thấy cửa sổ văng vắng, thiêu thiếu cái gì. Giây sau, chị hiểu ra, con chim gỗ đã "bay" đi chỗ khác. Chị hốt hoảng, hỏi chồng. Anh thản nhiên:

- Bụi bặm năm bảy lớp, thấy ghê quá. Anh lau sạch sẽ, cất dưới nhà kho rồi.

Chị không dám xuống nhà kho tìm. Sợ tìm không ra, mình sẽ buồn, sẽ cằn nhằn. Rồi không khí sẽ nặng nề. Chị nghĩ, tốt hơn, cứ hy vọng, con chim gỗ vẫn đâu đó trong những thùng, những tủ dưới hầm.

oOo

Chị biết "chân tài" của mình, ca không hay, đàn nghe cũng dở. Thế mà, chị lại rất mê nhạc cụ. Chị sắm nhiều loại nhạc cụ, mặc dầu chị chỉ biết chơi mỗi đàn tây ban cầm. Số chị được bay nhảy nhiều nơi. Đi làm ở đâu, nhất là các nước châu Á, châu Phi, có giờ rảnh, chị nhờ đồng nghiệp sở tại dắt đi dạo lòng vòng thành phố, tìm những món quà lưu niệm, thường là các nhạc cụ: ống sáo tre gỗ, trống, lục lạc, đàn bầu... Nhiều lần, anh đùa: "Nếu em cứ đà thu gom quà lưu niệm sau mỗi chuyến công tác, có lúc em phải quyết định, hoặc là em, hoặc là quà phải ở ngoài cửa, vì nhà đã hết chỗ."

Đi làm ở Việt Nam, chị thấy đàn T'rưng, loại nhạc cụ gõ phổ biến của người dân tộc ở vùng Tây Nguyên. Chị định mua, nhưng loay hoay nhiều việc, quên khuấy. Một người bạn đồng nghiệp nghỉ phép, du lịch đến Việt Nam. Hỏi chị thích quà gì từ quê nhà không. Chị tình thật, bảo thích đàn T'rưng. Chị nghĩ đến cái đàn nhỏ cho trẻ con để trang trí trên bàn. Chị dò tìm trong *internet*, chỉ cho người bạn hình của đàn. Người bạn dành cho chị ngạc nhiên lớn. Anh ta đem giao món quà, không phải là hộp nho nhỏ bằng tập vở mà là một thùng giấy bìa to tướng. Chị băn khoăn, e là anh ta không hiểu ý, mua nhầm món khác. Khi mở quà, mới hay, đấy là đàn T'rưng thật, cao cả mét. Chị khệ nệ ôm gói quà về nhà, ríu rít kể chuyện. Thấy chị hí hửng, anh vui lây. Hai vợ chồng tíu tít xem tờ chỉ dẫn, phụ nhau ráp đàn. Nhìn quanh nhà cân nhắc, chỉ còn một góc trong phòng làm việc là "đắc địa". Đúng ra, theo truyền thống, đàn chỉ được chơi trên nương rẫy, kiêng cữ đánh trong nhà. Ôi, nhưng đó là chuyện hồi xửa, hồi xưa. Lâu lâu chị đứng trước đàn, dùng hai cây dùi tre gõ tong tong *Kìa con bướm vàng, xòe đôi cánh* hoặc *Trông kìa con voi, nó đứng rung rinh*... Chị vui, vui quá thể. Nhà chị thuộc loại be bé, xinh xinh. Cho nên, cây đàn có vẻ bị dồn ép, khép nép nơi góc phòng. Chị nghĩ, nếu đàn hiểu, chị sẽ nói thế này: "Nhà ta chật, nhưng lòng ta rộng. Đàn đừng hờn trách ta nhé." Đôi lúc, đi ngang vướng phải đàn, anh bực bội: "Đồ đạc tùm lum, tà la."

Về nhà, sau một tuần đi công tác, lòng chị rộn lên niềm vui. Ê a câu hát chợt đến trong đầu... *Another airplane/ another sunny place/I'm lucky I know but I wanna go home* chị quên đi nỗi nhọc mệt của chuyến bay dài hơn 10 tiếng đồng hồ. Chị kéo va-li vào phòng. Ủa, hình như phòng rộng ra thì phải. Ô, cây đàn T'rưng! Góc phòng trống trơn. Chị muốn chạy đến trước mặt anh, gào thật to: "Tại sao? Tại sao?" Nhưng tiếng nói thầm, đầy thất vọng vang lên trong trí chị: "Chẳng ích gì! Cây đàn giờ đã nằm rúm ró đâu đó trong thùng rác rồi." Chị ngồi phịch xuống ghế, nhìn chằm chằm vào góc phòng. Cơn buồn giận kéo đến, người chị rũ ra. Không lẽ chị tìm gặp sếp, cho biết, mình không muốn đi làm xa nhà, vì sợ trong thời gian vắng mặt, chồng vứt bỏ đồ đạc của mình.

oOo

Số của chị "đỏ bạc" lắm. Chị tự nguyện xin đổi việc, chứ chủ hãng có năn nỉ, cầu cạnh chị đầu quân vào hãng của họ đâu. Thế mà, trước khi vợ chồng chị dọn nhà xuyên tiểu bang từ München đi Berlin, phòng nhân sự gởi cho chị lá thư ngăn ngắn, báo tin, cho mấy ngàn EUR, gọi là phụ giúp trang trải chi phí dọn nhà. Anh bàn: "Đồ đạc mình ít, anh tự dọn, tiết kiệm được nhiều. Dư tiền ra, để lo việc khác. Bàn, ghế, tủ, máy giặt, nhà bếp, tất tất đều để lại cho người ta. Mình chỉ cần xe vận tải nhỏ, là được."

Mấy chục năm trước, khi chị rời Việt Nam, đám bạn nghèo của chị, vay mượn làng trên, xóm dưới, đủ tiền tương đương với hai chỉ vàng, mua tặng chị cây đàn tranh, gởi gắm chút tình Việt, mong ấm lòng chị ở trời Âu. Chị không biết chơi đàn tranh và ý định tập đàn tranh hãy còn mơ hồ lắm. Nhưng ở đâu, bất kể nhà mướn hay nhà mua, chị trân trọng treo đàn tranh bên cạnh những nhạc cụ khác. Mỗi lần vô nhà mới, chị quan sát mấy vách tường, lựa chỗ đất lành cho... đàn đậu. Chị ơi ới, anh vui vẻ sẵn sàng búa đinh. Anh đùa, anh làm thiên lôi, sai đâu, đóng đó.

Chị đóng gói dọn nhà ra dáng chuyên nghiệp lắm. Chị lập bảng *excel*, ghi nội dung các thùng đồ đạc, đánh số rõ ràng. Đàn *guitar* chị đã cõng theo, khi đi xe lửa lên Berlin. Đàn tranh, chị bỏ vào thùng, dùng khăn chận các góc cho êm đàn, ghi số 1. Mấy chục thùng đồ chị ghi số, và dán tờ danh sách nội dung mỗi thùng. Rất tiện. Anh chỉ cần lo giải quyết kho hàng của anh. Anh gật gù. Vậy là tạm ổn. Bạn của anh sẽ phụ dọn nhà. Thời đại tân kỳ, anh quay phim diễn tiến công việc, quay hình chiếc xe anh mướn, đống đồ đạc đã được xếp gọn gàng trong xe. Chị yên tâm. Khi đồ đạc dọn vào nhà mới, chị thấy thiếu thùng số 1. Anh giảng giải:

- Còn dư vài món đồ, anh sợ nhét chật quá, đàn bị hư, bể. Anh gởi tạm nhà anh Khiêm.

Chị cảm kích:

- Anh Khiêm thiệt tốt bụng. Anh đã bỏ thì giờ phụ dọn nhà, lại còn chịu chứa giúp đồ đạc. Ít bữa thong thả, mình xuống München thăm anh ấy, rồi rước cây đàn về.

Chiều cuối tuần, chị gọi điện thoại hỏi thăm anh Khiêm, cám ơn anh giúp dọn nhà và cho gởi đồ đạc. Anh Khiêm vui vẻ:

- Sẵn dịp giúp anh chị dọn nhà, tui đi Berlin chơi một chuyến cho biết. Một công hai chuyện luôn. Chị đừng ngại.

- Dạ, anh còn chịu khó giữ giùm đàn tranh.

Anh Khiêm ngạc nhiên:

- Đàn tranh gì chị? Hôm chất đồ đạc, xe hết chỗ, anh Tư đưa tui cặp loa, nói, tui thích thì xài. Mà tui đâu có máy hát, nên không cần. Bữa nào anh chị về đây chơi, anh lấy lại dùng, chứ tui để không ở đây, cũng uổng.

Chị chưng hửng, chuyển đề tài, hỏi vu vơ vài câu về công ăn, việc làm của anh Khiêm. Mong có dịp ghé München thăm anh. Gác điện thoại, chị quay qua anh:

- Anh Khiêm không biết gì về đàn tranh cả anh à.

Mặt anh thoáng chút bối rối, rồi anh xẵng giọng:

- Đó là chuyện của mình. Tại sao lại kéo anh Khiêm vào đây!

Chị không giấu nỗi ngạc nhiên:

- Ủa, sao bữa trước anh nói là gởi đàn tranh nơi nhà anh Khiêm?

Anh như mất kiên nhẫn:

- Anh Khiêm đã trả lời không có, là không có. Sao em cứ thắc mắc hoài vậy? Chấm dứt *Thema* này được chưa?

Anh đùng đùng ra khỏi phòng. Chị ngồi lặng một hồi. Đàn tranh không thể bốc hơi biến mất. Nhưng nếu chị đem đề tài này ra "thảo luận" với anh lần nữa, chắc chắn lửa giận của anh sẽ bốc lên ngùn ngụt. Bạn bè chị bây giờ rất khá giả. Nếu chị ngỏ ý, các bạn dư sức mua vài cây đàn tranh tặng chị. Nhưng thôi, chị nên giữ cây đàn trong trí nhớ. Như vậy an toàn hơn.

oOo

Tốt nghiệp đại học, chị nhận việc làm mãi tận cực nam của nước Đức. Gia đình chị "dắt díu" hơn 500 cây số tìm đất sống. Chị xuống đi làm trước, chuẩn bị nơi ăn chốn ở cho vợ chồng con. Vì đang giữa niên học, anh ở lại chờ đứa con xong lớp Một. Chị đáp xe lửa, đi đi, về về mỗi tuần. Sáu tháng sau, gia đình chị mới thực sự dọn hẳn đến München. Chủ hãng của chị, một ngân hàng có hạng của nước Đức, rất phóng khoáng, hào hiệp với nhân viên. Ngân hàng bảo chị kêu thợ chuyên nghiệp đến dọn nhà, hãng thanh toán toàn bộ chi phí. Hai vợ chồng chị là hàn nho bao nhiêu năm. Đồ đạc chẳng có gì ngoài dàn máy hát *cassette*, cái ti-vi của anh, những thùng tranh ảnh, đồ đạc trang trí, những thùng sách của chị, những thùng đồ chơi của đứa con, và một số va-li áo quần. Bàn ghế giường tủ lọc cọc, cũ kỹ. Cho, chả ai thèm rớ. Sẵn dịp dọn nhà, vứt luôn. Mặc dầu vậy, hãng dọn nhà "đánh hơi" mối sộp. Họ phái chiếc xe vận tải to tướng và bốn ông vai u thịt bắp đến. Tưởng là dọn đồ đạc của *vi-la,* ai ngờ, chỉ gọn gàng mấy cái *va-li* và thùng giấy. Cuối tuần về thăm nhà, chị tự tay đóng gói các đồ đạc quý giá hay đúng hơn vô giá đối với chị. Thùng đựng các sản phẩm mỹ nghệ, chị ghi tiếng Đức thật to "*ZERBRECHLICH!*", dễ vỡ để thợ khuân vác nhẹ tay. Chị dán nhãn "QUAN TRỌNG" lên các thùng đựng hình ảnh, kẹp bìa giấy tờ hồ sơ, những cuốn "nhật ký đời tôi", thư từ của hai vợ chồng. Chị bàn với anh, những thùng này, anh xem như "vật bất ly thân", sẽ cho đi theo xe nhà. Anh trấn an chị, đây là công việc đầu tiên trong cuộc đời đi làm, chị nên toàn tâm, toàn trí "xây đắp sự nghiệp". Chuyện dọn nhà để anh lo liệu. Lúc ấy, giữa tuần, chị ở München. Bởi thế, chuyện hướng dẫn thợ chất đồ đạc lên xe, chị giao khoán cho chồng sắp xếp.

Mấy năm trời, từ lúc quen nhau, anh chị như Ngưu Lang, Chức Nữ. Anh ở với mẹ, chị ở nội trú đi học, cách nhau mấy trăm cây số. Đám cưới xong, chị trở về trường theo lớp 12, 13 cho xong trung học Đức. Những năm thập niên 80, gọi điện thoại rất đắt tiền, chỉ gọi, khi cần thiết, nói năng gọn lẹ như điện tín. Vài ba tuần, anh thu xếp thăm chị ở trường. Ngày nào chị cũng hí hoáy viết thư cho chồng. Chị túc tắc đi bộ ra bưu điện, gởi những lá thư nặng ký, những trang giấy kín mít chữ với chữ. Chị nhờ người sang cuốn *cassette* "*Những nhạc phẩm đoạt Giải Ca Khúc Âu Châu, Eurovision Song Contest trong thập niên 70*". Chị lộng tấm hình hai vợ chồng vào hộp *cassette,* nắn nót viết "*thiếp xa chàng hái dâu quên giỏ, chàng xa thiếp cắt cỏ quên liềm*" như tựa đề của cuốn băng nhạc. Chị muốn mượn đôi câu trong bài hát, thủ thỉ với anh:"*... Wishing-wells/ Wedding bells/ Early morning dew/ All kinds of everything remind me of you*". Chị ước chi có anh bên cạnh, chị sẽ thầm thì đủ để hai đứa nghe... *Summertime/ Wintertime/ Spring and autumn too/Seasons will never change/ The way that I love you.* Thỉnh thoảng anh viết đôi dòng gởi chị. Anh viết chữ đẹp, nét chữ đều đặn. Nhìn phong bì với nét chữ của anh viết tên mình, chị rộn ràng, sung sướng. Anh không chép thơ, không trích nhạc. Anh bắt đầu thư bằng "Em yêu", vắn tắt tường thuật những sinh hoạt quanh anh. Vậy đó, cũng đủ cho chị ra ngẩn, vào ngơ. Chị đọc đi, đọc lại lá thư, mỗi sáng trước khi đi học. Chị kẹp lá thư vào tập vở, giờ ra chơi đọc thêm lần nữa, trước khi chạy ào ra sân kháo chuyện với bạn bè. Tối ngủ, chị không chỉ có vài cuốn sách gối đầu giường, mà lá thư của anh cũng vừa tầm tay để chị đọc, trước khi tắt đèn ngủ. Khỏi phải độc thoại, chị mừng lắm, chứ đâu dám mơ ước anh sẽ viết nhiều thư.

Chị rời nhà trường, về nhà chồng, chấm dứt thời gian "*Quân tại Tương Giang đầu/ Thiếp tại Tương Giang vĩ*". Anh chất đầy mấy hộc tủ những xấp thư của chị gởi anh. Chị gom tất cả thư của anh, của chị, xếp ngay ngắn vào một thùng giấy. Lâu lâu, chị bê thùng thư để trên bàn học, nhẹ nhàng, chăm chút mở những tờ thư cũ say mê đọc. Ôi chao! Biết bao là thương yêu, nhung nhớ.

Toàn bộ tài sản của gia đình chị được chất ngay ngắn, khiêm tốn trong phòng khách nhà mới. Vợ chồng con cùng nhau xếp đặt tổ ấm. Anh loay hoay bắt ti-vi và máy hát. Đứa con lăng xăng bày biện những con khủng long lên kệ tủ. Phần chị, sau khi xếp áo quần vào tủ, đồ đạc nhà bếp yên vị đâu vào đó, chị bắt tay săm soi "tư trang" của mình, những thùng đồ đạc được "đặc quyền" đi theo chồng con trong xe nhà. Dọn dẹp tạm xong, chưa thấy thùng thư của hai vợ chồng. Chị nói với anh, để chị xuống xe đem lên. Anh bảo:

- Dưới xe không còn gì nữa. Anh đã khuân tất cả lên đây rồi.

Chị kỹ càng xem xét lại những thùng đồ đạc. Vẫn không tìm thấy. Chị quýnh quáng, gọi anh cùng lục tung các thùng, tìm lần nữa. Vẫn không có. Nước mắt chị bắt đầu rưng rưng:

- Anh coi có còn sót đâu dưới xe mình không?

Anh nóng nảy:

- Đã nói là không mà. Em muốn, thì cứ coi trong xe lần nữa đi.

Chị chạy vội xuống xe, hy vọng anh nhét thùng thư dưới ghế. Chị xem từng ngõ ngách của xe. Không còn gì cả. Như vậy thùng thư ở đâu? Trong đầu chị lùng bùng nhiều giả thuyết. Anh đã chở về nhà mới, lấy ra khỏi xe, nhưng quên mang vào nhà? Hàng xóm ngỡ rác, bỏ vào thùng chăng. Với chút hy vọng mong manh, chị vào khu chứa các *container* giấy cũ. Không thấy. Hay là anh để sót lại ở nhà cũ? Chị trở vào nhà. Anh vẫn đang bận rộn với máy móc. Chị cố giữ giọng tự nhiên:

- Anh à, em gọi ông chủ nhà cũ nhe. Nhờ ông coi giùm có sót thùng giấy đựng thư không.

Anh gạt phắt:

- Đừng gọi! Mất công. Trước khi giao trả chìa khóa cho ông, anh và ông đã đi khắp các phòng để ông kiểm soát. Nếu sót gì, hai người sẽ thấy chứ!

Chị nghèn nghẹn:

- Như vậy thì thùng thư mất đi đâu?

Anh chăm chú vào mớ dây điện, nói cho xong:

- Để ít bữa rảnh, anh tìm cho. Bây giờ mình còn bao nhiêu chuyện quan trọng phải làm.

Anh chẳng trông thấy chị nước mắt giọt ngắn, giọt dài, lặng lẽ ra khỏi phòng. "Ít bữa" anh nói đó chẳng bao giờ đến. Khối thư tình của đôi ta biệt tăm. Chị buồn ảo não, chị tiếc thẫn thờ. Tưởng tượng những tờ thư xanh, thư hồng, chạy thẳng vào máy nghiền để làm giấy tái sinh, chị thương, chị xót quá đỗi. Chị tỉ tê với nhỏ bạn thân:

- Mày coi đó, kho thư tình đó là chứng cớ hùng hồn rằng đã có một thời tao yêu anh ấy. Chứ không, nhiều khi tao có cảm tưởng... đi bên cạnh cuộc đời.

Nhỏ bạn bỗng dưng ra vẻ người lớn, dịu giọng khuyên nhủ:

- Thôi mày ơi. Đừng nói vậy, mà tan nát lòng nhau. Lúc dọn nhà, lu bu lắm mày à. Ổng không cố ý đâu.

Nhỏ bạn thở dài đánh sượt:

- Ui, phải chi ổng làm mất cái túi xách Gucci, Chanel gì đó. Ổng chỉ việc cong đuôi đi cày kiếm tiền đền.

Chị cắt ngang:

- Ơ cái con này. Đời tao có bao giờ sắm bao bì cục-chì, cục-sắt, hay sà-neo sà-niếc gì đâu.

Nhỏ bạn vội vàng:

- Tao biết, tao biết. Vì vậy mà khổ cho ổng. Mày quý những điều hổng ai thèm. Ngặt một nỗi, mấy thứ đó mua không được!

oOo

Năm, bảy năm nữa, chị sẽ về hưu, về vườn đuổi gà cho... mình. Công việc của chị bây giờ lui vào "hậu phương". Không còn những chuyến đi làm khắp năm châu bốn bể nữa. Sau nhiều năm tha phương cầu thực, chị dọn về một tỉnh nhỏ yên bình miền trung Đức. Nhà ở quê, chỗ chèn mênh mông. Chị tha hồ bày biện. Chị dành hẳn một phòng lớn trên lầu để trưng dọn gia sản của mình, vừa rộng rãi, vừa khỏi phiền hà chồng. Sách vở ngay hàng thẳng lối mấy kệ gỗ. Bầy thú xúm xít nhau trên các bệ cửa sổ. Đám nhạc cụ thoải mái chiếm góc phòng. Nhìn những món quà thủ công, chị nhớ con chim gỗ. Ngắm những nhạc cụ, chị tiếc cây đàn tranh, đàn T'rưng. Có khi giữa ngày, có lúc trong đêm, chị thương rưng rức những tờ thư đã mất. Những lá thư ấy, nếu còn đây, hẳn sẽ là trời xanh, mây hồng hâm ấm lại tình cảm của vợ chồng chị.

oOo

Chị gặp cô bạn hàng xóm đang lui cui khuân đồ đạc. Cô trỏ mấy bức tranh trong thùng xe:

- Dì tôi tặng tôi đó. Dì dọn vào nhà cho người cao niên *Seniorenresidenz*. Nhiều đồ đạc dì gắn bó lắm, mà đâu có đem theo hết được. Dì còn muốn tặng tôi cây đàn dương cầm. Tôi đành chịu. Nhà tôi chật chội quá rồi. Thật ra, nếu dì bán rẻ, có người mua ngay. Nhưng dì thương đàn quá. Dì hy vọng, cho tôi, dì còn cơ hội được thấy đàn.

Cô chép miệng:

- Tội nghiệp dì. Dì nhờ tôi giúp giải quyết toàn bộ đồ đạc trong nhà dì. Nhiều việc lắm, chứ không đơn giản đâu. Tôi lo chuyện này cho dì, cũng là dịp tôi chuẩn bị cho mình mai kia. *Nicht wahr?* Phải vậy không?

Chị gật đầu:

- Chính xác. Tôi hoàn toàn đồng ý.

Chị biết, không phải chị nói vuốt đuôi, cho qua chuyện với cô bạn hàng xóm. Mà đấy là câu trả lời thực lòng của chị. Chị tưởng tượng tình cảnh của mình hai mươi năm tới. Giải quyết mớ tài sản lằng nhằng của chị quả là thiên nan, vạn nan chứ chẳng chơi.

Ô, phải rồi. Những lần dọn nhà, vô tình, chồng chị đã giúp chị từng bước, buông bỏ những đồ vật mình yêu thích. Mai kia, khi dọn vào nhà cao niên, chị đỡ phải bận tâm. Dọn nhà, dọn lòng gọn ghẽ, coi vậy, mà được việc quá chừng!

Hoàng Quân

Tháng Chín 2020

Karaoke

SONG THAO

"Karaoke" là tiếng Việt, có nghĩa là cứ "ca ra là OK". Vậy là dân ta thoải mái ca ra, dù nhiều khi chẳng OK chút nào. Trong mùa dịch cô Vi này, người người ở nhà, thiếu thú vui giải trí, người ta đâm ra thích "ca ra OK". Tại Việt Nam, *karaoke* đã trở thành đại nạn, không biết có trầm trọng hơn dịch bệnh không, nhưng đủ để dân chúng la làng. Người ta hát thoải mái bất kể giờ giấc, nửa đêm vẫn cứ đua nhau gào làm náo động khu phố. Tôi đọc được trên Facebook lời than của một bạn ở Sài Gòn: "Nó hát ngày, hát đêm, hát thêm Chủ Nhật, hát tràn cung mây, hát không cho ai ngủ. Nó chuyển sang "Vùng Lá Me Bay" mà giọng lúc thì ồm ồm, lúc thì rít sần sật lên như thế thì lá bay sao được, bay kiểu gì mà từ trưa tới tối vẫn chẳng hết lá!".

Ngoài nước, phong trào *karaoke* của người Việt hải ngoại rộ lên vào thập niên 1990 của thế kỷ trước. Hầu như nhà nào cũng có dàn máy. Có từ hai người trở lên là có thể gân cổ lên được rồi. Nhưng hát như vậy uổng. Giọng vàng phải được nhiều người thưởng thức. Vậy là chia tua nhau, mỗi cuối tuần tới một nơi, ăn uống rồi *karaoke*. Càng đông càng hào hứng. Tự nhiên có nhiều người bỗng khám phá ra mình có tài ca hát. Tôi không có tài gân cổ nhưng vẫn không thoát được *karaoke*. Một lần, một anh bạn xưa từ Mỹ qua chơi, mời tôi tới nhà người em gặp gỡ một tối. Bắt buộc phải tới. Bạn cũ rích cũ rang từ thời thư sinh được coi như rượu lâu năm, càng ...già càng quý. Dưới *sous-sol* tập họp khoảng dăm chục người. Tới giờ hát mới thấy hầu hết những người có mặt đều là ca sĩ. Số người không biết hát hỏng chi như tôi chỉ dăm người. Vậy là màn giới thiệu mở đầu chương trình chỉ giới thiệu dăm vị khán giả. Các ca sĩ ngồi vỗ tay. Họ quý khán giả vì ít khi có người tới không hát mà chịu khó ngồi nghe. Nghe được vài bài, tôi khều anh bạn chầu ra ngoài quán cà phê. Tự nghĩ mình có tội tình chi đâu mà phải chịu cực hình!

Thực ra *karaoke* là tiếng Nhật. Vì có sự trùng âm lại na ná có ý nghĩa theo tiếng Việt nên tôi "phán" là tiếng Việt cho vui. Phải trả lại người Nhật ngôn ngữ của họ. Tiếng Nhật, *kara* có nghĩa là "không", *oke* là "dàn nhạc". *Karaoke* là hát không cần dàn nhạc. Người bắt cả thế giới ngoác miệng ra là ông Daisuke Inoue. Năm nay ông đúng 80 tuổi, đang sống tại Nishinomiya, phía đông thành phố Osaka, cùng vợ, một cô con gái, ba đứa cháu ngoại và bảy con chó. Ông nguyên là một tay trống trong các ban nhạc. Một bữa kia, một ông chủ tịch của một công ty nhỏ tới gặp ông. Công ty của ông sắp tổ chức một hội nghị khách hàng và chắc chắn ông phải lên sân khấu trình diễn một cái chi. Ông dự định sẽ lên hát. Ông nhờ ông Inoue thu sẵn nhạc đệm vài bài hát ông yêu thích để ông tập ở nhà và lên trình diễn. Màn trình diễn của ông chủ tịch này thành công ngoài sự mong đợi. Từ việc này, ông Inoue nghĩ ra việc chế tạo một chiếc máy phát ra nhạc để người ta hát theo. Chiếc máy đầu tiên ông hoàn thành rất đơn giản. Ông thu sẵn phần nhạc, kết nối với một chiếc *micro*, loa và bộ khuếch đại âm thanh. Ông tìm các linh kiện điện tử tại cửa hàng của một người bạn. Khách dùng chỉ việc bỏ tiền vào máy, chọn bài nhạc mình ưa thích và hát. Chiếc máy đầu tiên ông hoàn thành vào năm 1971, có tên là Juke 8. Giá khoảng 425 đô Mỹ. Ông chế ra được mười máy, để tại các quán rượu. Chẳng ma nào thèm mó tới. Ế sưng ế sỉa!

Máy hát karaoke đầu tiên Juke 8.

Ông suy nghĩ và thuê một cô gái duyên dáng đẹp đẽ tới từng quán rượu hát thử mỗi nơi vài bài. Trò quảng cáo của ông có ép-phê liền. Người ta đua nhau hát thử. Và nghiện! Không ai muốn rời khỏi chiếc *micro*. Chuyện chi cũng phải có mỹ nhân mới ra trò! Cuối năm đó, đã có trên hai trăm quán tại Kobe đặt máy *karaoke*. Hai quán rượu còn mở thêm chi nhánh tại Osaka, đặt máy Juke 8. Kobe là thành phố nhỏ, chỉ nổi danh với món thịt bò, ít người biết tới. Osaka là...kinh đô, to đùng, tấp nập dân chơi. Vậy là chẳng bao lâu sau, toàn thể nước Nhật inh ỏi hát *karaoke*. Tổng số máy ông Inoue sản xuất ra trong một năm là 25 ngàn chiếc! Chỉ trong vòng hai năm, công ty của Inoue đã có doanh thu lên tới 100 triệu đô Mỹ mỗi năm. Số tiền này có thể lên cao hơn nhiều nếu ông nạp bản quyền phát minh. Người ta tính ra là nếu ông giữ bản quyền thì mỗi năm ông ngồi không hưởng số tiền 100 triệu như chơi. Tại sao ông không nạp bản quyền phát minh, ông trả lời báo Post trong dịp kỷ niệm 50 năm ngày máy *karaoke* ra đời: "Khi ấy tôi tưởng là bằng sáng chế chỉ dành cho những phát minh vĩ đại biến điều không thể thành có thể. Chiếc máy *karaoke* của tôi chỉ là tập hợp một số linh kiện điện tử sẵn có. Vì thế tôi chưa bao giờ nghĩ đó là một phát minh thực sự". Nhưng ông không tiếc. Ông nghĩ rằng nếu chiếc máy Juke 8 của ông được cấp bằng sáng chế, *karaoke* sẽ không được phổ biến như hiện nay. Ông tự mãn: "Ca hát là đam mê của phần lớn con người. Tôi tin rằng *karaoke* đã cho họ cơ hội được tự mình trở thành ngôi sao. Đó là những gì tôi nghĩ khi thấy mọi người ca hát".

Ông Daisuke Inoue.

Ông Inoue nghĩ không sai. Phát minh của ông đã làm thay đổi cả nền âm nhạc thế giới. Những gì ông được hưởng về tinh thần lớn hơn số tiền bạc triệu trong túi. Năm 1999, tạp chí Time đã vinh danh ông là "một trong 20 nhân vật Châu Á của thế kỷ 20". Tên ông đứng chung với tên của "thánh" Mahatma Gandhi! Năm 2004, Đại Học Harvard đã trao cho ông giải Ig Nobel vì "phát minh ra *karaoke* và tạo ra một phương pháp mới giúp con người học cách bao dung với nhau".

Thị trường *karaoke* trên thế giới ngày nay được đánh giá là 10 tỷ đô! Những nước Á châu như Trung Quốc, Đài Loan, Thái, Việt Nam tưng bừng hát. Không chỉ thu hẹp tại các nước láng giềng, *karaoke* bay tứ tung. Trong bài viết vào ngày 10/1/2020, *"Karaoke - A Global Fusion Culture",* ký giả Zoe Lin đã tán tụng *karaoke* như sau: "Dân chúng từ Paris tới Toronto, từ Iceland tới Brazil, đều mê mệt *karaoke*. Những năm đầu thế kỷ 21 này, máy hát *karaoke* là thứ quà tặng nóng nhất; các cửa hàng luôn hết máy. Hiện tượng *karaoke* tràn qua nhiều nơi, trên nhiều bình diện; quan trọng nhất là trên các phương tiện truyền thông khác nhau. Năm 2003, một cuộc tranh tài quốc tế *karaoke* được tổ chức ở Phần Lan với sự tham dự của 30 quốc gia. Không còn nghi ngờ chi khi nói *karaoke* là nhịp cầu văn hóa dung hợp toàn cầu; nó được nhắc nhở liên tục trên phim ảnh, sân khấu và sách báo".

Phần Lan có khoảng 10% dân số hát *karaoke*. Michael Yelvington, Giám Đốc Thương Vụ Quốc Tế của Singa, một công ty phần mềm tại Helsinki, cho biết: "Phần Lan là một quốc gia độc đáo. Dân số chỉ có 5 triệu rưỡi người nhưng đó là nơi số một của *karaoke* bên ngoài châu Á. Có nhiều nơi hát karaoke như nhà hàng, quán rượu, nếu theo tỷ lệ dân số thì nhiều hơn bất cứ nơi nào khác trên thế giới. Họ điên cuồng vì *karaoke*!". Ngày 26/5/2011, Phần Lan đã giữ kỷ lục thế giới Guinness về số người cùng hát *karaoke* một lần với con số lên tới trên 80 ngàn người gân cổ. Biến cố này xảy ra tại thủ đô Helsinki. Bài hát bữa đó là bài "*Hard Rock Hallelujah*".

Nhiều người cho rằng chính vì ý tưởng mang tới những niềm vui hòa đồng như kiểu phổ biến *karaoke* ở mọi nơi mọi lúc mà Phần Lan đã được bầu là quốc gia hạnh phúc nhất thế giới. Không phải một lần mà nhiều lần. Năm nay, 2020, Phần Lan lại được Liên Hiệp Quốc xếp hạng số dách, nằm trên Đan Mạch và Thụy Sĩ. Kết quả được đánh giá trên các mặt sản lượng quốc gia, hỗ trợ xã hội, tuổi thọ khỏe mạnh, tự do chọn lựa lối sống, quảng đại, ít tham nhũng. Mỹ đứng hạng 18. Vậy là Phần Lan giữ ngôi vị đầu trong ba năm liền, từ 2018 đến 2020. Tôi muốn lui lại một chút: năm 2019, Canada chúng tôi đứng hạng 9, sau các nước Đan Mạch, Na Uy, Iceland, Hòa Lan, Thụy Sĩ, Thụy Điển, Tân Tây Lan và Áo.

Tôi có anh bạn văn Nguyễn Bá Trạc, trước sống ở San Jose, nay đã dời qua định cư vĩnh viễn ở Turku, Phần Lan. Nói là bạn nhưng chỉ biết nhau qua văn đàn, chưa bao giờ gặp nhau, dù tôi vẫn thường lui tới San Jose gặp Nguyễn Xuân Hoàng và Lê Hân. Trên Facebook những ngày gần đây, anh Trạc cho coi những tấm hình chụp khung cảnh thanh bình nơi anh đang sống. Cây rừng, chim trời, cá nước, tấm hình nào cũng toát ra vẻ thanh bình êm ả. Tôi coi hình thích quá, *comment* và được anh rủ qua chơi. Muốn bay lắm nhưng cô Vi giơ nanh vuốt ra dọa teo vòi luôn. Mợ này chẳng muốn thanh bình chút nào! Ông tác giả cuốn "Người Di Cư Nhức Đầu Vừa Phải" nay đã tìm được chốn thanh bình nhất thế giới, bệnh nhức đầu chắc đã thối lui!

Trở lại quê hương của *karaoke*, tôi được đọc một bài viết của Nguyễn Loan, một người Việt sống ở Nhật, về chuyện hát *karaoke* nơi đất tổ của món giải trí vang danh này. Có vài điểm lạ. Các tiệm *karaoke* ở Nhật đều mở cửa suốt đêm, tới 6 giờ sáng mới phẹc-mê bu -tích. Chơi bạo như vậy là do thực tế xã hội Nhật. Dân Nhật là dân làm việc tới… bơ phờ. Họ thiếu ngủ triền miên. Trên những chuyến tàu về nhà, họ ngồi ngủ như chết. Làm việc nhiều mà nhà lại ở xa sở làm. Nhiều người ngủ qua đêm ngay trên tàu để sáng hôm sau cày tiếp. Có người lỡ chuyến tàu cuối về nhà nhưng không muốn ngủ vạ vật trên tàu, họ thuê phòng trọ qua đêm. Giá phòng trọ đắt hơn giá thuê phòng *karaoke* nên họ thuê để vừa hát vừa ngủ.

Nhật còn có các tiệm *karaoke* hát một mình, tiếng Nhật gọi là *Hito-kara*. Nghe đã thấy nản nhưng dân Nhật coi như chuyện thường. Một mình một *micro*, tha hồ rên rỉ, chẳng phiền tới ai. Nếu muốn còn có thể thu âm giọng ca…vàng của mình mang về làm kỷ niệm. Một biến thể của *Hito-kara* là những hộp hát *karaoke* trong các *shopping center* hay các siêu thị. Nhìn chúng giống như những phòng điện thoại công cộng. Bỏ tiền vào hộp, tha hồ rống, máy sẽ tự động quay phim mang về lấy le với bà con. Nếu thấy hát trong một không gian tĩnh như vậy chưa đủ phê, người ta có thể thuê *taxi karaoke*. Vừa di chuyển vừa hát. Trong xe có đủ bộ sậu. Tôi thấy chuyện này khá bất công. Khách hàng đã phải trả tiền *taxi* lại còn phải hát giúp vui cho tài xế, không được. Muốn được thì lại phải qua Phần Lan.

Hộp hát karaoke tại Nhật.

Tại Turku, nơi ông Nguyễn Bá Trạc đang an hưởng tuổi già, có dịch vụ trả tiền thuê xe bằng hát *karaoke*. Đó là loại xe *taxi* không có tài xế mang tên *Fortum Singalong Shuttle* do công ty năng lượng sạch Fortum điều hành. Tôi phải ghi nhớ cái tên này để lỡ có qua thăm ông bạn văn thì biết cách mà hưởng. Chỉ sợ tiếng hát của mình sẽ làm vỡ một dịch vụ dễ mến! Nếu vậy thì uổng cho mọi người. Vì xe họ dùng toàn là xe điện BMW! Loại thuê xe xịn trả tiền bằng cách cong người lên hát được ra mắt tại nhạc hội Ruisrock vào tháng 7/2018. Khách thuê xe vừa làm tài xế vừa cùng mọi người trong xe gân cổ. Nếu ngưng tiếng hát thì xe cũng ngưng chạy. Trên xe có màn hình cho khách chọn bài hát. Giám Đốc của Fortum, ông Jussi Malkia, giải thích: "Với *singalong shuttle*, chúng tôi muốn cho mọi người thấy một cách vui vẻ, thoải mái và dễ dàng như thế nào khi lái một chiếc xe điện". Sau thời gian nhạc hội, dịch vụ này vẫn tiếp diễn liên tục trong những ngày cuối tuần.

Xe điện BMW hát karaoke tại Phần Lan.

Hãng tin Independent cho biết dịch vụ *taxi* này có mục đích khuyến khích khách hàng tham gia nhiều hơn vào các hoạt động "vì một thế giới sạch cho tương lai". Công ty Fortum đã vin vào sự nồng nhiệt của dân Phần Lan vào *karaoke* để thực hiện loại *taxi* này. Chuyện gì chứ chuyện mê *karaoke*, dân Phần Lan là số dách. Năm 2016, đất nước này đã thành lập một thư viện *karaoke,* nằm trong hệ thống thư viện Tikkurila, ở thành phố Vantaa. Tại đây, mọi người có thể vào những hộp *karaoke* hát hò thả cửa. Ngoài ra, thư viện còn tổ chức các khóa học tâm lý cho người lớn, hướng dẫn họ cách xả *stress* khi cầm chiếc *micro* trong tay.

Hát *karaoke* trong xe *taxi* đã là một cuộc chu du đầy hứng thú, nhưng những ai có tham vọng cao hơn có thể hát *karaoke* trên trời! Trong khu vui chơi Tokyo Dome City của Nhật có một chiếc vòng quay cao nhất thế giới. Đó là vòng quay *Ferris Big-O,* có đường kính 60 thước, được sách kỷ lục Guinness công nhận vào năm 2006 là bánh xe quay cao nhất thế giới. Bánh xe có tất cả 40 *cabin*, trong đó có 8 *cabin* có dịch vụ hát *karaoke*. Trong suốt 15 phút của chuyến...bay, khách có thể ca hát inh ỏi trong *cabin* với những bài hát phổ thông nổi tiếng trên thế giới như *"Let It Go"* hoặc *"Beauty and the Beast"*. Tổng số có 50 bài. Giá mỗi *cabin karaoke* rẻ òm. Chỉ khoảng hơn 7 đô Mỹ. Mỗi *cabin* có thể chứa được bốn nhân mạng.

Bánh xe Ferris Big-O có hát karaoke.

Hát trong hộp karaoke, trong *taxi karaoke* hay trong *cabin* trên trời, hay dở chỉ mình mình biết, mình mình hay. Những thứ độc đáo này là hàng hiếm. Phải qua Nhật hoặc Phần Lan mới được hưởng. Không muốn chi tiền máy bay hoặc không đủ khả năng mua vé máy bay, chúng ta vẫn cứ rống *karaoke* trước lỗ tai của mọi người. Dù biết rằng hát hay không bằng hay hát nhưng quả thật nhiều người trong chúng ta rất rộng lượng với tiếng hát của mình. Đã ai cầm *micro* mà lại nhún nhường cho là mình hát không hay. Vậy nên chúng ta nhiệt tình phổ biến văn hóa ngày đêm làm phiền hàng xóm chung quanh. Ông người Nhật Inoue đã phát minh ra chiếc máy khiến điếc tai hàng xóm thì một ông cũng người Nhật khác, ông Seiji Nakazawa, sáng chế ra một dụng cụ cứu tai hàng xóm. Trong những ngày nằm nhà buồn bã vì đại dịch, Seiji cũng muốn hát cho lên tinh thần. Nhưng nhà ở Nhật thường liền kề nhau, vách bằng ván hoặc giấy, cất tiếng hát thì hàng xóm phải làm thính giả bất đắc dĩ. Không muốn làm phiền người bên cạnh, ông sáng chế ra một thiết bị mà ông đặt tên là *Hitori de Karaoke DX*. Muốn cho dễ đọc ông chơi thêm tên tiếng Anh: *One-Person Karaoke Deluxe.* Thiết bị này trông giống như một chiếc ly có *micro* ở trong. Khi hát thì bịt chiếc ly vô miệng. Trong…ly có một lớp bọt cách âm hạn chế âm thanh thoát ra ngoài. Kết nối với một bộ nghe bịt vô tai, người ta tha hồ hát mà chỉ mình mình nghe, hàng xóm vẫn bình an thoải mái. Theo ông Seiji thì *One-Person Karaoke Deluxe* hiện có bán trên Amazon với giá 73 đô!

Hát karaoke với thiết bị "One-Person Karaoke Deluxe".

Tôi không dám khuyên mua vì sợ dân *karaoke* mắng không cho họ phổ biến tiếng hát vượt… không gian mà họ tự mến mộ. Hơi đâu vác vạ vào thân!

Song Thao
10/2020

tạ ơn, người tạ Chúa Trời
người tạ Tiên, Phật, khắp nơi Thánh, Thần
tôi vô phép tạ bản thân
đã giữ mạng sống đến gần tám mươi
đương nhiên được phép Đất Trời
có cả Tiên, Phật khắp nơi độ trì
lòng thành thắp ngọn tâm thi
trong mùa Lễ Tạ Ơn uy nghi chân tình- LH

T

Trang Thơ

NGUYỄN NAM AN

Lục cửu

Em từ ở chỗ đi ra
Duy Xuyên tên gọi Quảng Nam là gần đây
Tôi từ ở chỗ vui này
Hỏi tên biết Trịnh Cẩm Vân bay ngày về
Ở Sài Gòn ở xa quê
Ở Đà Nẵng chỗ gần kề nhà xưa…

July 16, 2020

Xưa tôi nhí nhí

Xưa tôi nhí nhí vào đời
Tưởng tất cả rất tuyệt vời như mây
Bây giờ nhìn lại mới hay
Chẳng thà vậy để còn gầy ước mơ
Ước mơ nhỏ tí không chờ
Từ lúc bỏ súng đời vật vờ về đâu. ■

July 16, 2020

Thời Gian Không Gian Vô Cùng Tuyệt Mỹ

KHALY CHÀM

ngồi một mình, trong hốc mắt thời gian
cơn sốt giao mùa bốc mùi lá hoại tử nhuộm thẫm màu đêm
mò tìm một giác độ nhọn lạnh căm
vẽ vào bóng tối hình ảnh mơ hồ ảo tưởng
có thể, lũ ba hồn bảy vía đứng trần truồng trước mặt ta thầm
tụng niệm lời thánh kinh cứu rỗi…
…
hôm qua, loài người đi lơ lửng trên mặt đất
bất chợt có tiếng nói: tất cả hãy nằm xuống
để tuần tự được bay lên nhìn bầu trời xanh và nắng vàng bung
tràn rực rỡ
giác linh ta nhập bầy cùng đàn bướm rỗng trắng chập chờn đôi
cánh vỗ
tội nghiệp cái bóng ta, cứ luẩn quẩn trong khung ngày lặng im
chứa nhiều xác chết
…
em nói với ta, những cặp thiên nga không còn bơi tìm hạnh
phúc trên mặt hồ ký ức
nên não trạng em đã mang thai ngữ điệu ma thuật của một tên
hoang tưởng điên rồ
thế rồi, em cũng hạ sinh một sợi khói đen mù lòa và nó vờn
bay lên ngực em
như thế, nó tan biến nhanh vào đâu ta không hề biết được!
…

thật ngớ ngẩn quá, sao lại thèm muốn được khóc
hai đồng tử của thời gian tươm máu chảy nhỏ giọt ướt đẫm mặt
mày ta
hãy hồn nhiên đi nhé, dùng bàn tay hứng cho đầy một vốc
ngửa cổ rót tinh túy của đất trời thấm dần vào tâm thất
rồi nghiệm biết ta còn được thở, cho dù thiên hạ nhìn dè chừng
một thằng điên
nhưng không sao, vì ta còn cảm nhận thấy thời gian trong
không gian sắc màu luôn vô cùng tuyệt mỹ
hôm nay, người đời vẫn còn lặng lẽ…
có thể, đang tập tễnh bước đi trên đường dạo phố. ■

biengioik, 23/4/2020

T

Mùa Vui Sắp Tới

LÊ HÂN

sắp đến mùa lễ Chúa
thịt da dần lạnh hơn
tâm hồn dần thêm ấm
trời đất vẫn thoảng thơm

mùa dịch nạn chưa hết
càng sáng những tấm lòng
yêu thương và thông cảm
chào đón Chúa ban ơn

năm nay tiệc tiễn, rước
cũ, tân niên chắc buồn
mỗi người một cốc rượu
riêng mình chúc bốn phương

bè bạn thân thiết hỡi
cách mặt vẫn gần lòng
chúng ta mừng cuộc sống
trong hoan hỷ đại đồng

thơ tôi mươi dòng ngắn
nhưng tình vui vẫn đầy
nhờ chân tình bạn đọc
Ngôn Ngữ thơm trên tay. ■

T

Tạ Ơn Anh

TRẦN THỊ NGUYỆT MAI

(Cảm hứng từ một nhân vật trong tập truyện song ngữ "Mặt Trận Ở Sài Gòn" của Bác sĩ / Nhà văn Ngô Thế Vinh.)
Kính tặng Anh, Người Lính VNCH.

Có thể khi em mở lời để nói:
"Tạ ơn Anh đã cho em
        tuổi hoa niên rực rỡ mộng mơ
  Những tháng ngày an ổn nên thơ
  Cùng đèn sách bên Thầy Cô bè bạn..."
Em tự trách mình ngày xưa lãng mạn
Yêu mây chiều, trời đất, trăng sao
Đã thờ ơ, mơ tưởng đến chốn nào
Mà không nghĩ về cuộc chiến tranh ở
                                        phía xa thành phố
Nơi đạn bom hằng đêm vẫn nổ
Và Anh,
    đã đi qua nhiều gian khổ
                                            khó khăn
Lên rừng núi, xuống đồng bằng
Gắng ngăn chặn địch, đập tan ý đồ...

Có thể Anh nhẹ nhàng khẽ bảo:
"Có gì đâu,
        Anh chỉ làm bổn phận người trai
- Đơn giản bổn phận người trai
Mà cuộc chiến đã tàn không như ý muốn -

Đất nước mình rừng vàng biển bạc
Giờ không còn có được như xưa..."

Tạ ơn Anh những sớm nắng chiều mưa
Lặng lẽ ra công cày cuốc
Chăm chút đất đai như người mẹ hiền chăm sóc đứa con
Như ngày xưa Anh từng băng bó vết thương
Cho người bạn và cả tù binh
(những người bên kia chiến tuyến)
Với anh chỉ có người bệnh
Không có kẻ thù, không có màu da
Khi hai dòng máu cùng màu đỏ như nhau
Khi hai gương mặt cùng lộ nét đớn đau
Không có gì khác biệt
Trái tim Anh, trái tim Bồ Tát
Chỉ biết quên mình, nghĩ đến tha nhân...

Những ngày sau hòa bình
Vẫn trái tim đó
Anh càng thương thêm đồng đội cũ
Những thương phế binh
Tình trạng nặng nề không còn lê lết nổi
Anh không thể làm ngơ
Chẳng hề phân biệt
Dù cho bao nhiêu lần học tập
tẩy sạch bộ não "ngụy quân"...
Để rồi anh bị đẩy về nguyên quán
Sống cùng mẹ già
Trồng lại cụm hoa
bên vườn cà sai trái
Chăm đồng ruộng lúa đang thì con gái
Lúa trổ đầy đồng hứa hẹn bát cơm thơm
Có tiếng chim hót véo von
Tim reo hạnh phúc đời còn đẹp thay
Bây giờ đã có một ngày

Không còn lo sợ đạn bay trúng mình
Không còn hầm bẫy, chông mìn
Chiến tranh đã dứt hòa bình về đây
Niềm vui, hạnh phúc đắp xây
Mơ màng tưởng tượng một ngày đẹp tươi...
Chẳng ngờ mìn muỗi, trời ơi!
Ai mang vùi ở dưới nơi đất này?
Thôi thì anh đã từ nay
Không còn lành lặn như ngày hôm qua...

Tạ Ơn Anh, Tạ Ơn Anh,
Gánh gian khó từ tuổi xanh đến già
Ngàn lần xin Tạ Ơn, và
Kính yêu Người Lính Cộng Hòa Việt Nam. ■

25.8.2020

T

Ông Già Ở Rừng Natick

TRẦN KIÊM TRINH TIẾN

(Tưởng nhớ Họa sĩ Đinh Cường và Nhà văn Nguyễn Xuân Hoàng)

Sáng tinh mơ
hớp vội ngụm trà
Ông Già quấn hai vòng chiếc khăn quàng
không còn nhớ tuổi
đi về phía cánh rừng vàng
nơi ngôi sao mai còn sáng lẻ loi
như hạt lệ

Ông đi tìm con chim Cardinalis
trong bụi gai
Kể cho nó nghe về nỗi buồn
Hôm nay, ngày đưa tang Người bạn
Ở cách ông ba múi giờ và sáu tiếng đường bay
Chim ơi còn nhớ không
Có những ngày Tháng Bảy,
Ta đi vắng,
không mang hạt hướng dương ra cho mày?
Ta đi về bên ấy,
Bạn hân hoan đặt bàn tay trên tay ta
cùng cắt bánh mừng chung Ngày Sinh nhật
Bức hình vui còn lưu dấu tiếng cười,
Tiếng cười giữa hai cơn đau!

Chim Cardinalis ơi
Bên bờ tử sinh
Ai đã hát cho ai nghe
Về giấc mơ đời cô quạnh
Nơi những giọt lệ đã xanh từ thiên cổ
Và khúc requiem vỡ tan trong gió?

Giữa cánh rừng thu vàng
Ông Già miên man nhớ bạn
Bên ấy, khuya im
con chim gõ mõ bay đi đâu chưa về?
Bạn ông đang nằm nghe
chiếc máy nhỏ tụng kinh
Nam Mô A Di Đà

Hai bàn tay lạnh ngắt. ■

Woodbridge, Buổi Chiều Và Những Nụ Cười

PHẠM CAO HOÀNG

(Gửi Lê Hân và Châu)

Vẫn là không gian quen thuộc: studio Trương Vũ ở Woodbridge
khi mùa Lễ Tạ Ơn trở về bên những chiếc lá vàng
khi mùa thu Bắc Mỹ đã đi qua một nửa đoạn đường
khi nhiệt độ ở miền đông đã xuống gần zero độ C.
những nụ cười và những cái bắt tay mừng các bạn từ San Jose đến.

- Lạnh không Lê Hân?
- Không lạnh lắm đâu, mình đã từng ở Canada nhiều năm mà.
- Lạnh không Châu?
- Không lạnh lắm đâu, trước khi về San Jose mình là dân Michigan mà.

Vẫn là những cốc rượu vang được cất giữ nhiều năm của người chủ nhà hiếu khách
nâng ly nào
chúc mừng các bạn được hít thở không khí tự do sáng tạo.

- Này Lê Hân, bạn làm công việc xuất bản sách được bao nhiêu năm rồi?
- Trên dưới hai mươi năm.
- Ở hải ngoại in sách đồng nghĩa với thua lỗ. Sao bạn lại chọn con đường này?
- Vì đam mê, vì những người yêu sách và vì niềm vui của các tác giả có sách được in.
- Lâu nay bạn có về Việt Nam không?
- Có chứ. Về thăm quê hương, gia đình, bạn bè và đi tìm những cuốn sách xưa quý hiếm.

Buổi chiều, ở Woodbridge, những khuôn mặt thân quen
những câu chuyện văn chương
những câu chuyện về đời sống
nghe hai người bạn đến từ San Jose nói giọng Quảng Nam đặc sệt
chơn chất và hiền hòa
hồn nhiên và cởi mở.

- Này Lê Hân, ai là người giúp bạn nhiều nhất trong việc in sách?
- Đó là Châu.
- Châu ơi, bạn là gì của Lê Hân?
- Ngày xưa Châu là học trò của Lê Hân.
- Còn bây giờ?
- Bây giờ là vợ của hắn.

Woodbridge, buổi chiều,
những người bạn và những tiếng cười rộn rã
mùa Lễ Tạ Ơn đang đến gần. ■

Virginia, 8 November 2019

T

Gặp Gỡ Ven Đường

TRẦN ĐÌNH SƠN CƯỚC

1. Hoa Hướng Dương

Xin đừng là hoa hướng dương
Nở bung hương sắc chào ông mặt trời
Xin làm một đóa quỳnh thôi
Nở đêm trăng tỏ thơm lời tình nhân...

Cúi xuống cúi xuống thật gần
Gần cây cỏ dại vô danh bên đường
Hướng dương rồi cũng tà dương
Hoa tàn trăng lặn vô thường mây bay...

2. Hoa Kim Loại

(gặp ở công viên Grand Park, Chicago)

Hoa thiệt. Hoa giả. Hoa ni-lông
Hoa sắt thép lại nở cùng thiên nhiên
Cỏ xanh mây xám rất hiền
Phù dung. Bất tử. Công viên ghế ngồi

Hoa biết nói. Hoa biết cười
Hoa kim loại dành cho người thủy chung... ■

(8/2020)

T

Chùm Thơ

CAO NGUYÊN

màu của tiếng đàn

màu cam
màu đỏ
màu vàng?
anh đang ráng nhớ
tiếng đàn của em

màu chàm
màu lục
màu lam?
dư âm
đừng chỉ nốt trầm
mà thôi

tím

mây tím cho mưa tím
trên áo tím
trên dù tím
giọt mưa quên lối trên hoa tim tím

đỏ có vô tình như môi?
xanh vẫn cứ xa như trời?

đỏ-xanh thành tím cho được gần,
một lần? ■

T

Chùm Thơ

LÊ THANH HÙNG

Này em

Giữa đám đông, bịt khẩu trang kín mặt
Khàn đặc
Một tiếng chào
Giọng cao, thấp hơn âm sắc gốc quãng hai
Dẫu thấy quen quen, lúng liếng cười trong đuôi con mắt
May có cơn dông chiều, tốc tung tà váy ngắn
Nhìn kỹ đôi chân trần
Ta mới nhận ra em

Đêm góa phụ

Đêm cuống quýt
Đong tình chật hẹp
Vội vàng
Run
Rung giấc mơ hoa
Nghe xa vắng
Mảnh đời cắt ghép
Xuân thì
Thôi
Trắng giấc nhạt nhòa... ■

(Bắc Bình, Bình Thuận)

T

Mùa Gió

BIỂN CÁT

Mùa này nhiều gió
Và mưa
Chiều không đủ nắng
Chỉ thừa
Bóng mây.

Ngó miên man
Suốt đường dài
Thấy mình một bóng
Giữa đầy
Quạnh hiu.

Chạnh lòng
Quên nhớ liêu xiêu
Nghe buồn
Vỡ xuống thềm rêu
Ngậm ngùi.

Dòng đời nào
Vẫn êm trôi
Đưa người đi mãi
Về nơi
Cuối trời.

Còn lại đây
Những rã rời
Ru trong tiếng gió
Chơi vơi
Cuộc tình.

Còn lại tôi
Với mông mênh
Luống bao nhiêu nỗi
Chông chênh
Từng ngày.

Vàng rơi
Đầy những lá bay
Buông trong lặng ngắt
Một hơi
Thở dài. ■

T

23 September 2020 Mùa Thu Mới

TRẦN VẤN LỆ

Hăm ba tháng Chín này, lịch ghi Mùa Thu Mới. Thôi, không thèm mong mỏi, Mùa Thu Mới tới thôi...

Vài ba chiếc lá rơi, nhìn chơi... thấy được gió! Kéo áo lên tới cổ, gió tới không chỗ lùa...

Coi như là gió thua... mình cũng thua như gió! Biết ai còn đứng đó dưới giàn Thiên Lý không?

Nhớ lắm ai má hồng, năm ai mười bảy tuổi, mái tóc như dòng suối lang thang cánh hoa vàng...

Cánh hoa vàng lang thang... như hai chữ lang bạt trong cánh rừng bát ngát mà không gặp kỳ hồ!

Con chó sói đi mô? Còn chồn còn ngủ nán? Rồi một đêm trăng sáng ai biết mình bơ vơ?

Em ơi có bao giờ em đưa tay hứng gió bắt được chùm tuổi nhỏ cầm cho anh không em?

Anh ghé hôn nụ duyên,
môi em hồng chi lạ!

*

Nhớ hoa hồng trắng quá, em cúi mình nâng niu!
Nhớ em tên Diễm Kiều, cảm ơn Ba Mạ đặt!

Bao giờ về Đà Lạt nghe nhỉ rừng thông reo? Anh ôm ấp Tình Yêu mà chân mây góc biển!

Em mãi Niềm Lưu Luyến... như hoa đào lung linh... như hồ Than Thở rung rinh những nhành lau nhánh sậy!

Em ơi em người ấy anh nhớ hoài, tại sao?

■

Họ Nguyễn Và Trần Lưu Quận

NGUYỄN THIẾU DŨNG

Trần Lưu Quận. Nguồn: http://maps.google.com/

Họ Nguyễn là một trong những họ lớn nhất Việt Nam. Đây là một họ có nguồn gốc khá phức tạp, không thuần nhất.

Sở dĩ họ Nguyễn có nhân số đông là vì ngoài họ Nguyễn chính tông còn có một số do các dòng họ khác chuyển đổi sang do nhiều hoàn cảnh khác biệt. Như dòng họ Lý của Nhà Lý bị Trần Thủ Độ buộc phải đổi sang họ Nguyễn để ngăn chặn việc họ Lý có thể khôi phục vương quyền đã mất về tay họ Trần. Sau khi triều nhà Hồ sụp đổ, nhiều người họ Hồ cải sang họ Nguyễn để được yên thân.

Thời nhà Nguyễn một số người họ Trịnh, họ Lê đổi sang họ

Nguyễn để tỵ nạn. Có họ Nguyễn chủ trương "sinh vi Nguyễn, tử vi Trần" khi sống mang họ Nguyễn khi chết trở về với họ gốc là họ Trần để khỏi bị hại.

Cũng có một số họ do được ban quốc tính mà mang họ Nguyễn, thời Chúa Nguyễn họ Mạc của Mạc Cảnh Huống, người đã theo Nguyễn Hoàng vào Nam, góp nhiều công lao xây dựng xứ Đàng Trong được đổi thành họ Nguyễn Hữu (con Mạc Cảnh Huống là Nguyễn Hữu Vinh), về sau lại đổi thành họ Nguyễn Trường.

Danh tướng Huỳnh Đức có công phò Gia Long được ban quốc tính đổi thành họ kép Nguyễn Huỳnh là Nguyễn Huỳnh Đức.

Họ Nguyễn là người bản địa, không thấy gia phả họ Nguyễn ghi gốc tích ở nước Trung Hoa, người họ Nguyễn có tên đầu tiên trong chính sử Việt Nam là Nguyễn Bặc được suy tôn là thủy thái tổ của dòng họ Nguyễn Phúc Tộc.

Theo truyền thuyết Tản Viên Sơn Thánh họ Nguyễn tên Tuấn.

Tuy nhiên một số họ Nguyễn khi cúng tế lại bái vọng về Trần Lưu Quận như là nơi phát tích tự nghìn xưa của họ. Ngày nay nhiều họ Nguyễn mặc dầu không thể truy tầm tông tích tổ tiên, tuy chỉ biết có 5 hay 7 đời về trước vẫn nhận mình là người Trần Lưu Quận.

Về nguồn gốc họ Nguyễn, sử thư Trung Quốc ghi là:

1- Xuất từ họ Yển, hậu duệ của Cao Dao.

2- Hậu duệ của Cao Dao, sống ở vùng Kinh thủy, nhà Thương phong lập nước Nguyễn, Văn Vương nhà Chu diệt nước Nguyễn, người trong nước chạy loạn lấy quốc hiệu làm họ.

3- Từ họ Thạch cải sang.

Cao Dao (皋陶) là hiền thần thời vua Vũ nhà Hạ, truyền thuyết nói Cao Dao sanh vào thời vua Nghiêu, thời vua Vũ nhà Hạ được cử giữ chức quan hình pháp, lấy chính trực trị người nên được xem là tỵ tổ tư pháp Trung Quốc.

Khổng Tử liệt Cao Dao vào hàng Thượng Cổ tứ Thánh: Đế Nghiêu, Đế Thuấn, Đế Vũ, Cao Dao.

Sách "Minh nhất thống chí", "Thanh nhất thống chí" đều ghi Cao Dao người Hồng Động.

Sách "Hồng Động huyện chí" ghi Cao Dao người huyện Hồng Động, thôn Sĩ Sư, khi chết chôn tại phía đông thôn, miếu thờ lập ở phía đông bắc thôn.

Sĩ Sư

Lại có thuyết khác, sách "Lã thị Xuân Thu thông thuyên" nói Cao Dao là quan Tư pháp thời Ngu Thuấn, người Cao thành (nay là Lục An tỉnh An Huy) Cao Dao là hậu duệ của Thiếu Hạo thủ lĩnh Đông Di, họ Yển. Hiện nay phía đông thành phố Lục An có mộ Cao Dao.

Cổ Cao Dao mộ http://baike.baidu.com/

Tương truyền Cao Dao có ba người con trai. Con trưởng là Bá Ế (tức Bá Ích) giỏi thuần hóa chim thú, làm quan nước Ngu, ăn lộc ở Doanh nên mang họ Doanh, hậu duệ Bá Ích được phong ấp Tần hợp xưng Doanh Tần, Tần Thủy Hoàng chính là dòng dõi Bá Ích, con cháu Bá Ích sau dời về trấn Triệu Thành, huyện Hồng Động, tỉnh Sơn Tây là thủy tổ của họ Triệu. Con thứ Trọng Chấn, làm quan nhà Hạ, được phong đất Lục (Lục An, tỉnh An Huy), sau phong đất Yển (Khúc Phụ Tây, tỉnh Sơn Đông) nên mang họ Yển. Họ Yển sau dời về Sở. Các họ Thư, Từ, Nguyễn, Giang, Hoàng, Diệp đều là hậu duệ của Cao Dao.

Như vậy họ Nguyễn có nguồn gốc từ Cao Dao nhưng thuộc dòng con thứ Trọng Chấn. Trọng Chấn được phong ở đất Yển nên lấy họ Yển, về sau đến đời nhà Thương một số người họ Yển tụ cư về Kinh Xuyên kiến lập nên Nguyễn Quốc là chư hầu phía bắc nhà Thương. Khi nhà Thương suy tàn, nước Chu ở phía nam nước Nguyễn cũng là một chư hầu của Thương trở nên hùng mạnh đem quân diệt các chư hầu nhỏ, trong đó có Nguyễn Quốc.

Thơ "Hoàng hỉ" trong thiên Đại Nhã Kinh Thi có nói về sự kiện này:

密人不恭,
敢距大邦,
侵阮徂共。
王赫斯怒,
援整其旅,
以按徂旅。

Mật nhân bất cung
Cảm cự đại bang
Xâm Nguyễn tồ Cung
Vương hách tư nộ
Viên chỉnh kỳ lữ
Dĩ át tồ lữ ...

(*Nước Mật bất tùng*
Dám cự đại bang
Đánh Nguyễn chiếm Cung
Văn Vương nổi giận
Chỉnh đốn quân lữ
Để chặn giặc hung…)
(Nguyễn Thiếu Dũng dịch)

Văn vương sau khi chiếm được nước Nguyễn, nước Cung, nước Mật không tùng phục đem quân tiến công vào Nguyễn và Cung, nước Chu phản công diệt luôn nước Mật.

Người nước Nguyễn sợ bị hại phân tán khắp nơi nhưng không quên cố quốc mới lấy Nguyễn làm họ. Về sau người họ Nguyễn định cư ở đất Trần Lưu, đời Hán đặt Trần Lưu Quận từ đó dầu ở đâu trong tâm thức họ vẫn ghi sâu địa danh này mỗi khi tưởng nhớ về nguồn cội.

Hiện nay nước Nguyễn, nước Cung nằm trong địa phận huyện Kinh Xuyên, tỉnh Cam Túc, nước Nguyễn thuộc khu vực Thành Quan, La Hán Động, Kinh Minh, Hồng Hà.

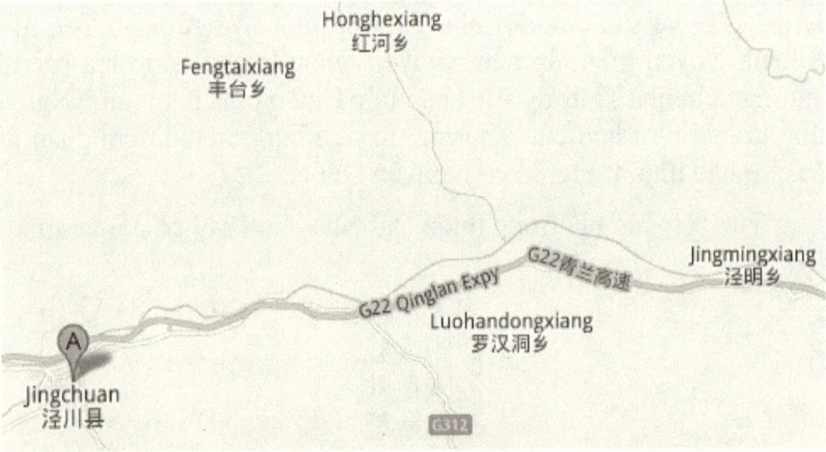

Địa bàn Nguyễn Quốc trích từ http://maps.google.com/

Như vậy, họ Nguyễn có gốc từ Nguyễn Quốc đất Kinh Châu, tỉnh Cam Túc sau thiên cư về Trần Lưu Quận, tỉnh Hà Nam rồi qua nhiều đợt thiên di nữa đã định cư ở Việt Nam.

Vấn đề đặt ra ở đây là phát xuất từ đất Trung Quốc hiện nay vậy họ Nguyễn là người Hoa hay người Việt?

Câu trả lời rõ ràng họ Nguyễn là người Việt.

Ở trên ta đã biết theo sử thư Trung Quốc, Cao Dao là người Đông Di, Đế Thuấn theo Mạnh Tử cũng là người Đông Di, đúng nghĩa không phải là người Hoa. Đông Di cũng là người Việt. Tứ Thánh thời Thượng cổ, xếp theo Khổng Tử, là Đế Nghiêu, Đế Thuấn, Đế Vũ và Cao Dao, thì đều là người Việt vì tên gọi được cấu trúc theo ngữ thức Việt, chức vụ để trước (đế), tên để sau (Nghiêu, Thuấn, Vũ). Nếu theo ngữ pháp Hán ngữ phải viết là Nghiêu Đế, Thuấn Đế, Vũ Đế.

Hai nhà Hạ, Thương là triều đại của người Việt.

Trung Hoa mới lập quốc vào đời Chu, họ là giống dân du mục miền Bắc ăn thực phẩm chính là thịt, cao lớn mạnh mẽ hơn người Việt phương Nam vốn là dân nông nghiệp, ăn ngũ cốc là chính.

Nhà Hạ do Đế Vũ sáng lập, Đế Vũ là người Việt (tổ tiên của Việt Vương Câu Tiễn), nhà Thương vốn người Đông Di, người miền biển, quốc hiệu của họ còn mang theo cả vỏ sò.

Địa bàn của Thương kéo dài đến Trường Giang, nơi đây trước Thương đã là một lưu vực văn minh rồi, chứ không như sử thư Trung Quốc gọi là man di (với nghĩa mọi rợ).

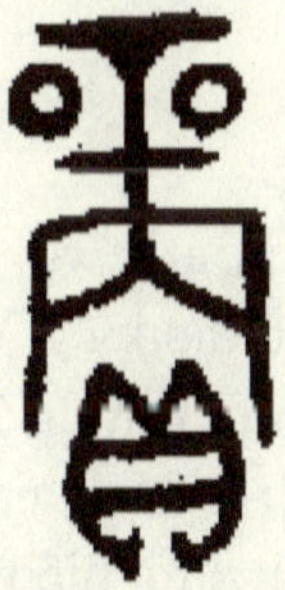

(Chữ Thương 商 trên Kim văn)

Chỉ cần xét tên gọi của Kiệt, vua cuối đời Hạ và Trụ, vua cuối đời Thương là ta có thể hình dung đó phải là triều đại của Việt với những con người nói tiếng Việt. Dân nhà Hạ, vì bất mãn với chính sách bạo ngược của vua nên lấy bộ phận sinh dục nam để miệt thị gọi là kiệt, âm này phải đọc đúng âm tiếng Việt mới rõ hết nỗi phẫn uất đó. Thơ Vương phong trong Kinh Thi có câu 雞棲于桀 kê tê vu kiệt (gà đậu trên cọc), Kiệt, cọc, c.c cận âm. Cũng thế Trụ để chỉ động thái giao cấu mà chỉ có âm tục của tiếng Việt mới đọc đúng và gọi đúng sự ví von đó. Trụ đi đôi với Đắc Kỷ. Đắc Kỷ đọc theo phiên thiết là đĩ.

Nguồn gốc họ Nguyễn góp phần cho thấy người Việt ở đất Trung Hoa hiện nay trước người Hoa nhiều nghìn năm trước. Khi Hoàng Đế thắng Viêm Đế, diệt Si Vưu, một phần người Việt ở lại chịu đồng hóa, một phần khác thiên cư về phía nam phân rã thành Bách Việt dần dần cũng bị đồng hóa nhưng dấu vết Việt không phai nhập với dân bản địa sinh sống ở vùng Hoa Nam, một bộ phận khác chạy về Việt Nam nhập với người bản địa cũng là người Việt quyết tâm giữ vững bản sắc chủng tộc, chống lại sự đồng hóa và xâm lược của Trung Quốc.

Họ Nguyễn ở Việt Nam phát thành họ lớn đã đóng góp rất nhiều công sức trong công cuộc bảo vệ và phát triển đất nước.

Nguyễn Thiếu Dũng

Một Nữ Lưu Xứ Huế Với Truyện Kiều

HOÀNG THỊ BÍCH HÀ

Bút danh Ninh Giang Thu Cúc có lẽ đã quen thuộc với bạn đọc miền Nam từ năm đầu của thập kỷ sáu mươi thuộc thế kỷ XX. Miền đất sông Hương núi Ngự đã góp phần hun đúc, nuôi dưỡng hồn thơ, mạch văn của tác giả và mảnh đất Quy Nhơn, Bình Định là nơi để chị cống hiến hết mình với lao động nghệ thuật, nghiên cứu, biên khảo và sáng tác. Những trang viết của chị đầy lòng nhân ái, khiêm cung của người phụ nữ Huế cùng với tinh thần từ bi của người thấm nhuần triết lý Phật giáo. Chúng tôi gọi chị là "Con nhà Phật".

Với số lượng tác phẩm đã xuất bản rất phong phú về nhiều thể loại là những con số biết nói minh chứng cho sự nghiệp cầm bút bằng tất cả lòng nhiệt tình, sự đam mê cháy bỏng với văn chương trong sáu mươi năm cầm bút. Ngay cả khi có vấn đề về sức khỏe như thời điểm hiện tại chị vẫn lao động sáng tạo không ngừng nghỉ. Những bài viết của chị sâu sắc và ý nghĩa, thấm đẫm tình người giàu giá trị nhân văn. Viết - suy cho cùng là một hình thức trao đi sốt sắng chân tình, không vụ lợi. Đằng sau những con chữ "rút ruột như tằm nhả tơ" ấy là cả một tấm lòng bao dung, sẻ chia dành cho đời, cho người với tất cả chân tình, thiết tha ẩn trong sự giản dị, khiêm nhường. Các sáng tác của chị giàu chất trữ tình trong thơ, phong phú súc tích dày dặn trong truyện, tiểu luận phê bình. Ngọt ngào tinh tế khi viết tản văn. Những bài thơ viết về các danh nhân lịch sử đã làm cho người đọc bồi hồi xúc động vì tình cảm, sự ngưỡng mộ, biết ơn của hậu thế dành cho các bậc tiền bối. Đặc biệt những nhận định văn học của chị về Truyện Kiều rất đáng suy ngẫm.

Truyện Kiều ra đời đã hơn hai thế kỷ của đại thi hào Nguyễn Du đã làm say mê bao trái tim người đọc nhiều thế hệ kể cả trong và ngoài nước và đã có rất nhiều cây bút phê bình, thưởng lãm hướng đến áng thơ tuyệt tác này. Hãy cùng khám phá tác phẩm vừa mới xuất bản của một nữ lưu xứ Huế viết về Truyện Kiều có tựa đề: ĐỌC KIỀU THƯƠNG KHÁCH VIỄN PHƯƠNG, NXB Văn hóa văn nghệ quý II năm 2019.

Tác phẩm với giọng văn giản dị, dễ hiểu rất lôi cuốn. Trình bày khúc chiết, mạch lạc, những nhận định rất đáng suy ngẫm với tinh thần cầu thị. Đặc biệt đối với truyện Kiều: "... đã từng học và đọc Truyện Kiều đến thuộc lòng bằng tất cả niềm yêu quý với tác phẩm và sự trân quý dành cho đại thi hào Nguyễn Du".

Theo chị, "Truyện Kiều là một sáng tác vĩ đại của Nguyễn Tiên Điền chứ không phải là tác phẩm chuyển thể từ tiểu thuyết văn xuôi của Thanh Tâm Tài Nhân có tên gọi là Kim Vân Kiều Truyện. Nguyễn Du chỉ mượn nhân vật, bối cảnh, tình tiết của đất nước Trung Hoa, triều đại nhà Minh để chuyển tải nỗi niềm chìm đắm đau thương tranh giành đoạt lợi tương tàn tương sát của xã hội Việt Nam thời Lê mạt". Cuốn sách là một ấn phẩm nhỏ xinh dày 280 trang với hai phần trình bày:

Phần 1 - Lời ngỏ và những bài viết về truyện Kiều và sáu bài thơ vịnh các nhân vật trong truyện Kiều cùng lời kết cho tác phẩm.

Phần 2 - Phần phụ lục "Mấy dòng sử thi" với những bài thơ vịnh về một số danh nhân lịch sử đã có công trong sự nghiệp dựng nước, giữ nước của dân tộc.

Qua tác phẩm chúng ta thấy tác giả Ninh Giang Thu Cúc tỏ ra rất am tường văn học sử, bối cảnh thời cuộc tác phẩm ra đời, am hiểu lịch sử và văn học qua các thời kỳ. Vì vậy chị có cái nhìn thấu đáo khi viết về tác giả tác phẩm nói chung và truyện Kiều nói riêng.

Chị đã lao động tận tụy và nghiêm túc để "rút sợi tơ lòng" cống hiến cho độc giả những nhận định văn học chững chạc và tâm huyết của một người cầm bút đầy trách nhiệm.

"Tôi đã đến với Đoạn Trường Tân Thanh của cụ Nguyễn Tiên Điền bằng tất cả niềm quý kính". Chị đã đọc Kiều suốt bao năm tháng với tấm lòng ngưỡng mộ thi tài. Chị "muốn làm một cái gì đó để bày tỏ lòng ngưỡng mộ như một nén hương lòng dâng lên người thiên cổ đã để lại cho đời thiên tuyệt bút".

Bằng những dòng tóm tắt hàm súc, đủ ý, chị viết về tác giả: "Nguyễn Du là con trai thứ bảy của xuân quận công Nguyễn Nghiễm và phu nhân Trần Thị Tần - người phụ nữ mỹ miều xứ Kinh Bắc. Cậu ấm Du sống trong nhung lụa nhưng hạnh phúc không mỉm cười lâu hơn với cậu, vừa lên mười tuổi, nỗi bất hạnh lớn ập đến là thân sinh Nguyễn Nghiễm qua đời và hai năm sau phu nhân Trần Thị Tần cũng theo chồng về thiên cổ, bỏ lại bốn anh em Nguyễn Du côi cút, đành nương tựa vào người anh cả khác mẹ là tả Thị Lang bộ hình kiêm hợp trấn xứ Sơn Tây. Hoạn lộ của người anh Nguyễn Khản gập ghềnh biến động. Tuy vậy Nguyễn Du vẫn được anh cho ăn học tử tế, thi đậu tam trường (tú tài). Nguyễn Du có mối tình đầu với cô thôn nữ đẹp như trăng mười sáu và có giọng hát trong veo như sương mai. Họ yêu nhau nồng nàn". Những dòng thơ viết khi Kim Kiều hò hẹn:

"Tiên thề cùng thảo một chương
Tóc mây một món dao vàng chia đôi
Vầng trăng vằng vặc giữa trời
Đinh ninh hai miệng một lời song song"

Cũng chính là nói về mối tình đầu của Nguyễn Du và cô thôn nữ.

Chị cho rằng 3254 câu lục bát mượt như nhung và thơm hương ngọc lan dịu nhẹ toàn tập là từng khúc ruột mang thương tích trầm kha, nhức nhối của thời đại, của mỗi cá nhân tất nhiên có cả tác giả Truyện Kiều.

Nguyễn Du sinh ra cuối thế kỷ XVIII - thời cuộc đầy biến động. Ông sớm nổi trôi chiêm nghiệm những thăng trầm giông bão của xã hội và cuộc đời riêng. Trải qua những mất mát tang thương của tan vỡ, đổi thay và ly loạn.

Khi ông theo gương cha đem trí lực phụng sự nhà Lê với một chức quan nhỏ thời Lê mạt, Lê triều sụp đổ. Ông làm thân bèo dạt mây trôi vì biến thiên của lịch sử khi thì ở quê vợ Thái Bình, khi "lằng lặng phiêu bồng sương khói khắp miền non Lĩnh sông Lam đằng đẵng mười năm ngõ hầu tìm quên thế sự. Vì vậy có nhiều ức đoán của các nhà nghiên cứu là Đoạn Trường Tân Thanh ra đời trong giai đoạn này. Những ức đoán, khẳng định, phủ quyết về sự ra đời của tác phẩm vẫn còn là một bí ẩn…"

Ninh Giang Thu Cúc đưa ra những nhận định phủ quyết tác phẩm Đoạn Trường Tân Thanh không thể ra đời trong giai đoạn này: "Những tháng năm bất đắc dĩ phải chơi trò tiêu dao vui thú yên hà ở độ tuổi ngoài ba mươi (36), liệu có hội đủ chất liệu, sự trải nghiệm qua những trò đời đen bạc để viết nên "những điều trông thấy"? Dẫu có ít nhiều trải nghiệm nhưng chưa đủ độ chín muồi của dâu bể cuộc đời để viết nên Đoạn Trường Tân Thanh! Chỉ có thể sau khi được nhà Nguyễn mời ra làm quan khi tuổi đã xế chiều với tâm trạng "hàng thần lơ láo" khủng hoảng tâm lý, ốm đau bệnh tật". "Ba xuân mang bệnh nghèo không thuốc", rồi chứng kiến những bất cập, mặt trái, hệ lụy của đời sống quan trường "không bệnh mà vẫn phải lom khom" những thương ghét, đố kỵ dèm pha của người đời ở đâu cũng có, thời nào cũng không tránh khỏi. Khi đi sứ Trung Hoa, ông đã tìm thăm những di tích lịch sử để khóc thương, quý trọng những nhân vật lịch sử của đất nước Trung Hoa. Cảm thương số phận nhi nữ tài hoa bạc mệnh ("Độc Tiểu Thanh ký"- Nguyễn Du). Tất cả những trải nghiệm thăng trầm của chính cuộc đời mình cùng với những biến cố của thế sự trong và ngoài nước, ông đã tích lũy vốn sống, cảm xúc qua bao nỗi đoạn trường đầy chiêm nghiệm suy tư dồn nén để chắt lọc, lắng đọng, bật ra những trang thơ còn mãi với thời gian. Đi qua hai thế kỷ, Truyện Kiều của Nguyễn Du là tiếng nói nhân văn của một tâm hồn nghệ sĩ lớn với tài năng sáng tạo phi thường từ "những điều trông thấy", Nguyễn Du mới có kiệt tác truyện Kiều để lại một gia tài văn học đồ sộ cho hậu thế. Vì vậy Truyện Kiều ra đời trong khoảng 1814 là ý kiến đầy thuyết phục. Ninh Giang Thu Cúc đã tìm đọc nhiều tư liệu để mong hé lộ phần nào về thời điểm ra đời của tác phẩm Truyện Kiều: Hoàng Xuân Hãn cho rằng "Đoạn Trường Tân Thanh được viết khoảng năm 1814 - 1820 (Theo nguồn gốc văn Kiều - Hoàng Xuân Hãn trang 30 - Hai trăm năm nghiên cứu bàn luận truyện Kiều - Lê Xuân Lít). Tác giả Lê Quế cũng cho rằng Truyện Kiều được viết vào năm 1814 (So sánh dị bản Truyện Kiều, NXB Văn Học 2006).

Nguyễn Du đã ký thác nỗi niềm của mình hay nói cách khác là chân dung của Nguyễn Du được thể hiện qua bốn nhân vật trong truyện: "Bốn gương mặt, bốn tính cách và những bi kịch của mỗi người cộng lại thành chân dung của Nguyễn Du": số phận tài hoa mà bị nhiều khổ ải, lên thác xuống ghềnh qua nhân vật Thúy Kiều, hình ảnh một công tử lịch lãm, phong vận thông minh hơn người qua nhân vật Kim Trọng, Tứ Vô Lượng Tâm của nhà Phật qua nhân vật khách viễn phương, thể hiện chí làm trai qua nhân vật Từ Hải. Và mối tình thuở xuân xanh với cô thôn nữ được tái hiện qua mối tình Kim Kiều.

Tác phẩm ĐỌC KIỀU THƯƠNG KHÁCH VIỄN PHƯƠNG là những dòng cảm xúc rất chân thành của tác giả Ninh Giang Thu Cúc với Truyện Kiều mà hơn hết là đại thi hào Nguyễn Du người đã "tái sinh lại các nhân vật bất tử, điển hình là Thúy Kiều - người phụ nữ tài sắc vẹn toàn…" phải chịu nhiều đày ải trầm luân của kiếp người. Ninh Giang Thu Cúc thương cho nàng Kiều tài hoa bạc mệnh bao nhiêu thì có cái nhìn nghiêm khắc với các nhân vật phản diện bấy nhiêu.

Nói về Hoạn Thư và mối nhân duyên của Hoạn Thư - Thúc Sinh. Tác giả đưa ra những luận điểm, dẫn chứng để phân tích và kết luận là Hoạn Thư không phải ghen vì yêu. Bởi vì cuộc hôn nhân này không "Duyên đằng thuận nẻo gió đưa" khi mà không môn đăng hộ đối theo quan điểm thời bấy giờ. Lấy chồng rồi Hoạn Thư không về nhà chồng làm vợ hiền dâu thảo mà vẫn ở trong phủ đệ của nhà mình. Vợ chồng gì mà cả năm mới gặp nhau một lần. Đối với Hoạn Thư, Thúc Sinh sợ nhiều hơn yêu. Hoạn Thư luôn tỏ ra thế bề trên đối với Thúc Sinh mặc dù xã hội phong kiến luôn trọng nam khinh nữ. Tác giả Ninh Giang Thu Cúc đặt vấn đề "Không yêu sao lại ghen?" Và lý giải ghen để chứng tỏ uy quyền, ghen để thỏa mãn sự chiếm hữu. Mẹ của Hoạn Thư và Hoạn Thư thay nhau hành hạ Thúy Kiều:

"Trúc côn ra sức đập vào
Thịt nào chẳng nát, gan nào chẳng kinh"

Và:

"Làm cho cho mệt cho mê
Làm cho đau đớn ê chề cho coi"

Nguyễn Du viết: "Người ngoài cười nụ, người trong khóc thầm" nhưng theo Ninh Giang Thu Cúc giọt khóc thầm ấy không chân tình. Gã vẫn chẳng việc gì, tan tiệc vào chung phòng với vợ để Kiều "tựa bóng đèn chong canh dài". Theo cái nhìn nhân ái của trái tim nữ giới, chị cho rằng cả hai người phụ nữ đó đều đáng thương, đều là nạn nhân của kẻ chơi bời, nói ngông, ba hoa: "Trăm điều hãy cứ trông vào một ta" nhưng khi tai họa đến Thúc sinh phủi tay: "Liệu mà cao chạy xa bay/ Ái ân ta có ngần này mà thôi". Tính chất phi trượng phu càng bộc lộ khi được Kiều gọi đến để báo ân, báo oán "Mặt như chàm đổ mình dường dẽ run".

Hoạn Thư là nhân vật phản diện, kẻ đã góp phần làm "cánh hoa Kiều" tan tác hơn, mà Ninh Giang Thu Cúc vẫn có cái nhìn độ lượng: "Sau khi lòng tự tôn đã thỏa, cơn tam bành lục tặc đã được vỗ về yên giấc thì lòng nhân hậu, thiên lương của người đàn bà đã trở về…". Hoạn Thư cho Kiều ra chép kinh ở Quan Âm Các, giúp đỡ tư trang cho Kiều hộ thân ngầm mở cửa cho Kiều thoát khỏi vòng kiểm soát của nhà họ Hoạn. Đó cũng là "mầm thiện" mà Nguyễn Du đem đến cho Hoạn Thư. Thúc Sinh hèn nhát, bất tài, ăn chơi giá áo túi cơm, động đến việc gì là co vòi thúc thủ. Thúc Sinh luôn là người có lợi. Thay vì trách phạt kẻ bạc tình thì được Kiều tặng "Gấm trăm cuốn, bạc nghìn cân/ Tạ lòng để xứng báo ân gọi là", vừa được chiêm ngưỡng "dày dày sẵn đúc một tòa thiên nhiên" hơn một năm trời, khi bị lộ, vợ cũng chỉ hành hạ người làm bé. Thúc Sinh chẳng bị gì. Theo Ninh Giang Thu Cúc, "Bản chất nhân hậu bao dung luôn là tố chất của đàn bà".

Nói về "MỘT VÀI THẰNG CON CON SAU CHÂN NGỰA CỦA KIM TRỌNG"

Theo Ninh Giang Thu Cúc, trẻ em phải được chăm sóc nuôi dạy ăn học, vậy mà chỉ để sai vặt, hầu hạ cho người lớn như pha trà, đấm bóp, ôm tráp, mang vác những vật dụng phục vụ, chạy theo chân ngựa cậu chủ. Ninh Giang Thu Cúc còn nghĩ là chúng đói bụng và khát nước nữa đấy! Thật là một tấm lòng nhân hậu của một nữ giới cầm bút giàu lòng trắc ẩn.

Nói đến tình chị duyên em hay sự hy sinh thầm lặng của Thúy Vân theo đề nghị của chị mình để chắp mối tơ duyên với chàng Kim. Trong khi một số người trước đây cho rằng Thúy Vân hời hợt vô cảm trước biến cố của gia đình, Ninh Giang Thu Cúc tỏ ra không đồng tình với nhà thơ Vương Trọng: "Nhà có chuyện coi như người ngoại cuộc/

Vẫn ăn no ngủ kỹ như không". Mặc dù "Xuân lan thu cúc mặn mà cả hai" nhưng Kim Trọng và Thúy Kiều đã chọn nhau ngay cuộc gặp gỡ đầu tiên, rồi hai người đã thề non hẹn biển.

"Sánh vai về chốn thư hiên
Góp lời phong nguyệt nặng nguyền non sông."

Nhận người yêu của chị giao cho: "Tôi chắc Thúy Vân cũng chẳng sung sướng gì khi phải chấp nhận một biện pháp tình thế do Thúy Kiều áp đặt". Kiều bán mình chuộc cha thì Thúy Vân cũng là vật thế thân cho Kim Trọng. Thúy Vân và Kim Trọng không yêu nhau. Hôn nhân mà không dựa trên nền tảng của tình yêu mới thấy khổ tâm biết chừng nào!

"Giấu đầy đêm những khát khao
Kiều ơi em đợi kiếp nào để yêu?"
(Trương Nam Hương)

"Lấy người yêu chị làm chồng
Đời em thể thắt một vòng oan khiên."
(Trương Nam Hương)

Ninh Giang Thu Cúc yêu mến và cảm tạ đức hy sinh của Kiều đã đành, tác giả vẫn dành sự quý mến vì đức hy sinh thầm lặng cho đạo nghĩa của Thúy Vân.

Nói về QUAN CHỨC VÀ VƯƠNG ĐẠO (trang 66)

Ninh Giang Thu Cúc chỉ ra rằng trong xã hội quân chủ thời thịnh trị, mọi người thượng tôn pháp luật. Với quan niệm "Sĩ nông công thương" thì trí thức vẫn được đặt lên hàng đầu. Bởi vì họ chăm lo học hành đỗ đạt làm quan phụng sự đất nước, chăm lo hạnh phúc của muôn dân, góp phần làm cho xã hội yên bình. Khi rũ áo từ quan hay hưu quan thì mở trường dạy học truyền con chữ cho thế hệ mai sau.

Các bậc sĩ phu thanh liêm quả là đáng kính, nhưng ở nước ta thời loạn thì sao? Có thể "thượng bất chính, hạ tắc loạn", vì vậy từ vua quan quân, đâu đâu cũng có tham nhũng bất công. Công lý ở đâu khi chỉ vì lời vu oan giá họa của thằng bán tơ mà đẩy một gia đình thiện lương tan nát. Đồng tiền lên ngôi đổi trắng thay đen "Làm cho khốc hại chẳng qua vì tiền". Mọi việc đều có thể giải quyết được nếu có tiền "Tiền lưng đã có việc gì chẳng xong". Một xã hội từ những kẻ quyền cao chức trọng như quan tổng đốc trọng thần Hồ Tôn Hiến không chiêu hàng được Từ Hải một cách đường đường chính chính mà phải dùng mưu ma chước quỷ. Những cửa hàng buôn phấn bán hương mọc lên như nấm thì làm gì có "Bốn phương phẳng lặng hai kinh vững vàng". Theo Ninh Giang Thu Cúc đây là cụm từ giao đãi, ngụy trang cho sự an toàn của tác phẩm "viết là phải lách" là nỗi khổ tâm của người cầm bút chân chính từ xưa cho đến nay.

Cuối bài chị có câu cảm thán: "Ôi vương đạo biết tìm đâu?" Đó là điều rất đáng suy ngẫm. Bằng vốn sống trên sáu mươi năm cầm bút và chứng kiến bao biến thiên của lịch sử và thực tế xảy ra trong cuộc sống thường ngày thì tác giả vẫn khẳng định "Mã Giám Sinh, Tú Bà, Sở Khanh… tồn tại trong mọi thời đại". Chúng tôi là kẻ sinh sau đẻ muộn so với tuổi đời của chị, vốn sống chúng tôi chưa nhiều nhưng tôi vẫn khẳng định đó là một đúc kết hoàn toàn có cơ sở.

"VÀI VẾT XƯỚC NHỎ TRONG KHỐI NGỌC LỚN: TRUYỆN KIỀU"

1) Tác giả nêu ra việc Kiều đã được sư bà Giác Duyên đưa về thảo am:

"Một nhà chung chạ sớm trưa
Gió trăng mát mặt muối dưa chay lòng"

Bối cảnh sống chung của sư bà Giác Duyên và Kiều rất yên vui thanh tịnh sao Nguyễn Tiên Điền lại hạ bút bằng từ "chung chạ" e không hợp với văn cảnh chăng? Bởi người ta thường hiểu nghĩa chung chạ dành cho trường hợp xấu, bất minh, thiếu rạch ròi… Theo ngôn ngữ hiện đại thì chị thắc mắc như vậy là hoàn toàn có lý (Xem từ điển Tiếng Việt hiện nay). Nhưng chúng tôi đồng ý với Doãn Lê là "Ngôn ngữ là một thực thể linh động, ý nghĩa có thể thay đổi theo thời gian và không gian". Từ trong những áng văn thơ cổ có một số từ nay đã biến nghĩa. Ví dụ trong cuốn "Nhà văn Hiện Đại của Vũ Ngọc Phan viết năm 1941 (Hội Nhà văn xuất bản quý IV năm 2000) bài viết về Phạm Quỳnh trang 135, 136, "Ông thường dùng bốn chữ Nho đi liền một hơi trong một câu: Ví dụ 'Vũ hám phong trần' thì nói nôm ngay là 'Mưa dập gió lay' có phải vừa thông thường vừa dễ nghe hơn không. Đó là những điều khuyết điểm mà đối với văn gia này, người ta cũng có thể tìm ra được. Nó là cái tật của người có duyên nợ với văn chương không lấy gì làm quan hệ". Vũ Ngọc Phan dùng từ "quan hệ" thì lẽ ra phải dùng từ quan trọng mới đúng theo ngôn ngữ hiện nay. Không chỉ Vũ Ngọc Phan mà tôi còn thấy các nhà nhà văn, thơ đầu thế kỷ hai mươi vẫn dùng với nghĩa như là từ "quan trọng" hiện nay vậy. Như vậy chưa đầy một thế kỷ kể từ khi chữ quốc ngữ ra đời, nay có nhiều từ đã biến nghĩa, được thay thế bằng từ khác có sức biểu đạt phù hợp hơn. Vì vậy Truyện Kiều viết cách thời đại chúng ta hơn hai trăm năm thì từ "Chung chạ" có thể vẫn được xem là nghĩa tốt hoặc nghĩa trung tính, tốt xấu tùy ngữ cảnh. Với tài trí như cụ Nguyễn thì không thể có sự thiếu cân nhắc trong việc dùng từ được. Vì vậy tôi cũng đồng ý với ý kiến Doãn Lê là trong lúc chờ đợi các nhà nghiên cứu chúng ta "tạm hiểu chung chạ" theo nghĩa trung tính.

2) Sự "bề trên" của Hoạn Thư đối với Thúc Sinh cũng không đúng trong xã hội thời ấy. Theo tinh thần Nho giáo thì bối cảnh xã hội lúc bấy giờ chị đưa ra thắc mắc ấy là đúng. Nhưng có lẽ "Nguyễn Du đã muốn người phụ nữ thoát khỏi chế độ gia trưởng phong kiến" (GS Hà Huy Giáp) trọng nam khinh nữ chăng? Thời đó "Cha mẹ đặt đâu con ngồi đấy" chứ làm gì có chuyện "Cọc đi tìm trâu" như Thúy Kiều: "Xăm xăm băng lối vườn khuya một mình". Quả thật đây là quan niệm mới đầy tính hiện đại. Trai gái yêu nhau, ai tỏ tình trước đều được cả. Câu "tam tòng tứ đức" đã đến lúc không còn phù hợp nữa. Phải chăng Nguyễn Du muốn đòi quyền bình đẳng cho nữ giới. Cuộc hôn phối của Hoạn Thư và Thúc Sinh không môn đăng hộ đối. Hoạn Thư là con của một vị quan quyền. Còn Thúc Sinh xuất thân tầng lớp buôn bán. Tầng lớp này theo quan niệm "sĩ nông công thương" thì được đặt cuối cùng. Lái buôn muốn quan hệ móc nối với các vị có chức có quyền để dễ dàng trong các phi vụ làm ăn… Đó là mục đích và sự lợi dụng lẫn nhau thời nào cũng có. Hoạn Thư lấy chồng không theo chồng như mọi cô dâu khác. Khi gia đình chồng có tang cũng không về chịu tang: "Tiểu thư trông mặt hỏi tra? Mới về có việc chi mà động dong", "Sinh rằng hiếu phục vừa xong/ Suy lòng trắc dĩ đau lòng chung thiên". Rồi Hoạn Thư ban cho Thúc Sinh lời khen: "Khen rằng hiếu tử đã nên". Thúc Sinh buôn bán làm ăn xa, lại chơi bời vụng trộm bên ngoài. Vậy đối với Hoạn Thư, Thúc Sinh xuất thân tầng lớp dưới lại không đáng mặt đàn ông cho lắm. Gã còn có lỗi lớn với vợ nữa nên trước uy thế của gia đình vợ, Thúc Sinh không khỏi sợ hãi…

3) Ở trang 95, Ninh Giang Thu Cúc nêu: "Một cuộc ân oán mang tính thù hận cá nhân, có gì mà Từ Hải phải quan trọng hóa sự việc và phung phí nhân lực đến vậy? Ba quân chỉ ngọn cờ đào? Đạo ra Vô Tích đạo vào Lâm Truy". Chúng tôi xin đồng ý với chị.

Còn nhiều điều hấp dẫn trong cuốn sách với những bài phân tích lý thú, sáu bài thơ vịnh về các nhân vật trong truyện Kiều…và những thắc mắc khác. Kính mời bạn đọc hãy đến với ĐỌC KIỀU THƯƠNG KHÁCH VIỄN PHƯƠNG của tác giả Ninh Giang Thu Cúc.

Trở lại với chủ đề chính về tác giả Truyện Kiều "Nguyễn Du đã đưa ngôn ngữ Việt Nam đến chỗ tuyệt đỉnh siêu việt và tiếng nói Việt Nam chính là trường sở linh nghiệm nhất của dân tộc tính, Việt tính. Nguyễn Du không chỉ là một bậc đại thi hào mà còn là một bậc đại hiền triết". Nguyễn Du xứng đáng là "một trong ba nhà thơ vĩ đại nhất của nhân loại cùng với Hölderlin và Walt Whitman là ba thiên tài lớn nhất của nền thi ca nhân loại trong hai ngàn năm hoang vu trên mặt đất."

(Phạm Công Thiện - Nguyễn Du đại thi hào dân tộc).

Nguyễn Du và truyện Kiều vẫn mãi là ma lực huyền diệu và bí ẩn, hấp dẫn người đọc và nghiên cứu. Càng đi sâu khám phá càng phát hiện ra những điều mới lạ và thú vị. Theo Phạm Công Thiện thì chúng ta "chỉ thấy được sự vĩ đại phi thường của Nguyễn Du khi nào chúng ta đã có khả năng đi vào nơi sâu thẳm của văn chương và văn hóa thế giới". Đó là điều mà người đọc và nghiên cứu không ngừng khát khao vươn tới. Chúng ta trân trọng những đóng góp tâm huyết của tác giả Ninh Giang Thu Cúc, gợi mở thêm một hướng tiếp cận tác phẩm giữa người đọc với Truyện Kiều.

Xin cảm ơn chị với "giọt nước mắt muộn màng" của hậu thế dành cho thiên tài Nguyễn Du, góp phần kích thích niềm say mê khai thác thưởng lãm truyện Kiều (ĐOẠN TRƯỜNG TÂN THANH) của độc giả nhiều thế hệ.

Thành Phố Huế ngày 13/9/2019
Hoàng Thị Bích Hà

Sư Ông Chùa Núi

NGUYỄN MINH NỮU

1/

Ở khu vực núi đồi, giáp ranh giữa ba tiểu bang Virginia, Maryland và West Virginia là nơi đầu nguồn của dòng sông Potomac là vách núi dựng đứng, soi mình xuống dòng nước cạn lô nhô đá núi chảy miên man về phía đông tìm đường ra biển.

Có một con đường nhỏ tên là đường Đồi Đậu Phộng, chạy men theo vách đá, lên cao, lên cao, quanh co chạy uốn vòng theo vách đá rồi đi vào những đồi cao thấp khác nhau để vào khu cao nguyên của thị trấn Charles Town của tiểu bang West Virginia. Những ngọn đồi xanh cây cỏ, vườn tược, thấp thoáng xa xa mới có một căn nhà ẩn sâu trong rừng cây, cái đẹp của cao nguyên là cái đẹp của cô tịch. Thường thì vẫn có những con đường nhựa nhỏ, dẫn vào một căn nhà hay một khu gia cư nào đó mà đằng trước có bảng đề rõ Đường Riêng Tư, cá biệt là khoảng giữa đồi, có con đường mang tên Nuisap St., tên con đường nghe như tiếng Việt làm cho tay lái lãng du bỗng dưng chậm lại.

Dịch bệnh Covid đẩy toàn thế giới vào cơn biến động đặc biệt, số người nhiễm càng lúc càng tăng cao. Mỗi quốc gia, mỗi thành phố có một cách ngăn ngừa và chống lây lan khác nhau. Nhiều nhất vẫn là tránh giao tiếp, tự cách ly mình khỏi đám đông, cô lập trong nhà và trang bị khẩu trang, bao tay khi bắt buộc phải ra ngoài.

Những ngày đầu tháng 3, lệnh giới hạn gặp gỡ giao tiếp được ban hành, mọi người nghiêm chỉnh chấp hành, các hàng quán đóng cửa, các hẹn hò… từ nay xếp lại, chỉ có điều khó lòng mà tâm nhẹ nhàng như mây…. (nhạc TCS). Ông Thành lại là người giữ gìn nhiều nhất, bởi vì ông có đầy đủ yếu tố để dễ nhiễm bệnh: Già yếu , có bệnh nền là cao mỡ, cao máu, thấp khớp… Tháng đầu, thoải mái trong nhà, với kế hoạch buổi sáng thăm viếng nhà bếp, buổi trưa tham quan phòng khách, buổi tối hẹn hò ăn với với vợ và bắt đầu giao tiếp bạn bè thân hữu từ xa trên mạng. Kế tiếp tìm thêm thú vui bằng đọc sách, xem tranh, vẽ vời nhưng qua tới tháng thứ hai thì quẩn chân quá đỗi. Phải đi ra ngoài thôi, không cần gặp gỡ ai cả, không hẹn hò hay nhắm tới phải đi đâu, cứ việc lên xe, tự trang bị cho mình nước rửa tay, khẩu trang, nón và kính mát, và lái đi.

Nhớ đến câu chuyện Thiền, khi một thiền sinh này hỏi thiền sinh kia anh đi đâu đấy, và câu trả lời là gió thổi đến đâu tôi đi đến đó. Trên xe thì đâu có gió, nên tự nhắn với mình đường chạy tới đâu, tôi đi đến đó, bữa nay chạy về hướng Đông, ngày mai chạy về hướng Tây, ngày mốt hướng Nam, hướng Bắc.

Và hôm nay, ông Thành thong dong chạy về hướng Tây, chạy ven theo con sông Potomac về phía đầu nguồn, thấy con đường lạ thì lái xe vào và bây giờ đang ngẩn ngơ nhìn tên con đường nghe như âm hưởng Việt Nam: Nuisap St..

2/

Con đường nhỏ uốn lượn theo các cánh đồng trồng nho ven những ngọn đồi xa, chạy xa lắm mới thấy hình bóng căn nhà. Gần hơn, mới thấy thực ra là một cụm ba căn nhà gần kề. Hai căn hai bên thì rất bề thế, nhìn như một tòa lâu đài, cái lạ là nhìn thì biết ngay là cùng một chủ nhân, vì cách xây dựng, mầu sơn, cho đến hàng rào gỗ trắng cũng in hệt như nhau. Chính giữa hai căn đó là một ngôi nhà nhỏ hơn. Phải nói là nhỏ hơn rất nhiều. Hai bên là hai biệt thự lớn hai tầng, có sân vườn trồng hoa cắt tỉa khéo léo, có đường cho xe chạy từ cổng vào cong theo bồn hoa giữa sân để chạy vào sát khung cửa chính, có bậc thang đưa lên kiểu cách và tinh tế, bề ngang rộng rãi có lẽ phải là ba căn phòng tiếp nối nhau vì nhìn ra phía trước ngoài cửa chính còn có 8 cái cửa sổ, treo rèm màu tím sẫm, cả hai căn đều kết cấu xây dựng như nhau, sơn màu như nhau, mà rèm cửa cũng cùng màu như nhau luôn.

Căn nhà ở giữa thấp nhỏ, cửa chính và hai cửa sổ hai bên.

Chỉ có một con đường nhỏ trải sỏi chạy từ trước vào bên hông nhà. Căn nhà thực ra chẳng có gì đáng chú ý, nó nhỏ, và hẹp, đơn giản và cô độc, nằm giữa hai tòa biệt thự nhìn nó không khỏi liên tưởng đó là một cái nhà kho của hai căn nhà hai bên. Cái làm ông Thành đặc biệt chú ý là trước cửa nhà, có một cái bàn Thiên. Đó là một cái trụ xi măng cao khoảng thước rưỡi, bên trên là một tấm bê tông vuông nhỏ, trên đó có một cái giống như bát hương, dường như có cả mấy cọng chân hương. Căn nhà cách mặt lộ khoảng vài chục thước, trong khi hai tòa biệt thự hai bên xây cất thụt vào trong sân cả gần trăm thước.

Ông Thành đậu xe vào lề đường, nhìn ngắm căn nhà và lòng nổi lên nhiều thắc mắc. Tiếng máy xe từ bên hông căn biệt thự chạy ra, một chiếc xe cắt cỏ, chiếc xe chạy rà rà và đậu ghé bên xe ông Thành, Người đàn ông trên xe đầu trùm kín bằng cái nón lớn, mặt thì che khẩu trang, ghé lại hỏi bằng tiếng Anh: Tôi có thể giúp gì cho ông? Ông có cần gì không?

Rồi giọng nói ồ lên, Ông là người Châu Á phải không?

Ông Thành đáp lại, vâng tôi là người châu Á, tôi là người Việt Nam. Tôi chỉ chạy ngang thôi, khu đồi này đẹp quá.

Người đàn ông tắt máy xe, gỡ cái nón ra, rồi bước xuống xe nồng nhiệt chào hỏi. Lần này thì bằng tiếng Việt:

- Hay quá, tôi là người Việt, hiếm khi gặp người Việt ở vùng này. Ông có thời gian không? Ông có thể ghé nhà chơi, chúng ta có thể uống nước trà và chuyện trò cho vui.

Ông Thành ngần ngừ, thời gian thì có, vì tôi đang rảnh rỗi hoàn toàn, nhưng mùa Covid này…

- Ồ không sao đâu. Tôi là người vùng này và…. Tôi đã cách ly với đời sống cả ba năm nay chứ không chỉ vài tháng vừa qua. Còn về phía ông, nếu ông cảm thấy an toàn thì chúng ta có thể trò chuyện mà.

Người đàn ông gỡ bỏ khẩu trang, lộ ra khuôn mặt trắng hồng đôn hậu, đuôi mắt có dấu chân chim, khoảng chừng trên dưới 60. Lúc này ông Thành mới chú ý người đàn ông cạo đầu trọc và bên trong lớp áo khoác, lộ ra cổ áo mầu nâu,

- Ông là người xuất gia?

Người đàn ông bật tiếng cười, không, tôi có một thời là tăng sĩ, nhưng bây giờ chỉ là một người tu tại gia thôi.

Ông Thành vui vẻ tắt máy xe, bước xuống, thật hân hạnh được quen với ông, xin được uống với nhau vài chén trà.

Đi theo sau chủ vào căn nhà nhỏ. Mở cửa bước vào là phòng khách, kê bộ bàn ghế gỗ đơn giản, giữa nhà, đúng là có một bàn thờ Phật, nhưng là một bàn thờ Phật tại gia, hết sức đơn giản. Không có tượng, treo giữa là tấm ảnh chụp pho tượng bán thân Đức Phật đen trắng, trên bàn thờ có lọ hoa tươi chắc mới hái trong vườn, cái chuông, mõ nhỏ và xâu tràng hạt gác ngang cuốn kinh.

Chủ mời khách an tọa, rồi lúi húi cắm điện nấu nước sôi. Vóc dáng nhanh nhẹn và khi nhìn sau lưng hai đường gân cổ nổi lên thẳng đứng mạnh mẽ, làm ông Thành mênh mang nhớ… hình như có chút gì quen thuộc.

- Thưa… ông quý danh là gì? Ngày xưa xuất gia pháp hiệu là gì, xin cho biết để dễ xưng hô?

- Tôi là Chơn Nhã.

Ông Thành buột miệng la lên Chơn Nhã… Thủ Đức?...

Chơn Nhã cũng giật mình, quay phắt lại. Phải rồi Thủ Đức, ngày xưa tôi xuất gia và tu học tại một thiền viện ở Thủ Đức... Sao ông biết?

Ông Thành đứng bật dậy, hướng về Chơn Nhã chắp tay chào, Chơn Nhã không nhớ tôi sao? Tôi là Minh Thành…

- Minh Thành, Minh Thành… Tôi nhớ rồi, hồi nãy khi nhìn ông, tôi đã ngờ ngợ...

3/

Khoảng năm 1976 gì đó, Thành làm nghề cưa lọng hàng mỹ nghệ gỗ ở Sài Gòn, làm giao mối cho các chợ Bình Tây, Bến Thành, An Đông và một số cửa hàng bán quà cưới ở Hóc Môn, Thủ Đức. Có lần, chạy lên Thủ Đức giao hàng, khi về, trời buổi trưa nóng nực, mệt mỏi Thành chạy xe vào một ngôi chùa có cây cao bóng mát ở gần xa lộ. Đậu xe vào một gốc cây cao, bên dưới có sẵn cái ghế đá, Thành ngồi xuống và mệt quá nằm ngủ lúc nào không hay. Không biết chợp mắt được bao lâu, khi giật mình thức dậy, nhìn vẫn thấy còn xe, và bên cạnh lại có sẵn một ly nước có đá. Thành sửng sốt nhìn quanh, thấy từ hiên chùa một chú tiểu đưa tay lên chào. Thành cảm tạ rồi nâng ly lên, té ra không phải nước lọc, mà là một ly chanh muối ngọt ngào, thanh mát giữa trưa hực lửa. Thành bước tới cám ơn. Chú tiểu xưng tên là Chơn Nhã, hẹn khi khác nói chuyện, vì giờ này Bổn Sư vừa thức nên chú phải lên hầu Sư phụ.

Những lần sau, Thành lên chùa, tìm gặp Chơn Nhã, chuyện trò mới biết Chơn Nhã gốc là người miền Trung, xuất gia vào chùa đã được bốn năm và đang là một trong hai Thị Giả của Hòa Thượng trụ trì. Năm đó Chơn Nhã 17 tuổi và đang theo học lớp 12 ở trường trung học thị trấn.

Thị Giả là người gần gũi nhất đối với sư phụ, là người chăm lo miếng ăn nước uống, hầu thay y phục và bên cạnh sư phụ trong tất cả các lễ nghi, lúc giảng pháp, lúc hành lễ, và cũng là người thu xếp các tiếp xúc của sư phụ đối với người ngoài. Trong Phật giáo, vị Thị Giả nổi tiếng nhất chính là ngài A Nan theo hầu đức Thế Tôn, và trở thành vị Tôn Giả uyên bác nhất của Phật Giáo.

Chơn Nhã còn trẻ, nhưng từ lời ăn tiếng nói cho tới phong cách đi đứng đều giữ nghi biểu điềm đạm thanh tịnh. Thành và Chơn Nhã kết bạn với nhau, Thành học được thật nhiều điều từ người bạn trẻ tuổi xuất gia này. Kỷ niệm với Chơn Nhã là có lần, Thành thấy Chơn Nhã thường đi chân không, nên trong dịp ghé thăm, đem tặng Chơn Nhã đôi dép và hai cục xà bông ngoại. Chơn Nhã nhận món quà một cách trân trọng, đứng lên cúi đầu cám ơn. Sau đó nhẹ nhàng: Chơn Nhã nhận tấm lòng của Minh Thành rồi, nhưng xin cho Chơn Nhã tặng lại Minh Thành, vì Chơn Nhã không sử dụng. Đi chân không là theo giáo pháp của Khất Sĩ, đi để tránh trường hợp vô ý sát sinh các sinh vật nhỏ trên đường đi, còn xà bông thì quý lắm, nhưng Chơn Nhã đang sống trong tăng chúng, và chỉ sử dụng cái gì mà các tăng chúng cùng sử dụng chứ không nên xài cái khác. Rồi lần khác khi tạm biệt nhau, Thành chắp tay cầu chúc Chư Phật gia hộ cho Chơn Nhã thân tâm an lạc. Chơn Nhã mỉm cười cám ơn, Minh Thành chúc lành cho Chơn Nhã là lòng Minh Thành rất tốt, nhưng Chơn Nhã nghĩ Đức Phật không giáng họa cho ai thì ngài cũng đâu bao giờ ban phước cho ai.

Cái tìm được an lạc là từ giáo pháp của Thế Tôn, nương vào đó, tự tu tập mới tìm được an lạc thực sự chứ.

Sau đó, lên chùa mấy lần không gặp Chơn Nhã, Thành bước hẳn vào chùa xin gặp Chơn Nghĩa là bạn đồng tu với Chơn Nhã và cùng Thị Giả của Hòa Thượng để hỏi thăm về Chơn Nhã. Chơn Nghĩa trả lời là Chơn Nhã không ở chùa nữa, còn Chơn Nhã đi đâu làm gì không ai biết.

Ai ngờ gần 40 năm sau lại có cuộc hội ngộ bất ngờ này.

4/

Đây là câu chuyện của Chơn Nhã.

- Đúng là khi tôi rời chùa, không ai biết tôi đi đâu, ngoại trừ Ân sư. Chính Ngài đã chấp thuận và khuyến khích tôi đi ra khỏi chùa.

Chuyện là một buổi trưa đó, sau khi hầu Ân sư xong, khi Thầy ngồi tịnh, tôi như có một thôi thúc kỳ lạ nên đi xuống sân chùa thì gặp một người giống như hành khất. Thật ra đó là một Du Tăng vì ông cụ đó tuổi đã rất cao, gầy ốm hom hem, đầu trọc nhưng tóc đã mọc ra lún phún, bạc trắng, áo tăng bào sờn rách, cái bị vải cũng không lành lặn, cây gậy ông cụ chống lại là một nhánh cây khô và bước đi chập choạng như muốn té. Tôi sửng sốt chạy lại đỡ ông cụ vào hàng hiên ngồi và chạy vào nhà trai xin một dĩa cơm, ly nước đem ra cho ông cụ. Hỏi thăm thì ông cụ không trả lời vào câu hỏi mà nhướng đôi mắt lên hỏi tôi có phải là một tăng sĩ không? Ánh mắt của ông cụ thật kỳ lạ, sáng như bên trong có đèn, nhưng lại phát ra sự đằm thắm, ấm áp nhân từ.

Tôi trả lời đúng, cụ gật đầu, ta cũng là một tăng sĩ đây, ta có một ngôi chùa ở trên núi, ta có một giáo pháp biệt truyền, và ta đang tìm một truyền nhân phó thác, con có bằng lòng đi theo ta không?

Tôi thưa rằng tôi thí phát và xuất gia ở đây, tôi có sư phụ còn đang hiện tiền, con có thể thỉnh ý Ân sư để mời Hòa Thượng trụ thế nơi này, còn đi theo ngài thì… chắc không thể được.

Vị sư già sửa lại thế ngồi, hai chân xếp lại, hai tay chắp tay trước ngực nhắm mắt lại một hồi lâu. Rồi mở mắt ra, nói với tôi hãy lên thỉnh ý Ân sư đi.

- Thỉnh ý chuyện gì?

- Chuyện ta muốn nhận con làm truyền nhân và muốn dẫn con đi theo ta lên núi.

Thú thật là tôi bàng hoàng với lời đề nghị lớn lao này. Đã xuất gia đi tu thì nơi nào cũng có Phật, Phật tự trong tâm mình chứ có phải từ chùa lớn chùa nhỏ gì đâu, nhưng xuất gia và tu tập tại đâu thì mến cảnh mến chùa chỗ đó. Ân sư lại là người khai thị và dìu dắt từ bước khởi đầu đến nay, đột ngột nói chuyện ra đi lòng sao chẳng ngại. Nhìn lại vị sư già ngồi đó, bỗng hiển hiện trong tôi là hình ảnh Đức Thế Tôn lúc ngài khổ hạnh, nghĩ tới sự già yếu, cô độc giữa rừng sâu của một người khất giả, tự nhiên tôi cũng cảm thấy một cảm thông sâu sắc.

Tôi xin phép rồi chạy lên phòng tịnh của Ân Sư. Nhìn qua khe hở, thấy Ân Sư vẫn đang thiền định, tôi ngần ngừ chưa biết làm sao, bỗng Ân Sư mở mắt gọi: Chơn Nhã, vào đây.

Tôi mở cửa chạy vào quỳ trước mặt ngài, Ân Sư đưa tay xoa trên đầu tôi:

- Chơn Nhã nghe đây, tám vạn bốn ngàn pháp môn của Đức Thế Tôn thì pháp nào cũng là phương tiện để con người tìm được bến bờ an lạc, nhưng đã là con người thì ai cũng phải vào vòng Duyên Nghiệp. Có Duyên khởi thì phải có Quả Nghiệp. Vị cao tăng dưới sân đó chính là Nghiệp Sư của con, người mà ngài tìm kiếm chính là con, và bây giờ gặp được rồi, con nên đi theo quả nghiệp đó?

Tôi sững sờ, chưa kịp tác bạch điều gì, Ân Sư đã nói hết rồi. Tôi bần thần: thưa thầy... là duyên của con sao? Là nghiệp sư của con sao?...

Ân Sư gật đầu, không chần chờ được đâu, không cần tạm biệt bất cứ ai, con lên đường ngay đi. Ta chúc phúc cho con.

Nói xong Ân Sư nhắm mắt lại an trú vào cõi tịnh.

Tôi quỳ xuống đảnh lễ với Ân Sư và vào phòng lấy thêm một bộ quần áo nữa cho vào túi xách. Xuống tới sân, thì vị Hòa Thượng kia đã lững thững bước ra gần tới cửa chùa, tôi không nói gì nữa mà chỉ chạy vội theo.

Tôi đi theo Hòa Thượng đó tới Châu Đốc và đón xe vào Núi

Sập. Khi đến chân núi Sập, đường lên núi gập ghềnh, cheo leo, nhiều lần tôi đưa tay định dìu, nhưng ngài lắc đầu, cái hình ảnh vị sư già ốm yếu ngồi không vững ở sân chùa hoàn toàn biến mất, vẫn là vị sư già, còm cõi, rách rưới, nhưng bây giờ bước đi vững chãi, hoạt động nhẹ nhàng và khuôn mặt thanh tịnh, làm tôi sinh lòng kính ngưỡng.

Về tới chùa, thì là một gian nhà lá, có hai bên cái chái cũng lợp bằng lá, gian giữa không có vách, nền gạch tàu đỏ au, giữa là bàn thờ Phật đơn sơ nhưng rất trang nghiêm, có hoa tươi và trái cây. Tôi ngạc nhiên vì Hòa thượng đi vắng bấy lâu ai là người dọn dẹp, quét tước và hương hoa dâng cúng. Nhưng chỉ một buổi là hiểu ra. Ngôi chùa bằng lá đơn sơ này là nơi chẩn bệnh và phát thuốc miễn phí, có một tịnh cốc phía sau của vị sư già, quanh quẩn gần xa, phía núi trên cao và phía lũng dưới thấp còn có những gian tịnh thất khác, các vị sư ở đó mỗi ngày vẫn lên ngôi chùa lá chính này để hái thuốc, phụ phát thuốc, chăm sóc bàn thờ Phật giữa nhà. Sáng sớm hôm sau, trước khi bình minh hé rạng, sau thời kinh sáng, vị Sư già gọi tôi ngồi xuống trước chánh điện khai mở rằng:

- Con biết ta là ai không?

- Bạch Thầy, con không biết.

- Đi theo ta tới một nơi không rõ, học theo một pháp môn nào không rõ. Vậy động lực nào làm con đi theo ta?

- Bạch Thầy, con thực lòng không biết, chỉ là khi bất ngờ gặp ngài, tự nhiên con cảm thấy quyến luyến và tin tưởng, con thật lòng không chờ mong một điều gì bởi đã xuất gia thì nơi đâu cũng là cõi đạo, chỉ nghĩ rằng hữu duyên thì xin đi theo lời gọi của duyên mà thôi.

- Được lắm, hôm nay ta khai mở cho con hiểu. Ta và ân sư của con là huynh đệ đồng môn. Con được thu nhận vào chùa và lập tức trở thành thị giả của ngài chính là sự sắp xếp của ta. Ngay pháp danh của con cũng là do ta khai thị, bởi vì pháp danh của ta là Nguyên Nhã. Ta chưa xuống đón con là do duyên chưa tới và do chính con chưa phát tâm đủ đầy. Rõ ràng rồi, từ nay, con là đệ tử của ta.

Chơn Nhã ngừng lại, rót thêm trà vào hai ly nước, rồi đứng dậy đi về phía bàn thờ Phật, thắp một nén nhang thơm, cúi đầu đảnh lễ rồi mới thong thả kể tiếp.

- Tám vạn bốn ngàn pháp môn thực ra là một lối nói của người Ấn, mô tả một cái gì nhiều lắm không đếm xuể chứ không phải là con số chính xác. Trong các giáo pháp của Phật thực ra có rất nhiều con đường để đi tới an lạc.

Hai vị ân sư của tôi đi theo hai cách khác nhau, một là Hiển Tông hay còn gọi là Đại Thừa, tu học và rao giảng chánh pháp với mọi người; hai là Mật Tông, tu theo giáo pháp nhưng hướng vào tìm hiểu và khám phá chính mình, khám phá và chứng nghiệm những khả năng và quyền lực bí ẩn của con người. Ai cũng có những năng lực kỳ diệu này, có điều Biết, Hiểu và sử dụng được những năng lực đó đòi hỏi nhiều tu dưỡng, được hướng dẫn chuẩn xác và đặc biệt phải có cơ duyên đủ đầy.

Chơn Nhã ngừng lại, hướng về Minh Thành giọng nhấn mạnh hơn: Thần thông là có thật. Nhân quả là có thật, Duyên nghiệp là có thật, đó là những điều tôi ghi nhớ và chứng nghiệm suốt 10 năm tu hành và theo hầu hai vị chân tu Ân sư.

- Rồi lý do gì ông bỏ tu và cơ duyên gì ông đến nước Mỹ?

Giọng Chơn Nhã trầm hẳn lại:

- Tôi ở trên núi được 4 năm thì Ân sư viên tịch. Bốn năm đó chuyên cần học pháp để nhìn thấu bản thể, chứng kiến biết bao thần thông của Ân sư, từ nghe được tiếng nói, thấy được dịch chuyển từ xa, nhận được nghiệp duyên và căn bệnh từng người, nhiều lắm, nhiều lắm… Ở quanh vùng, người ta không gọi pháp hiệu của ngài, mà chỉ kính cẩn nhắc về Sư Ông Chùa Núi. Tất cả những lời chỉ dạy, thuyết giảng chỉ nhằm hướng dẫn người ta đi vào tu tập để tự đoạn nghiệp chướng của mình. Phương pháp tu dưỡng thì được chỉ bảo cặn kẽ rồi, nhưng theo được tới đâu lại còn tùy căn cơ mà chứng ngộ. Khi Ân sư viên tịch ngài gọi tôi dặn dò là nghiệp chướng của con quá nặng, ta đã hướng dẫn và trì chú trợ lực cho con rất nhiều, ta biết rõ con chí tâm hành trì kinh pháp, nhưng vượt qua được để tiếp tục tu hành hay không, thực không biết được. Hãy sống bằng lòng bao dung, từ ái, và quan trọng là tự hiểu được duyên ta có và nghiệp ta nhận với tâm tĩnh lặng.

Ân sư viên tịch chưa được bao lâu tôi cũng phải rời chùa.

- Rời chùa nghĩa là cởi bỏ tăng bào hoàn tục hay sao?

Chơn Nhã gật đầu, Chùa trên núi đó có nhiều Đàn Na Thí Chủ thường xuyên thăm viếng và bảo trợ, có một gia đình khá giả ở chân núi Sập, nay ra lập nghiệp ở Phú Quốc gặp nhiều nạn kiếp, muốn lập đàn chay cầu an nên lên chùa nài nỉ mời đi tụng kinh. Do lòng quý mến từ lâu nên tôi nhận lời. Đêm hôm đó tụng kinh cho đến nửa đêm, gia chủ mời đi nghỉ trong phòng, nhưng tôi từ chối, bước ra ngoài cái chái bên hông nhà, ngồi tịnh tâm nghe sóng vỗ rì rào và nhắm mắt dưỡng thần, chờ sáng sẽ đi thuyền vào đất liền.

- Đêm đó là cái đêm định mệnh ông à. Chơn Nhã thở dài rồi ngồi im lặng.

5/

Miền đông bắc Hoa Kỳ vào đầu tháng 9 là đang buổi giao thời giữa hè và thu, nắng vẫn vàng tươi trên cánh đồng, nhưng vài cơn gió thổi mênh mang chút lạnh vào người. Ông Thành nóng ruột muốn hỏi thêm cho hết câu chuyện mà Chơn Nhã vẫn cúi đầu im lặng, hai tay để xuôi theo thân như đắm mình vào một suy tưởng gì xa lắm.

Bất chợt ông đứng lên: - Mình đi ra ngoài dạo một vòng cho nhẹ nhàng ông nhé.

Chơn Nhã chỉ vào tòa biệt thự giới thiệu đó là nhà của vị thí chủ ngày xưa ở núi Sập Châu Đốc. Ông bà có trang trại lớn cả mấy chục mẫu tây trồng nho, táo, dâu, bắp nên con đường mở từ ra giữa trang trại là do ông bà thực hiện. Để nhớ đến quê hương ông bà đã xin phép và đặt tên đường là đường Núi Sập. Hai ông bà đều đã mất cả chục năm nay, trang trại giao lại cho người con trai trưởng. Ông bà cho tôi một căn nhà nhỏ để cư trú và trông coi, chỉ có một mình tôi cắt cỏ, dọn dẹp vườn tược, quản lý tài sản như một quản gia…

- Vậy là ông lập gia đình và... còn bà đâu?

- Nhà tôi mất hơn ba mươi năm nay rồi.

Ông Thành tò mò, phải chăng bà chính là người trong cái đêm mà gọi là định mệnh đó.

Chơn Nhã tần ngần, hôm nay gặp lại ông như một cố nhân, nên có những điều giấu kín trong lòng hôm nay xin bộc bạch trước là cho nhẹ lòng, sau cũng là đền đáp nghĩa tâm giao.

- Phú Quốc ngày xưa vắng vẻ lắm, dân cư thưa thớt sống bằng nghề chài lưới dọc theo bờ, đánh bắt đồi mồi, chỉ có vài ba gia đình do có thuyền lớn đánh cá từ ngoài khơi, thu mua hải sản rồi đem về bán ở đất liền hoặc mở vựa nước mắm thì mới khá giả. Ông Bà Năm Hương này là một gia đình như thế, trong nhà bạn chài, gia nhân cả mấy chục người. Năm đó, trong hai chiếc thuyền của họ có một chiếc cứ mỗi lần ra khơi là bị tai nạn, hoặc thuyền trưởng, tài công nhiễm bệnh, hoặc máy móc trục trặc, ông bà mới lập đàn tràng cầu an. Ông bà đó là một đại tín chủ của chùa, họ tin tưởng và thân tình với Ân sư rất nhiều nên ông bà lên núi thỉnh mời, ai ngờ Ân sư vừa viên tịch nên tôi nhận lời đến trì chú giúp họ.

Đêm đó, sau khóa kinh đêm, tôi ra nhà ngang ngồi dưỡng thần, chờ sớm hôm sau thì theo thuyền về đất liền. Đêm đó thực sự là trăn trở, cứ chớp mắt thì lập tức cảm thấy như bị đẩy vào những hỗn loạn, trời đất như xoay vòng vòng. Tôi giật mình tỉnh lại, vội vàng ngồi thẳng lưng cố định tâm lại, chỉ chút xíu lại bị đưa vào cơn mê, chuyện đó lặp đi lặp lại mấy lần, tỉnh dậy, rồi lại mê đi… cho tới lúc thấp thoáng phía đông ửng sáng, tôi mới đứng dậy đi ra sân hít thở cho thoáng, chờ tới giờ lên thuyền về lại Rạch Giá, rồi đón xe về núi Sập.

Chuyện tưởng sẽ chẳng có gì, nhưng bất ngờ mấy tháng sau, tôi nhận được nhắn gọi khẩn cấp ra Phú Quốc có chuyện cần. Tới nơi, ông bà Năm Hương trách móc là tôi làm chuyện tư tình bậy bạ mang tai tiếng cho chùa, và cho ông bà rất nặng. Tôi hoàn toàn sửng sốt ngạc nhiên hỏi lại. Thì ra ở cạnh nhà, có một gia đình làm công cho gia đình Năm Hương, người cha đi theo thuyền và đã mất, người mẹ và cô con gái tiếp tục làm công cho vựa cá, nay bỗng dưng cô gái mang thai, bà mẹ buồn bã sinh bệnh, hỏi han mãi mới nói ra trong đêm lập đàn tràng đó cô ta lén lút tình tự với một thanh niên đầu trọc mà cô ta cũng không biết rõ là ai, hôm đó đàn tràng chỉ có một mình Sư đầu trọc từ phương xa đến không ai quen mặt nên nghi quyết là Sư làm bậy. Tôi cả quyết là chuyện không có, xin gặp cô gái để phân bua. Cô gái trả lời thật lòng cô cũng không chắc, vì lúc đó như một cơn mê sảng, không phân biệt trắng đen. Chỉ có một điều ghi nhớ là người thanh niên đó đầu trọc và sau lưng có một cái bớt mầu đỏ lớn bằng nắm tay. Ông Năm Hương kéo tôi vào buồng trong, lột áo ra xem xét và la lên, đúng rồi, không thể sai được.

Cô gái thì nhà nghèo, mẹ già yếu đuối bệnh tật và đôi mắt ràn rụa nước mắt, ăn nói chân chất không phải dối lừa, tôi thì tình ngay nhưng lý gian, chối cãi không được nên đành khuyên cô gái, có lẽ tôi và cô có một nghiệp duyên nào đó chứ không phải tôi sinh lòng tà dục đâu. Nay đã có nghiệp thì phải trả nghiệp, tôi xin chịu trách nhiệm với em về đứa bé này. Xin cho tôi một tháng, trở về chùa, bàn giao nhà thuốc và xin hoàn tục trở về đây làm ăn nuôi con.

Tôi vào kể hết mọi chuyện với ông bà Năm Hương, nói rõ lòng tôi phát nguyện tu hành, nhưng nghiệp chướng đã theo và vận vào không sao thoát được. Xin hoàn tục đền bồi và vẫn xin giữ giới tu hành dù không còn trong tăng sĩ nữa.

Ông bà Năm Hương gật đầu, nhận đứng ra chủ hôn và nhận tôi vào làm cho vựa cá để có tiền nuôi thân. Đứa bé ra đời là một bé trai, điều kỳ dị là nó có khuôn mặt, ánh mắt nụ cười giống tôi như hệt, như đúng là thực sự nó là con ruột thịt của tôi. Hai vợ chồng tôi cùng phát nguyện tu tại gia, ăn trường trai và cùng nhau tu học, bỏ qua tất cả những ân ái đời thường. Khi ông bà vượt biển, mẹ vợ tôi cũng đã mất, ông bà dắt theo vợ chồng tôi và đứa con nhỏ theo ghe đi luôn. Khi tới đảo, do bị phân chia khác nhóm, tản mát đi định cư các tiểu bang khác nhau tùy người bảo lãnh nên tôi mất luôn liên lạc với gia đình đó.

Qua Mỹ được ba năm thì vợ tôi mất, tôi xông xáo làm đủ thứ nghề nuôi thân và nuôi con, từ đi làm vệ sinh công sở, tới phụ hồ, thợ điện suốt cả gần hai mươi năm, tới khi đứa con trai 24 tuổi nó lập gia đình và di chuyển tới một tiểu bang xa, thì tôi tình cờ gặp lại được ông bà Năm Hương, lúc đó hai cụ đã lớn tuổi, nhưng còn minh mẫn, cụ hỏi tôi có nhớ câu muốn tu hành không?

- Muốn lắm, nhưng cơm áo gạo tiền và trách nhiệm người cha nên chưa làm được, hai cụ nhã ý cho tôi ngôi nhà nhỏ vốn là nhà kho này, tu sửa lại và tạo cho một công việc làm để có thể thanh thản sống cho đến cuối đời.

Chơn Nhã nhẹ nhàng kết thúc câu chuyện: - Tôi bây giờ là một tăng sĩ tự tu, tĩnh tâm nhớ lại và ôn tập các lời dạy của Ân sư ngày xưa, đã hiểu ra Quán thân bất tịnh, quán tâm vô thường.

6/

Khi bị cách ly hay tự cách ly với xã hội, bỗng dưng mỗi người trở thành một ốc đảo riêng tư và vô cùng tịch mịch. Chúng ta vẫn phải ăn, vẫn phải thở nhưng dường như rơi vào nhàm chán với chính mình. Mọi chia sẻ dù vui hay buồn đều như đối diện với bốn bức vách. Ông Thành thường tự hỏi: Đó là tôi, còn bạn thì sao?

Các phương tiện như điện thoại, Facebook dù có giúp ích để chúng ta biết là còn có nhau, nhưng vẫn chưa đủ để mỗi người được sống trong một xã hội như ta vẫn từng sống.

Đại dịch xảy ra đem tới những hậu quả thảm khốc cho nhân loại, từ Đậu Mùa, Dịch Tả, Dịch Hạch... Mỗi đợt dịch số lượng người chết có khi lên tới nửa triệu người, nhưng chưa có đại dịch nào có số lây lan rộng khắp như đợt dịch Covid này. Mỗi cá nhân phải tự bơi, và cũng có người cũng tự chết chìm trong cô độc. Khi tạm biệt và lái xe về nhà, Ông Thành bỗng giật mình khi nhớ lại câu chuyện thật dài của Chơn Nhã. Chấp nhận nghịch cảnh, dưỡng tâm an lạc và quán Thân bất tịnh. Dường như Chơn Nhã đang thay lời Sư Ông Chùa Núi gửi cho mình những điều khai thị giữa mùa dịch bệnh.

Ông Thành nghĩ rằng mình sẽ còn phải lên thăm Chơn Nhã nhiều lần.

Nguyễn Minh Nữu
Tháng 9/2020

Canada trước Hoa Kỳ
cử hành Lễ Tạ thu chi mùa màng
quên chăng Da Đỏ chỉ đàng ?
hướng đến cuộc sống đàng hoàng đẹp hơn
khoảng không trờ về khoảng không
quý nhân sinh mở rộng lòng đón nhau

Luân Hoán

Ông Lão Mài Dao

TIỂU NGUYỆT

Nghe tiếng rao mời của ông lão từ ngoài dốc Dòi, rẽ vào con đường ngang qua nhà mình, Ánh vội rửa tay, rời ảng nước ở sân sau, chạy ra đứng chờ ở ngõ. Bận trước, nghe tiếng ông lão vừa qua ngõ, chị chạy vội ra, nhưng ông đã đi khỏi khá xa. Chị gọi theo mấy tiếng, nhưng ông lão không nghe, cứ cắm cúi đạp xe đi thẳng *"Ai... mài dao, thay cán dao không...?"*.

Ánh rời ngõ, ra đứng ngay bên lề đường. Tiếng rao của ông lão, giọng khàn đục, vang trong nắng trưa, buồn hiu. Vừa thấy ông lão đạp xe qua khỏi khúc quanh, Ánh cười thật tươi bước ra đường, đưa tay vẫy ông lão, giọng vui vẻ:

- Cháu chào bác! Bác mài giúp cháu mấy con dao.

Chị nhìn kỹ ông lão, ông khoảng bảy mươi, chiếc áo nâu bạc thếch thấm ướt mồ hôi, gương mặt cũng lốm đốm nước. Chị hỏi - giọng ngạc nhiên:

- Bác ơi, đường làng Gò Tre rợp bóng mát, sao người bác nhễ nhại mồ hôi vậy?

Ông lão nhướng mắt nhìn sâu vào con đường dẫn vào ngôi nhà Ánh, nhếch cười:

- Bác đi một vòng ở xóm sau, lúc sáng sớm đến giờ mà, gặp

cháu đây, là nhà thứ sáu rồi đấy. Ông quay nhìn Ánh - Nhà này của bà Tám Mận phải không cháu?

- Dạ, phải - Ánh mỉm cười, mà sao bác biết bà Tám?

- Bác quen với ông Tám hồi ông còn sống!

- Ông bà nội cháu đó, bác!

- Vậy sao? Ông Tám tốt bụng lắm. Ông thường lên huyện ký giấy tờ, nên bác quen. Bác nhớ, hồi đó, đám thợ gặt mùa nào cũng đến gặt lúa ở nhà này, bà Tám cho đám thợ ăn ngon, ai cũng biết tiếng! À, mà cháu về ở đây lâu chưa? - Ông lão nhìn đứng vào mặt Ánh như tìm nét của bà Tám - năm ngoái, đi ngang qua, bác không thấy?

- Dạ, cháu ở xa, mới về đầu năm ngoái bác à! - Ánh muốn tránh những câu hỏi lễ mễ của ông lão, vội hỏi - thưa bác, mài giúp hai con dao bao nhiêu ạ?

- Cháu cho bác coi loại dao nào chứ?

- Mỗi loại giá khác nhau sao, bác?

- Khác. Dao to, dao nhỏ, dao bằng sắt, thép hay i-nốc, như con người vậy, mỗi người đều khác - ông lão cười khẽ, có người tốt, kẻ xấu, bản tính khác nhau mà!

Ánh nghe ông lão có vẻ quê mùa "ví dụ" so sánh văn vẻ, bật cười:

- Bác thấy cháu ra sao?

Ông lão nhìn Ánh mỉm cười:

- Cháu hiền lành lắm, giống bà Tám Mận.

- Bác nói cháu giống nội, nhưng sao cháu khổ dữ vậy, bác?

- Ở đời, không phải giàu nghèo, sướng khổ, ở chỗ tính tình tốt xấu.

- Vậy ở chỗ nào, cháu chưa hiểu? Ánh nhìn ông lão dò xét, dường như chị cảm thấy ông lão có nét lạ lùng, khác người.

- Chỗ *"ăn ở"* đó cháu! Ăn ở, sống sao mọi người đều quý trọng, thương yêu, mới có phước về sau.

Ánh nhớ lại, nội mình - Ngày rằm, mùng một tháng nào cũng về chùa lạy Phật, tối nào nội cũng ngồi hằng giờ trước bàn Phật đọc kinh. Trong làng, hễ ai có chuyện gì thắc mắc, cãi nhau, bà nội chị luôn khuyên nhủ, giải hòa, nên được mọi người trong làng tin tưởng, quý trọng. Ai cũng nói, bà Tám hiền lành, hay làm phước, giúp người; hễ ai thiếu lúa ăn giáp hạt, đến nhờ đỡ, là bà đong ngay. Khi nội chị mất, ai cũng thương tiếc. Trong nhà, ai cũng nói Ánh giống bà nội nhất, từ gương mặt đến tính tình, đến cách ăn ở, suy nghĩ; nhưng sao, cuộc đời chị "tình duyên" lận đận thế kia? Làm sao chị quên được những lời nói bạc tình của chồng, khi bất ngờ bắt gặp anh "chát" với người đàn bà khác, gọi nhau bằng "*mình mình, anh anh, em em*" ngọt lịm. Lúc ấy, chị có cảm giác, cả người chị bồng bềnh, chới với, như con thuyền trước bão. Chị đau khổ đến run rẩy, cổ họng khô khốc, cố gắng lắm mới thốt lên: "*Thì ra, bấy lâu nay anh lừa dối tôi, có người đàn bà khác bên ngoài*". Anh đỏ mặt, không biết trong lòng có chút áy náy, liêm sỉ không; nhưng chị chỉ nghe anh hét lớn: "*Bà muốn thì cũng có như tui đi, nói gì*", rồi ôm cái laptop chạy ra nhà ngoài. Ánh bàng hoàng khi nghe chồng nói như vậy, chị nghĩ, mình không phải là kẻ "đi đằng Đông" mà nói "đằng Tây", không phải là người dễ thay lòng đổi dạ - yêu thương ai, là hết lòng, chung thủy, trước sau như một. Vốn hiền lành, nên chị sẵn sàng bỏ qua tất cả, mong anh sớm nghĩ lại, để con của chị có cha, có mẹ; nhưng anh một mực "ruồng bỏ" mẹ con chị, mang hết quần áo, tư trang theo sống với người ta luôn. Mẹ con chị trở về làng quê cũ, sống ở đây từ đầu năm ngoái.

- Bác nói vậy, cháu sẽ có phước về sau sao? Cháu đã hơn bốn mươi rồi, mà còn lận đận.

- Hậu vận của cháu tốt lắm. Gần hết đời mới biết.

- Hơn bốn mươi mà còn "hậu vận" nữa, sao bác? - Ánh cười khẩy.

- Khúc sau, không biết vào năm nào, lúc nào - khi nào vận tốt đến, tự cháu biết thôi, đâu ai biết mà báo trước cho cháu?

Ánh im lặng, có vẻ phân vân, chiêm nghiệm về lời "bói tướng" có vẻ huyền bí của ông lão.

Ông lão dựng xe ở bờ tre ven đường, đến ngồi nghỉ ở bậc cấp cổng nhà chị, giục:

- Đâu, đem dao ra cho bác mài đi, bác còn về chùa cho kịp cúng ngọ!

- Dạ, sao bác về chùa? Chùa Thiên Lộc của thầy Chơn Tâm phải không bác?

- Ừ, sao cháu biết thầy Chơn Tâm? - ông lão vén vạt áo lau mặt, giọng thong thả, buổi sáng sau khi quét dọn sân, tưới nước hoa cỏ, bác đi làm kiếm tiền. Trưa về ăn nghỉ ở đó. Buổi chiều, bác không đi làm, mà lo việc chùa, như bửa củi, lau chùi các bàn thờ, đơm hoa quả, pha trà khi chùa có khách.

- Ngày xưa, cháu thường theo bà nội về chùa thầy Chơn Tâm, lạy Phật.

oOo

Cách nay gần mười năm, ông lão đến chùa Thiên Lộc xin ở làm công quả, được thầy Chơn Tâm hoan hỷ đón nhận, vì biết gia cảnh của ông lão khá đặc biệt: Từ một gia đình sung túc, giàu sang, bỗng chốc rơi vào nghèo khó; còn bản thân ông từ một chánh thư ký huyện phải đi làm đủ thứ nghề vặt vãnh để kiếm sống sau khi đi học tập về.

Ông lão ngồi dựa lưng vào bên cột cổng nhà, đôi mắt lim dim, kể về cuộc đời gian nan, bất hạnh của mình một cách thản nhiên, như ông đang nói về một người xa lạ nào. Để ý, theo dõi, Ánh không thấy một chút xao xuyến, xúc động nào ở ông lão. Có lẽ ông lão đã quá khổ đau đến tâm hồn chai cứng rồi chăng?

- Ở nhà, bà vợ trẻ của bác đã nghe lời phỉnh gạt, đưa hai đứa con xuống thuyền ra tàu để vượt biển; nhưng cũng chính đêm hôm ấy, chúng giết gọn sáu người trên ghe, chiếm đoạt tài sản, rồi vứt xác xuống biển sâu.

Người dân làng chài ở đảo gần bờ, tình cờ vớt được bốn cái xác đã nở to, biến dạng, thương tình đem lên đồi chôn, lấp đất sơ sài! Vài năm sau, bác trở về, mới hay tin, vội đi tìm. Bác thuê người moi hết bốn nấm mộ, chỉ nhận ra được xác bà, nhờ ở cổ còn tấm tượng Phật bằng ngà voi nhỏ, thuở xưa bác đã mua tặng cho bà.

Ông lão chợt cười:

- Cuộc đời là vậy thôi, cháu! Lăng xăng nọ kia, rồi cũng nằm im lìm trong ba tấc đất thôi! Khi còn trai trẻ, bác đạp ba gác, đi cắt lúa thuê, chạy xe thồ. Năm bị xe ca tông, phải đưa vào bệnh viện cấp cứu, chữa bệnh mấy tháng; lúc được trở về nhà, sức khỏe tự nhiên giảm sút ghê gớm. Cũng rất may, được ông bạn tốt bụng trong thị trấn chỉ cho nghề "mài dao, kéo", nhẹ nhàng, cũng kiếm được chén cơm qua ngày.

Ông lão bỗng đứng dậy, mắt nhìn xa xăm - cất giọng ngâm:

Trăm năm còn có gì đâu,
Chẳng qua một nấm cỏ khâu xanh rì!

Rồi lững thững đến xe tháo mở chiếc thùng gỗ đồ nghề cột ở yên sau. Ánh cũng vội bước nhanh ra sau nhà. Đặt thùng gỗ trên bậc thềm cao, xếp hai tảng đá mài ngay ngắn, đổ nước từ chiếc bình nhựa lên hai tảng đá; nhận hai con dao từ tay Ánh, ông lão ngồi khom lưng đưa dao mài trên tảng đá lớn. Trông ông làm nhịp nhàng, nhanh nhẹn. Ánh thoáng nghĩ, dù làm việc gì, nghề gì, vốn học cũng rất cần thiết, để hoàn thiện. Có ai ngờ, một chánh văn phòng huyện, có ngày là tay thợ mài dao kéo lành nghề như ông lão; thì chuyện chồng bội bạc mình, có là gì đâu? Ánh nhìn ông lão thở dài - cuộc đời vốn vô thường, khổ đau là vậy!

Mài lại dao một lát ở tảng đá nhỏ, ông trao từng chiếc cho Ánh:

- Xong rồi, cháu!

- Dạ! Bác cho cháu gởi tiền ạ!

- Ba chục ngàn!

Ánh đã cầm sẵn trên tay hai tờ giấy bạc hai chục ngàn.

- Cháu gởi luôn bác, uống nước.

Ông lão ngước nhìn lên:

- Cảm ơn cháu! Hôm nay bác gặp may rồi!

Tiểu Nguyệt

TM

Xe Bánh Mì Chú Sồi

NGUYỄN AN BÌNH

Khi người ta đến một độ tuổi nào đó cảm thấy mệt mỏi sau bao tháng năm phải bươn chải với cuộc đời đầy bụi bặm và nhiều thị phi để kiếm miếng ăn cho mình và nuôi sống gia đình, lúc đó tự dưng cảm thấy những bước chân đi của mình có vẻ chậm lại, các động tác hình như cũng không còn nhanh nhẹn như trước, trí nhớ bắt đầu đôi lúc có vấn đề là họ hiểu mình đang bước vào ngưỡng cửa của một mùa gió heo may đang thổi đến, thời gian sống như đang bắt đầu chông chênh ở phía trước và cảnh bóng xế đang kéo họ lùi về khoảng thời gian đã từng sống ở phía sau để rồi những nhớ nhung, những hoài niệm về những điều đã qua đi mà lúc còn bận rộn họ không có thời gian để nghĩ đến. Có những việc mà ta tưởng đã quên đi hoặc nằm sâu trong góc tối nào đó của tiềm thức nhưng khi tình cờ ta bắt gặp một hình ảnh nào đó vừa thoáng qua làm ta vụt nhớ lại quá khứ có một thời hình ảnh đó đã gắn bó gần gũi, đã từng hiện diện đi qua cuộc đời mình chợt bùng lên hiện rõ mồn một trước mắt như mới vừa xảy ra hôm qua đây thôi. Như chiều nay chẳng hạn, ngồi ở trước sân nhà nhìn một chiếc xe bán bánh mì thịt đạp chầm chậm và tiếng rao hàng uể oải vang lên kéo dài chạy ngang qua. Chiếc xe bánh mì cũ kỹ của thế kỷ trước vẫn còn tồn tại đến bây giờ làm tôi vụt nhớ đến xe bánh mì của chú Sồi ngày ấy nơi quê nhà.

Mấy mươi năm về trước, nhà tôi là một cửa hàng giải khát ngang rạp hát cải lương Minh Châu nổi tiếng ở Cần Thơ. Một thời hoàng kim rạp Minh Châu đón nhận các gánh hát cải lương lừng lẫy miền Nam lúc bấy giờ về hát: Kim Chưởng, Thanh Minh Thanh Nga, Dạ Lý Hương, Hương Mùa Thu... nói chung tất tần tật các đại ban cải lương khi về miền Tây lưu diễn đều đóng đô ở đây năm bảy ngày rồi mới tua đi các tỉnh lân cận khác. Sau giờ đi học tôi thường phải phụ giúp mẹ mình bán nước nhất là lúc khi vở tuồng chưa bắt đầu vì khách rất đông.

Sống gần rạp cải lương nên tôi thường bắt gặp những đào kép nổi tiếng thường ra ăn sáng ở hai quán cà phê hủ tiếu mì Khung Ký và Hoạt Ký ở hai bên nhà và hình thành cho tôi một cái thú là ưa coi màn cuối cùng của từng vở tuồng mà người ta thường gọi là thả giàn cho nên sau nầy khi nhắc đến tuồng cải lương nào là tôi nhớ ngay kết thúc của nó ra sao. Sao gọi là thả giàn? Nói cho các bạn dễ hiểu: chẳng hạn một tuồng cải lương có 10 màn (tôi chỉ nói mấy màn chính thôi còn mấy màn phụ ngắn để chuyển cảnh thì không tính) thì màn cuối cùng (màn thứ 10) chủ rạp thường mở bung cánh cửa rạp để ai thèm coi cải lương chùa mà không muốn tốn tiền có thể vào xem, sau này tôi nghĩ chắc họ cũng có cái lợi khi vãn tuồng người ta dễ ra về hơn và không khí trong rạp được thoáng đãng hơn. Bởi vậy mỗi lần nghe tiếng cửa sắt kéo rèn rẹt trước cửa rạp hát Minh Châu là tôi vội vã nhảy xuống cái yên gắn sau xe bánh mì thịt của chú Sồi chạy nhanh băng qua lộ về nhà lấy vội chiếc ghế sắt rồi băng ngược qua đường trước hành lang của rạp lựa chỗ tốt nhất đứng lên chiếc ghế để chuẩn bị xem màn thả giàn tuồng cải lương sắp hết. Nhiều lúc chú Sồi nheo nheo mắt nói giọng theo:

- Mai nị nhớ qua chơi với ngộ cho dzui nghe.

Chú Sồi tôi nhắc ở đây là chú bán bánh mì thịt người Tàu trạc 50 tuổi, mỗi chiều chú thường đạp xe ra đậu trên lề đường ngã tư Phan Đình Phùng-Nguyễn An Ninh trước mặt tiền của quán cơm xã hội bán cho người lao động nghèo được nhà nước quản lý trợ giá, nghe đâu nhà chú ở trong một con hẻm đường Quang Trung tận sân banh cơ. Lúc ấy tôi chỉ là thằng bé con khoảng12-13 tuổi, mới học đệ thất đệ lục gì đó (lớp 6, lớp 7 bây giờ). Những lúc quán giải khát nhà ít khách tôi để mẹ trông coi còn tôi chạy qua lộ nói chuyện trên trời dưới đất với chú cho vui. Tôi mua bánh mì của chú riết rồi quen chứ không có bà con gì với chú hết.

Xe bánh mì của chú Sồi cũng giống như bao xe bánh mì khác thời ấy. Đó là chiếc xe ba bánh cũ kỹ, phía trước đóng một cái hộp thùng bằng gỗ chia làm hai phần: Phần trên được lắp đặt thêm mấy cái khung có các ô cửa bằng kính trưng bày thức ăn, phần dưới để bánh mì và lò nướng. Khách đến mua không biết tên chú là gì nên thường gọi chú là ông Mập vì thấy tướng chú phốp pháp, hồng hào tánh tình lại rất dễ chịu. Chẳng biết thịt jambon và pa-tê gan chú chế biến thế nào mà hương vị của nó ngon béo đến đặc biệt không phải xe bánh mì thịt nào cũng có hương vị như thế. Nầy nhé chỉ nhìn thấy những lát thịt được cắt từ tảng thịt trắng hồng còn tươm mỡ, pa-tê gan còn bọc trong giấy gói đầy đặn và thơm lừng cùng với ổ bánh mì khi trao cho khách còn nóng hổi khi bỏ vào miệng nhai giòn rụm, ăn đến đâu như tan chảy đến đó thì phải biết đấy nhé. Sau này làm bạn với chú lâu hơn, chú mới thố lộ cho biết thời trẻ chú phụ bếp cho một ông Tây đầu bếp người Pháp trong nhà hàng chuyên làm những món ăn Pháp dành cho giới thượng lưu quí tộc lắm tiền nhiều của, ông đầu bếp nầy thấy chú cần mẫn chịu khó nên đã truyền công thức làm jambon và pa-tê gan cho chú. Hèn gì có nhiều người cố gắng bắt chước nhưng không chỗ nào chế biến ngon bằng chú được là vì vậy.

Người dân cố cựu ở Cần Thơ vài ba chục năm về trước khi nhắc đến xe bánh mì ông Mập ai cũng biết. Sau cái hồi cải lương qua thời hoàng kim thoái trào, rạp Minh Châu tiêu điều xơ xác chuyển sang chiếu bóng quốc doanh rồi cuối cùng ngừng hoạt động, tôi thấy chú chạy xe về bán ở ngã ba gần chùa Khánh Quang giáp với đại lộ Hòa Bình, rồi một thời gian sau không còn thấy chú bán, người thay thế là ba cô gái con chú, lân la hỏi thăm thì được biết chú bị tai biến nằm liệt. Lúc nầy ba cô con gái đã thay chiếc xe bánh mì cũ kỹ bằng một chiếc xe khác hiện đại hơn và xin được vào bán bên trong khuôn viên Nhà Văn Hóa Thiếu Nhi thành phố. Tuy chất lượng thịt không ngon như ngày xưa chú Sồi chế biến (hay là tôi có cảm tưởng như vậy không biết) nhưng khách mua vẫn còn rất đông, ba cô con gái trở tay cũng làm không kịp, nội một buổi sáng chưa qua 10 giờ đã bán hết 3 cần xé bánh, mỗi cần xé không dưới một trăm ổ bao giờ cũng được ủ nóng thơm lừng, không biết các bạn có tin không, cũng chỉ một chút bơ tự chế, một lát pa-tê gan mỏng phết dài theo thân bánh, một nhúm thịt jambon thái mỏng có lẽ miếng thịt chỉ nhỉnh hơn cây tăm một chút và một miếng dưa leo cắt dài, một lát hành, một lát ớt, tí chút ngò thơm và chan lên đó chút xì dầu vậy mà đắt như tôm tươi, gia đình tôi 4 người (hai vợ chồng và hai đứa con, tôi không còn là đứa trẻ nít của hơn 40 năm về trước à nghe) cũng là khách hàng ruột xe bánh mì ba cô. Nhìn bàn tay thoăn thoắt của cô chị cả rọc ổ bánh mì, dùng cái muỗng nhỏ quết nhẹ một chút bơ (cũng tự chế biến ở nhà), thêm vào miếng pa-tê gan bằng cây dao bé đã mòn lưỡi, cô chị kế bóc nhúm thịt jambon (có mang bao tay đàng hoàng đó) rải dài theo thân bánh, các công đoạn còn lại nhanh chưa đầy nửa nốt nhạc. Cô em gái út chỉ chờ có thế, ốp giấy cột dây thun bỏ vào bao ni lông giao cho khách và thu tiền, tay thoăn thoắt và miệng cứ rao to số lượng bánh mì khách đặt để cho hai cô chị làm, thế mà vẫn còn có khách đứng chờ hàng dài. Tôi lấy làm thích thú vì trí nhớ dai của cô em út này, ai đến trước, đặt bao nhiêu bánh cô đều nhớ nên mặc dù đợi có lâu một chút nhưng không mấy ai phàn nàn vì bị... kỳ thị chủng tộc nên chưa từng bị xảy ra biểu tình dữ dội giống như bên Mỹ trong thời gian gần đây.

*

Buổi chiều hôm ấy khi thấy một xe bánh mì chạy ngang qua ngôi nhà tôi đang sống ở Sài Gòn, vợ tôi nhìn qua tôi nói:

- Anh nhớ bánh mì ba cô ở Cần Thơ không?

Tôi nhìn cô dò nói:

- Sao em lại hỏi vậy?

- Em thèm ăn quá.

Tôi bật cười:

- Thì đón xe về Cần Thơ ăn, muốn ăn bao nhiêu mà chẳng có.

- Cái ông nầy! Tui thèm thiệt chứ bộ.

Còn tôi thì giấu trong bụng không nói ra: Tôi cũng thèm chứ thua gì bà đâu. Nghĩ là nghĩ như thế nhưng sợ nói ra từ nỗi nhớ món ăn dân dã, ít tiền nhưng lại ngon miệng, biết đâu lại làm tăng thêm nỗi nhớ quê nhà mà chúng tôi đã rứt lòng bỏ lại để lên Sài Gòn sống vui vầy cùng con cái. Cũng như tôi giấu đi trong lòng về hình ảnh của chú Sồi chân thật, mà ai cũng gọi là ông Mập với chiếc xe bánh mì cũ kỹ của chú từ lâu đã ngủ kỹ trong một ngăn tiềm thức nào đó của tôi và tiếng hát sang sảng không lẫn vào đâu được của kép độc Hoàng Giang đóng vai Diệp Kiếm Phong trong vở tuồng "Đường Ra Cửa Biển" mà tôi không thể nào quên của thời thơ ấu vậy mà.

Nguyễn An Bình

TN

Bạc Phận

NGUYỄN ĐÌNH PHƯỢNG UYỂN

Gia đình Diễm đi vượt biên từ năm bảy mươi mấy, rất sớm, nằm ở trại tị nạn ít lâu rồi cả nhà được định cư ở một nước thứ ba.

Tiếng Anh không biết, ai kêu gì làm nấy, ba mẹ Diễm cày sấp mặt sấp mày. Tiền kiếm được mẹ giữ lo trong nhà một ít, phần lớn mẹ gửi về cho anh chị em còn kẹt ở Việt Nam. Bảy mấy, tám mươi là thời kỳ đói khủng khiếp. Mẹ Diễm thoát được, mừng vô kể, ráng lo được cho người bên nhà được chừng nào hay chừng ấy.

Chả hiểu cậu và dì của Diễm có ỷ lại hay tại mẹ Diễm thương anh chị em thái quá, bà gom gom góp góp mua quần áo, xà bông xà beo, thuốc men, đóng thùng nọ thùng kia gửi về cho họ hàng, trong khi con cái bỏ lăn bỏ lóc, thiếu trước hụt sau.

Diễm mới mười bảy mười tám tuổi đã trở thành người chăm sóc chính cho năm đứa em nhỏ, người nội trợ, nấu nướng trong nhà khi vẫn cắp sách đến trường, bù đầu rối óc với bài vở lớp Mười Một, Mười Hai.

Diễm không thông báo thì ba mẹ chả biết em út cần tập sách gì, đơn từ nào… Diễm không đi họp phụ huynh cho các em thì ba mẹ cũng không đi, lấy cớ đâu hiểu tiếng Anh.

Gửi quà thôi chưa đủ, thỉnh thoảng lại nghe họ hàng bên Việt Nam xin tiền trả viện phí, kẻ cần nộp vài chỉ vàng cho chủ tàu, người lo chạy chọt cho con cháu trốn nghĩa vụ… Tiền của như gió vào nhà trống, ba mẹ Diễm cãi nhau như cơm bữa. Chán, sẵn máu đào hoa, ông lập luôn "phòng nhì", nhà cửa tanh bành. Mẹ Diễm muốn giữ cha cho con nên không dứt khoát hẳn, khi ông về nhà, bà vẫn lo cơm nước giặt giũ dù lòng đau như cắt, mặt mũi lạnh tanh.

Bà buồn, đổ ra ăn chay.

Bà muốn con cái chay tịnh theo bà. Tụi nhỏ phản đối. Bà chê thức ăn mặn của chúng nó tanh tưởi, đầy máu me, tội lỗi, kiếp sau chúng nó sẽ hóa thành con bò, con heo để bị người ta ăn thịt, rằng chúng nó sẽ xuống Địa ngục vì tội sát sanh… Ba bỏ đi một đằng, mẹ cũng thành người xa lạ với con cái.

*

Thuận hay đến chơi, giúp ba mẹ Diễm chuyện giấy tờ, đăng ký cái nọ cái kia, lúc thì chở mấy đứa em Diễm đi bác sĩ, đón Diễm ở bến xe, ngoài chợ…

Con gái mới lớn, có người đeo đuổi, đem lòng yêu thương, chưa kể đến những nợ nần, cưu mang mà Thuận dành cho gia đình mình, khi Thuận cầu hôn, Diễm gật đầu cái rụp dù mới hai mươi ngoài, vừa có đường thoát ra khỏi mớ nhì nhùng trong gia đình, vừa muốn trả những món nợ ân tình.

Diễm mắn con, đẻ sòn sòn ba đứa. Duyên mới chưa được hưởng bao lâu thì chồng và nàng hục hặc chuyện con đau, con ốm, sữa sùng, tã lót, tiền ăn, tiền nhà…

Càng lúc chồng Diễm càng lộ rõ bản tính cộc cằn, thô lỗ, vũ phu. Thuận ghen bóng ghen gió, hoạnh họe Diễm đủ điều. Tiệc tùng, sinh nhật, đám cưới… vợ chồng đi chung với nhau mà thằng nào buông lời chòng ghẹo Diễm là tối đó Diễm ăn… bụp.

Diễm muốn đi làm hay học một ngành nghề lận lưng nhưng Thuận không chịu trông con giúp, chính ra là vì ghen. Vợ kiếm ra tiền, hiểu cách vận hành đời sống thì Thuận không còn xoay chuyển được vợ. Diễm có đề nghị mấy, Thuận cũng gạt phăng, càm ràm là ổng tát vào mặt. Những lúc trong phòng riêng, gần gũi với nhau nhất là những lúc ổng dễ ra tay với Diễm nhất. Cự cãi, không chiều đúng ý ổng trên giường là no đòn. Ổng khóa cửa cái, khóa cửa phòng, dễ gì Diễm thoát.

Bao nhiêu năm xa rời người chồng bạo hành vậy mà mỗi khi chiều đổ tối, Diễm vẫn gai hết người, tưởng như ông còn đó, không đoán được ông sẽ hành mình kiểu nào.

*

Diễm ly dị khi không có nghề ngỗng gì trong tay, xe không biết lái, con cái một nách.

"Đói đầu gối phải bò", vì Thuận đay nghiến "Bỏ tao xem, mẹ con mày chết đói rã họng", tự ái dồn dập, Diễm tập lái xe, kiếm việc làm, bất cứ nghề gì miễn là có tiền để nuôi con: bán bánh mì, thư ký, cuối cùng trụ lại bằng việc dọn dẹp nhà cửa cho thiên hạ… Vài năm cật lực, mấy mẹ con ban đầu ở với ngoại, xong thuê căn chung cư bé tẹo hai phòng rồi dần dà Diễm mua luôn căn hộ nhỏ.

Trong đám cưới của người họ hàng, Diễm quen Dự, người đàn ông đã gãy gánh một lần. Sau khi chia tay, Dự giao hết tài sản cho vợ con, nghiệm rằng "Chỉ có mẹ nuôi con là tốt nhất, giành giật con chỉ làm tổn thương đứa nhỏ. Đàn ông nuôi con giỏi mấy cũng không bằng mẹ nó." Dự ra đi với hai bàn tay trắng.

Bao nhiêu năm trời một thân vò võ nuôi con, tủi nhục, lo âu không người chia sẻ, Diễm dè dặt mãi rồi đồng ý sống chung với Dự, rất cảm kích tấm lòng độ lượng của anh với cuộc hôn nhân trước.

Dự yêu thương, chiều chuộng Diễm hết mực. Diễm như người trong mơ, cứ tưởng mọi cánh cửa hạnh phúc đã cài then chốt chặn, cứ tưởng mình không dám tin một ông nào trên đời này nữa.

Vậy mà, Dự đưa Diễm đi phiêu lưu cùng trời góc bể. Không hề, không hề có chuyện ghen tuông vớ vẩn ở Dự. Đôi khi Diễm lấy làm lạ, thử "nhá" vài phát xem Dự phản ứng thế nào. Dự tỉnh bơ, cười xòa "Nếu anh đã yêu thì anh sẽ tin." Diễm hân hoan bơi lội trong tình yêu ngây ngất.

Con cái không ủng hộ mẹ, căng thẳng xảy ra hoài giữa mấy mẹ con. Diễm hiểu, con đã thiếu cha, nay mẹ không còn của riêng mình, lũ trẻ thấy bất an. Diễm ráng tìm cách dung hòa giữa hai bên nhưng không được, hy vọng con lớn khôn thêm chút nữa sẽ hiểu tình cảnh của mình.

Diễm và Dự chung tay làm việc, mở cửa hàng, làm ăn phát đạt, mua xe pháo, mua nhà cửa ở riêng để con cái không ngứa mắt, rảnh tay là đi du lịch.

Trong chuyến về Việt Nam, nhân tiện giới thiệu Dự với họ hàng nhà mình, Diễm còn dẫn Dự tới gặp đám bạn cũ, trong đó có Hà.

Khi Diễm quay về nước, cả đám bạn có email của nhau, chuyện trò, chít chét, hình ảnh gửi qua lại tưng bừng khói lửa.

Biết rằng Diễm và Dự sống với nhau không có hôn thú, Hà viết thư cho Diễm, đề nghị cú áp phe hôn nhân giả với Dự, Hà sẽ mang ơn hai người suốt đời. Hà khá giả, quen biết một hai mối nhưng Hà không tin tưởng, sợ tiền mất tật mang, nhìn quanh quất, chỉ dám đặt cược với vợ chồng Diễm. Hà còn bảo "Toàn người nhà với nhau, sợ gì? Có cách kiếm tiền gọn hơ, sao không làm?"

"Con vô duyên!" Diễm nghĩ. "Vợ chồng người ta mà nó làm như cái xe cái pháo, mua bán, trao đổi được à?"

Kể chuyện cho Dự nghe, Dự ngả người trên ghế, tay gãi trán:

"Tự nhiên có tám mươi ngàn đô, cũng hay."

"Hay cái gì? Bộ anh tưởng dễ qua mặt chính quyền hả?" - Diễm giãy nảy.

"Cả nước làm hà rầm kìa. Thấy thằng Kiên với con Mỹ không? Rồi ông Hai Tình già khú đế với mụ Linh cắt mắt đó. Hễ có động là tụi nó giả bộ chạy qua ở chung nhà thôi. Sau hai năm, ly dị vợ mới, về với vợ cũ, đâu lại vào đó, chúng nó ẵm núi tiền ngon ơ. Em với anh đổ mồ hôi, sôi máu mắt với cửa hàng mấy năm trời nay, kiếm được nửa chỗ đó chưa?"

Dự rít từng hơi thuốc, nhả từng vòng khói bay la đà, mắt đăm chiêu. Diễm nao núng. Dự tính toán nghiêm túc hay Dự thay lòng? Diễm chả có lý do gì để nghi ngờ Dự nhưng nàng thật sự không muốn dây dưa vào phi vụ ái tình ba xạo này dù cũng hơi choáng váng khi nghĩ tới cọc tiền phồng căng.

"Thôi nghe. Em không muốn nhức đầu, nhức đít khi phải sống dối trá. Lỡ ai xấu mồm khui ra là chết cả nút."

Đã hạ lệnh đàng hoàng tử tế, năm tháng trôi qua, một ngày đẹp trời, Diễm lên máy tính, vô tình thấy đống giấy tờ bảo lãnh của Dự làm cho Hà. Hỏi, thì Dự quanh co rồi đổ thừa làm ăn thất bát, tiền trên trời rơi xuống, ngu gì không quơ... Hèn chi thấy ổng hăm hở về Việt Nam một mình. Lần mò, Diễm còn kiếm thấy bao nhiêu hình ảnh tình tứ của hai người. Cãi vã nổ ra, Diễm đòi chia tay, Dự được thể, tới luôn bác tài.

Dù không phải vợ chồng nhưng Diễm và Dự có của cải chung. "Thức đêm mới biết đêm dài". Người ta xà xẻo, cân đong đo đếm, tung chưởng đẹp phải biết! Đến lúc này Diễm mới băn khoăn tự hỏi, có thật ổng đã để hết tài sản cho vợ con, ra đi với hai bàn tay trắng? Ổng nhường con cho vợ vì sợ thằng bé buồn hay dí nó cho vợ để ổng rộng chân rộng cẳng tìm duyên mới? Sau vỡ lẽ, ổng để lại sau lưng một đống nợ nần bét be, không đi tay trắng thì tay màu gì?

Diễm quay về ở với con, lòng nhàu nát, lủng lỗ. Tuổi tác ngày một chồng chất, con cái dần dà lìa xa, đường đi phía trước hun hút, quạnh quẽ... Giá như Diễm không giới thiệu Dự với đám bạn cũ, quê!

*

Mẹ Diễm nói, anh Khải bên Việt Nam muốn giới thiệu ông Phát cho mày kìa. Ông hơn năm mươi, bỏ vợ lâu rồi, cũng có đi làm đi lụng gì đó, mày tìm hiểu xem sao, chả lẽ cứ sống neo đơn vậy hoài?

Phát già dặn, phong trần, nói năng lịch thiệp, vui tính. Nghe anh kể chuyện cả buổi không chán hay tại cái giọng Bắc 54 ngọt ngọt, hay hay, ấm ấm làm mềm lòng Diễm? Một tuần hai ba lần Phát gọi điện thoại vào tối khuya, Diễm nằm trên giường, chờ nghe cái giọng ngọt ấm ấy tán tỉnh, nịnh nọt mình rồi bâng khuâng chìm vào giấc ngủ với bao mộng mị ái ân.

Về Việt Nam gặp trực tiếp, anh hơi khác, mập hơn, thấp hơn so với hình chụp nhưng giọng nói thì đặc biệt, không lẫn vào đâu. Vợ bỏ Phát, lấy ông giám đốc công ty xuất nhập khẩu giàu sụ. Âu cũng là chuyện thường tình.

Sau những chuyến thăm thú Đà Lạt, Nha Trang, Diễm và Phát hiểu biết nhau nhiều hơn và nhanh chóng làm bữa tiệc cưới gọn nhẹ với sự có mặt của một số họ hàng thân thiết nhất, chụp hình chụp ảnh cho đầy hai cuốn album, đủ lễ bộ để Diễm có thể làm giấy tờ bảo lãnh Phát ra nước ngoài.

Thư đi, tin lại, phôn tới, phôn lui, Diễm trông chờ ngày đoàn tụ với tân lang thì nhận được tin Bộ Di Trú bác đơn do nghi ngờ hôn nhân giả. Diễm té ngửa, người ta yêu nhau hẳn hoi, sao lại…??? Hóa ra lúc phỏng vấn, Bộ Di Trú bắt ngọn, bắt ngành, hỏi móc, hỏi ngóe, Phát vừa căng thẳng, vừa cà chớn thế nào đó, thế là đi đoong! Thậm chí Di trú hỏi sở thích của Diễm là gì? Con Diễm học giỏi môn nào? Phát trả lời rất mù mờ mặc dù những chi tiết đó Diễm đã kể cho Phát nghe nhưng, hoặc là Phát vô tâm, hoặc là nghễnh ngãng.

Cú dzớt thứ ba không thành. Thôi kệ, mừng đại đi! Đem một ông ù ù cạc cạc qua đây, coi chừng mình phải nuôi ổng thì thúi hẻo. Tuổi ấy, tiếng Anh không biết, sao kiếm việc làm? Bưng bê, hãng xưởng... nhỡ té gãy tay gãy chân, liệt giường, liệt chiếu thì mình thành hoa Lài cắm bãi…

Oải bà già, xúi mình chuyện ất ơ. Hậm hực thằng anh họ, giới thiệu cho mình loại phải gió, sau biết ra thằng anh đã chấm mút, xơ múi trong cú áp phe này khẳm địa. Đời chó má!

*

Nhan sắc như hoa thơm rù quyến ong bướm bay tới tỉ thí, giành quyền chiếm hữu. Giành được rồi thì chúng ngạo mạn không thèm trân quý, tôn thờ, quay sang vùi hoa dập liễu.

Diễm mà làm Nữ Hoàng - như Nữ Hoàng Cleopatra - đem hết đàn ông phụ rẫy, hành hạ đàn bà lên đoạn đầu đài xử trảm, không khoan nhượng gì sất, còn email cho Âm phủ, dặn phải hành hình mấy chả lần nữa bằng cách thả vào vạc dầu sôi ba trăm mười hai độ, cho biết thân.

Thật đó!

Nguyễn Đình Phượng Uyển
08/07/2020

Thăm Làng

HẠ ĐÌNH THAO

Tôi về thăm lại Phú Sơn
Làng xưa, lối cũ ngập ngừng ngõ vô!
Hỡi quê! Quê có bao giờ?
Đứa con lang bạt, bất ngờ hôm nay!
...
Đây rồi ngõ trước vườn sau
Đúng nơi cắt-rốn-chôn-nhau... đầu đời
Vui buồn vây chặt trong tôi
Dẫu cho vật-đổi-sao-dời, nào quên! ■

7/2020

T

Chùm Thơ

CHU VƯƠNG MIỆN

bến bờ

quê tạm nơi Quảng Trị
có một con kinh đào
Ba Bến
một nẻo về Hạnh Hoa
một nẻo về Ngô Xá
một nẻo về Qui Thiện
quê hương em
có dòng sông bảy ngả
Phụng Hiệp cò bay
có dòng về Vị Thanh, Vị Thủy
có dòng về Rạch Miễu
quê hương ta
có dòng Lục Đầu Giang
sáu nhánh
chảy qua Cầu Giá
cầu Đá Bạc
nhánh qua Hà Nam, Phong Cốc
nhánh về Hải Dương, Bến Than

đời ta đời em
y như nhánh sông
chảy vòng vo
lòng vòng đất nước
y như giấc mơ
hồn bướm mơ tiên
chuyện tình Lan và Điệp
y như văn chương tiểu thuyết.

bảy chữ

mới đó quay đi trăng đã tà
quên eng xa quá xá là xa
đê Sải dặm thêm dăm bờ đá
lòng miềng mà lại ngỡ lòng ta?
con sông quá hẹp lại dài dài
hai bên bờ cát nắng nguôi ngoai
mẹ vẫn chờ con nơi Chợ Cạn
mà ngoài Ái Tử nhớ thương ai? ■

Hạ Long Châu

CÁI TRỌNG TY

nguyệt hát rướn
đêm thiên đường bóng lưỡng
lỡ mai về mê muội biển tình sâu
ôi cửa sổ lông nheo
mở ra đường dặm liễu
đêm mê cuồng
ai tìm gặp núm hồng châu
yêu rất lạ
mùi hương thơm rớm lệ
lời gió rung sương
hồ tịnh cuối phương ngàn
đêm nguyên bích
rất ư là thánh thiện
đêm trân quy
mơn trớn lụa hoàng hoa
em dạ quỳnh như
xiêm y lồng lộng nữ
môi rất son
da phấn mắt chiều ơi
mơ mộng vỗ về
dạt dào xuyến ngọc
mép hồng tơ lửa hạ thắm biển ngời

em lùa tình vào ý tận hang sâu
lời dã thảo
xuyên tới trời vô hậu
trận bão tình
bờ thác lũ phún châu
mùa chim quý
hót một ngày khánh tận
nghe râm ran hoa hướng
nguyệt bên song
tráng sĩ ôi chàng mơ hồ kiếm ngọc
lục tìm hoài phế tích hạ long châu. ■

T

Những Bước Cuộc Đời

DUNG THỊ VÂN

1-
Con người ta luôn bước tới
Đến đường này rồi
Thì lại quay lưng rẽ sang đường khác
Cứ thế mà họ bước đi
Bước hoài không biết chán
Cho dù những bước đi đó
Có thể là những bước cuối cùng
Chập chững - của một đời người

2-
Những bước đi
- Luôn làm tôi vấp ngã
- Đôi khi xước trầy
- Đôi khi chảy máu
Những vết thương
- không lành lặn suốt cuộc đời

3-
- Tôi sợ có những bước đi
Họ không quay đầu nhìn lại
Tôi sợ có những bước đi
Họ không kịp nói điều gì. ■

Aug 13, 2020-21:50

Cho Em Nhìn Ra Tôi

HUỲNH LIỄU NGẠN

mang thơ đi nhóm lửa
cho củi cháy bùng lên
trên vai anh hai vạt
nắng chiều đã ngả nghiêng

đời sớm hôm qua vội
chớp mắt một kiếp người
áo anh vá chằng chịt
những huyền thoại xa vời

đêm ngàn đêm tiếp nối
ước vọng thả lên trời
mây trôi về chóp núi
tìm bóng dáng cuộc đời

mây tan về khe suối
tay muốn níu mặt trời
để ngày dài chút nữa
cho em nhìn ra tôi. ■

22/9/2020

T

Chùm Thơ

HOÀNG XUÂN SƠN

Cầm dương riêng

(nghe lại Clayderman)

Vẫn là đêm kéo ngày xô
chúng ta lộ liễu mơ hồ cuộc yêu
tình ta như một cánh diều
không chao cũng lượn không liều cũng bay
vẫn là dông bão heo may
nến thắp trên những đường cày thâm mưa
tình mình gặt hết vụ mùa
nỉ non gốc rạ nâu già cọng rơm
vẫn trường canh một nốt buồn
điệp khúc xanh mộng trùng dương đuối bờ.

3:45 AM, 23.8.20

Pink & black

hồng và đen. ngày em bận
mùa màng ôm chiếc váy xinh
tôi nghe trời thu lắng đắng
quàng vai một chút chùng chình

hồng và đen. thế giới hồng
nơi nao tôi chưa hề đến
khóe mắt chim tìm hướng đông
con đường kẻ viền đen sậm

khép lại chút. này, đêm rồi sẽ
hồng và đen những dải ruy-băng
tóc vén gọn đã từng lơi xõa
chút mưa xanh rười rượi vĩnh hằng ■

[12:31 PM] 27 aug. 2020

T

Chùm Thơ

HUỲNH MINH LỆ

những hũ mắm của Võ Phiến

trên sân hũ thõng dang đầy
giang sơn mắm muối những ngày nắng to
một mai mưa gió khỏi lo
tháng mười tháng chạp lưỡi cho mặm màng
ai về Phù Mỹ nhắn sang
mắm cua chị Lộc chứa chan một đời
bao năm lưu lạc xứ người
đêm nằm lũ mắm bà tôi lại về
ngàn năm mây trắng lê thê! (*)

(*) thơ của Võ Phiến

lãnh địa

đất ta khí hậu mùa màng
con giun con dế cái hang ra vào
cả đời ở với trăng sao
tứ thời bát tiết hết vào lại ra
vui thời thơ phú hát ca
một mai nhắm mắt coi là như xong
thương ai thì để trong lòng
còn như cái hũ đừng mong gởi chùa
sư thầy chúng bỏ từa lưa
cái thời mạt pháp. cho chừa u mê ■

06.09.2020

Bóng Tôi

LÂM BĂNG PHƯƠNG

Gởi em, một chút bâng khuâng.
Tay ôm phiến mộng, lòng ngân khúc sầu.
Gởi em, tròn giấc chiêm bao.
Gió lay chiếc lá vừa chao xuống thềm.

Trăm buồn, gởi giọt sương đêm.
Ngàn thương, gởi ánh sao trên bầu trời.
Rọi lòng, chiếc bóng đơn côi.
Soi đêm, chỉ thấy trăng vời lẻ loi.

Giờ em, có nhớ đến tôi?
Giờ tôi, chợt tỉnh bồi hồi cơn mơ.
Giờ sương, tan chảy vần thơ.
Giờ sao, trăng... cũng mịt mờ thiên di.

Đêm tàn, níu mộng sầu đi.
Ngày mai, nắng vẽ li ti hoa ngời.
Tôi đi tìm bóng em thôi.
Trong ngàn tia nắng, bóng tôi bên thềm...!! ■

11/08/2020

Hàn Giang Êm Đềm

NGÀN THƯƠNG

Ngỡ khúc quanh đời sống
chợt dừng lại nơi đây
thế gian buồn não ruột
nói, cười trong tỉnh-say

Mỹ Khê giờ im vắng
mùa hạ ơi trở mình
cát chờ bàn chân bước
sóng vỗ về ru đêm

Bâng khuâng chiều Thu vọng
những oan hồn phiêu linh
xe tang qua chầm chậm
phơ phất màu khói nhang

Không kèn và không trống
như ngày nao rộn ràng
không điếu văn tưởng niệm
giữa đất trời thênh thang

Mong ngày mai tươi sáng
Đà Nẵng sẽ bình yên
nỗi mừng thay nước mắt
Hàn giang trôi êm đềm…
Hàn giang êm đềm ■

Thề Không Nghỉ Đẻ

NGUYỄN HÀN CHUNG

Bảy chữ anh sang nước Mỹ
Lắp bắp cũng thành công dân
Không ai cấm chế triệt sản
Muốn đẻ bao nhiêu cũng mần

Sao em bảo anh nghỉ đẻ
Anh nhất định không thi hành
Nghỉ đẻ anh coi như chết
Hoặc như mới vừa thai sinh

Anh cứ hoài thai rụng trứng
Không em anh đẻ một mình
Anh đẻ trong niềm hưng phấn
Con bầy nhưng cũng khá xinh

Không tin em hỏi bạn hữu
Của anh trên khắp hành tinh
Bạn trai cũng như bạn gái
Sao anh nghỉ đẻ cho đành!

Anh xin thề không nghỉ đẻ
Trời cho cứ đẻ tành tành
Miễn không đẻ loài phản bạn
Hại người dối trá lưu manh

Anh đẻ và anh dạy dỗ
Con yêu đất nước của mình
Phải luôn suốt đời tưởng nhớ
Những người vì nước hy sinh

Chín mươi nếu anh còn sống
Vẫn đẻ, em đừng xúi anh! ■

TN

Ngõ Cụt

VƯƠNG HOÀI UYÊN

Tôi quen Điền trong một lần đi du lịch Australia. Mọi thủ tục rắc rối vừa xong, tôi và cô bạn thở phào nhẹ nhõm chỉ còn đợi ngày khởi hành. Nhưng rồi người tính không bằng trời tính, gần đến ngày lên đường thì mẹ cô bạn bị bịnh năng, cô phải ở nhà chăm sóc mẹ. Tôi ở tình thế tiến thoái lưỡng nan, đi một mình thì cũng buồn, mà không đi thì cũng phải chịu mất một khoản tiền không nhỏ. Tôi vốn lại rất thích đi du lịch, nó gần như lẽ sống của cuộc đời tôi. Mặc dù tôi không giàu có gì nhưng tôi vẫn trích một phần trong số tiền dành dụm để đi du lịch. Bạn bè động viên tôi đi, Trâm nói:

- Cứ đi đi. Dại gì chịu mất tiền. Biết đâu nhờ vậy mà Ly sẽ gặp một anh chàng đẹp trai nào đó.

Cuối cùng tôi đi trong tâm trạng không thoải mái. Ngày lên phi trường tôi thấy đoàn mình cũng khá đông, nhưng phần lớn họ đi theo từng nhóm. Tôi nhìn những người xa lạ đang ríu rít với nhau mà không khỏi chạnh lòng cho sự đơn độc của mình. Điền là người xuất hiện sau cùng, anh cũng đi một mình. Tôi nghĩ thầm: " Thì ra cũng có người single như mình". Không biết có phải số phận sắp đặt không mà khi lên máy bay Điền lại ngồi bên tôi. Lẽ ra là không phải, nhưng vì anh nhường ghế cho một người đi theo nhóm gia đình. Câu đầu tiên Điền hỏi tôi:

- Hình như chị cũng đi một mình?

Tôi nhìn Điền thấy rõ anh nhiều tuổi hơn mình mà giả nai gọi mình là chị. Suốt tám giờ bay, Điền nói đủ thứ chuyện cho quên đường dài. Qua những mẩu chuyện tôi biết anh đang làm cho một công ty nước ngoài, thích đi du lịch và cũng thường đi một mình. Anh chia sẻ kinh nghiệm:

- Cũng bình thường thôi, trừ cảm giác hơi khó chịu khi phải ngủ chung phòng với một người xa lạ.

Đó là điều tôi có nghĩ đến. Và tôi cũng tính đến chuyện chịu thêm tiền để ngủ một mình một phòng. Điền có lối nói chuyện hơi giống Luân, đó là cách nheo mắt nhìn người đối diện như thầm đoán ý nghĩ của họ. Luân là bạn trai của tôi trong những năm trước đây. Chúng tôi đã trải qua thời sinh viên nghèo khó cùng ăn với nhau một tô mì tôm, cùng uống với nhau một ly chanh đường nhưng đậm đà hương vị tình yêu. Dù yêu nhau nhưng chúng tôi cũng ít có thời gian đưa đón nhau vì tôi và Luân đều là những sinh viên nghèo của miền Trung đầy nắng gió, được vào Sài Gòn học là một hy sinh của gia đình. Ngoài giờ học chúng tôi còn phải đi dạy kèm nhiều nơi để đỡ gánh nặng cho gia đình. Nhưng những khi có thể thì chúng tôi lại dành hết thì giờ cho nhau. Đó là những đêm Luân đứng ngoài cổng ngôi biệt thự nơi tôi dạy kèm cho một cô bé tiểu thư con nhà giàu để đưa tôi về.

Ngồi sau chiếc xe máy cà tàng của Luân, chúng tôi đi qua nhiều đường phố và thường dừng lại nơi những hàng rong bên đường để ăn những củ khoai lang nướng thơm lừng. Món quà thời sinh viên chỉ có vậy nhưng tôi nhớ mãi đến bây giờ. Sau nầy khi đã xa Luân mỗi khi đi đâu về khuya qua những xe khoai lang nướng bên đường, tôi lại xót xa nhớ lại một thời. Sau khi ra trường, nhờ học giỏi và nhờ may mắn, Luân tìm được một chỗ làm khiến bạn bè mơ ước. Tôi học sau anh một năm nên còn bận rộn với luận văn tốt nghiệp. Vì vậy tôi cũng ít gặp Luân hơn. Một phần Luân cũng mượn cớ vừa đi làm vừa học cao học nên chúng tôi càng ít có thời gian gặp nhau. Chỉ sau hai tháng đi làm Luân đã có thể mua một chiếc xe tay ga để thay chiếc xe máy cà tàng thời sinh viên khốn khó. Anh cũng diện nhiều áo quần hàng hiệu và phong cách cũng tự tin hơn. Thỉnh thoảng bạn bè tôi cũng gặp anh hay chở những cô xinh đẹp ngoài đường, tôi hỏi thì anh bảo chỉ là bạn đồng nghiệp. Cho đến khi anh không còn che giấu nữa và thẳng thừng nói lời chia tay. Cũng phải thôi, khi anh nói yêu tôi anh chỉ là một sinh viên nghèo còn long đong chuyện cơm áo, khi anh nói lời chia tay anh đã là một thạc sĩ với một công việc đầy tiềm năng. Sau này tôi mới biết anh đang cưa cẩm tiểu thư con gái tổng giám đốc, chắc là để mong có cơ hội đổi đời.

Sau cú vấp ngã đầu đời ban ngày tôi đi làm, ban đêm lại lao vào chuyện học cao học, khuya về lại vùi đầu vào giấc ngủ mệt mỏi để khỏi phải suy nghĩ gì nữa. Hai mươi tám tuổi không phải là quá trẻ đối với một người con gái. Tôi vẫn nghĩ mình sẽ sống độc thân. Có đồng nào dư tôi lại đi du lịch cho quên buồn, cho đến khi tôi gặp Điền như một sự sắp đặt của số phận.

Tối hôm đó khi đến Melbourne, vì thấy tôi và Điền hay đi với nhau, anh hướng dẫn viên du lịch tưởng là vợ chồng hay tình nhân nên chia cho chúng tôi vào chung một phòng. Điền đứng tựa lưng vào tường khoanh tay cười tủm tỉm khi tôi phản đối. Đám thanh niên trong đoàn được thể mỗi người nói một câu chọc phá. Cuối cùng tôi vào cùng phòng với một chị lớn tuổi nhưng tính tình vui vẻ dễ gần nên tôi cũng bỏ ý định thêm tiền để ngủ riêng một phòng. Melbourne đang là mùa xuân nhưng nhiều hôm trời rất lạnh. Đất nước là hải đảo nên gió cũng thật nhiều. Hoa hồng nở nhiều màu sắc trên những nẻo đường tôi qua, đặc biệt hương rất thơm. Trong suốt cuộc hành trình Điền hay đi chung với tôi, cũng phải thôi vì chúng tôi không có nhóm. Có hôm trời đột ngột lạnh buốt, thấy áo ấm của tôi khá phong phanh nên Điền đã cởi áo khoác của anh choàng cho tôi. Hơi ấm từ chiếc áo anh khiến tôi chạnh lòng nghĩ đến Luân và những năm tháng xa xưa. Có lẽ thấy vẻ mặt tôi trầm tư nên Điền hỏi:

- Trông em có vẻ là người đang thất tình.

Anh đã chuyển từ “ chị “ sang “em” lúc nào nhỉ. Tôi nghĩ thầm: “ Tay nầy cũng khá tinh ý đây”:

- Anh có khả năng làm thầy bói nhỉ. Nên sắm thêm cặp kính đen nữa là giống hệt.

Điền thăm dò:

- Nếu em đã gọi anh là thầy bói thì có nghĩa là anh đoán đúng.

Tôi bướng bỉnh:

- Nếu đúng thì sao?

Điền thản nhiên:

- Chả sao cả. Anh chỉ hơi ngạc nhiên sao có tay đàn ông nào lại bỏ rơi một cô gái như em.

Tôi nghĩ thầm đàn ông anh nào cũng có máu ga lăng. Nhưng đến khi họ bỏ rơi mình thì cũng tàn nhẫn hết biết. Khi đoàn du lịch vào chợ Springvale, Điền mua cho tôi một bó hoa hồng đỏ. Chị Linh, bạn cùng phòng nháy mắt với tôi. Điền nói:

- Nghĩ cũng lạ, hoa càng đẹp thì càng có nhiều gai. Hoa xấu thì lại không có gai. Ly thấy tạo hóa công bằng không?

Đêm hôm đó khi thấy tôi ôm bó hoa vào phòng, chị Linh cười:

- Hôm nay Ly vui lắm phải không? Anh chàng Điền coi vậy mà ga lăng nhỉ.

Tôi nói:

- Em mất lòng tin vào đàn ông rồi chị ơi!

Chị Linh vừa che miệng ngáp dài vừa nói:

- Không phải tất cả đàn ông đều như nhau đâu em. Năm ngón tay còn có ngón ngắn, ngón dài mà. Trước kia chị cũng đã từng thất vọng vì đàn ông nhưng rồi chị gặp được ông xã chị bây giờ đấy, chung tình lắm nhé!

Tôi tò mò:

- Sao anh không đi du lịch cùng chị?

Chị Linh vừa bôi lotion vào tay vừa nói:

- Ông ấy còn bận chuyện kinh doanh em ơi! Thấy chị ở nhà cũng buồn vì hai đứa con đều đi du học cả rồi, nên ông ấy khuyến khích chị đi du lịch với vợ chồng cô em gái đấy chứ.

Tôi hỏi:

- Em hỏi câu nầy chị đừng giận. Có khi nào anh khuyến khích chị đi du lịch để có cơ hội hú hí với bồ nhí không?

Chị Linh nói giọng quả quyết:

- Không có đâu em. Chị đã thử thách ông ấy nhiều lần rồi.

Tôi nói:

- Vậy thì em xin chúc mừng chị. Chị thật may mắn.

Những ngày sau đoàn du lịch đến Perth (Tây Úc). Bờ biển Bunbury đẹp như tranh vẽ trong nắng chiều. Ngồi trên một ghềnh đá trên bờ biển Điền bảo tôi:

- Ở đây khá hoang vắng, anh rất thích những bãi biển vắng vẻ. Những bãi biển ở nước mình khi nào cũng đông đúc. Đất nước Australia rộng quá mà dân số lại quá ít nên ngay cả khi ở trung tâm thành phố lớn như Melbourne cũng thưa thớt hơn ở Việt Nam nhiều.

Tôi nói:

- Những người thích nơi vắng vẻ thường là những người sống nội tâm. Em lại sợ những nơi như vậy, vì có cảm giác không an toàn. Em vốn sợ bóng tối.

Chuyến du lịch kết thúc. Chia tay nhau ở phi trường, mọi người ai cũng chúc tôi và Điền sớm thành đôi. Chị Linh nói :

- Bao giờ có tin vui đừng quên mời chị đấy.

Sau chuyến đi du lịch Điền và tôi đã đến với nhau. Tôi đã thử nghe lời chị Linh để tin rằng không phải mọi người đàn ông đều xấu. Thời gian yêu nhau với Điền không kéo dài như với Luân. Một buổi chiều ngồi bên nhau nơi quán cà phê, Điền đột ngột đề nghị:

- Mình cưới nhau nhé em.

- Sao nhanh quá vậy anh?

Điền nói:

- Vì anh cũng trên ba mươi rồi. Anh lại là con một nên ba mẹ anh cũng muốn anh lập gia đình để có cháu bế bồng.

Thế là Điền đưa tôi về ra mắt gia đình. Vì anh là con một, như anh nói, nên tôi nhanh chóng được ba mẹ anh vui vẻ chấp thuận. Chắc là ông bà chờ đợi cũng lâu. Mẹ Điền kín đáo nhìn tôi từ đầu đến chân như ngầm kiểm tra xem tôi có khuyết tật gì không. Tôi thấy điều đó nhưng giả vờ như không thấy. Lúc giúp mẹ Điền dọn cơm, bà nói với tôi:

- Cháu là mối tình đầu của thằng Điền nhà bác đấy. Hơn ba mươi rồi mà chưa có mảnh tình vắt vai. Toàn bạn trai không à. Hai bác đi dự không biết bao nhiêu cái đám cưới của con bạn bè mà con mình thì…

Những ngày tiền hôn nhân là những ngày thơ mộng nhất của đời người. Tình yêu đã được bảo chứng bằng một đám hỏi hoành tráng, tôi không còn lo sợ mất Điền như đã mất Luân. Nhưng tôi thấy Điền ít vồ vập tôi như thường thấy ở những người con trai khác, mặc dù khi anh đến cô bạn ở trọ cùng phòng đã tế nhị rút lui. Anh cũng không hề xúi tôi thuê phòng ở một mình như người yêu của mấy nhỏ bạn tôi.

Sau đám cưới, ba mẹ Điền cho chúng tôi một căn hộ chung cư để tiện đi làm, vì nhà ba mẹ Điền ở ngoại thành. Những cô bạn cùng công ty tôi xì xầm rằng số tôi sướng, lấy chồng con một mà khỏi làm dâu. Thời gian đầu chung sống Điền đi làm về đúng giờ giấc, nhưng sau đó thỉnh thoảng anh bảo phải đi công tác và vắng nhà mấy hôm. Tôi hoàn toàn tin tưởng Điền nên không chút nghi ngờ. Khi tôi có đứa con trai đầu lòng Điền vui như vừa thoát khỏi một gánh nặng bấy lâu đeo đẳng. Khỏi nói ba mẹ Điền mừng như thế nào. Bé Nam con tôi ra đời như một sự kiện trọng đại của gia đình. Sau thời gian nghỉ hộ sản, thấy bé Nam hay đau ốm Điền khuyên tôi xin nghỉ việc ở nhà để tiện chăm sóc con. Anh nói:

- Một mình anh đi làm cũng đủ nuôi mẹ con em. Ông bà nội kinh tế cũng khá giả, sẽ hỗ trợ thêm cho bé Nam. Khi nào con cứng cáp em lại đi làm. Bằng cấp như em xin đâu không được việc.

Thấy anh nói cũng có lý, phần thương con nên tôi xin nghỉ việc. Trâm, bạn tôi phản ứng mạnh mẽ:

- Mầy muốn ở nhà làm Osin hay sao? Đồ khùng, công việc như thế mà lại xin nghỉ. Sao không bảo ông bà nội lên trông cháu?

Nhưng tôi biết ông bà nội còn có công việc kinh doanh, dù thương cháu nhưng chắc không bỏ lỡ cơ hội làm ăn.

Thấm thoát thời gian tôi ở nhà cũng đã được hơn hai năm. Một đêm Điền đi nhậu về muộn người nồng nặc mùi rượu, vừa về đến nhà là lăn đùng ra ngủ như chết. Một lát sau điện thoại reo nhưng anh không bắt máy. Sợ con thức dậy, tôi vừa bấm máy thì từ đầu dây bên kia một giọng đàn ông dồn dập:

- Anh hả, anh về đến nhà chưa? Đã bảo để em đưa về mà lại…

Tôi nói, giọng lạnh lùng:

- Xin lỗi, ai ở đầu dây? Anh Điền ngủ rồi.

Người bên kia đột ngột cúp máy. Không thấy tên trên màn hình. Chắc số điện thoại nầy phải thân quen lắm nên Điền không cần lưu vào máy. Giọng nói vừa lo lắng, vừa nũng nịu không phải cách nói bình thường giữa những người đàn ông với nhau. Tự nhiên người tôi nổi gai ốc vì một linh cảm mơ hồ. Tôi cố gắng nhớ lại đó là giọng nói của ai mà nghe quen quá, và tôi chợt nhớ ra đó là giọng nói của Duy.

Duy là bạn thân làm cùng công ty với Điền, trẻ hơn Điền khoảng hai tuổi, da trắng trẻo như con gái, thỉnh thoảng thấy đi với Điền. Duy đã có vợ con, có lần Duy đến nhà tôi chơi dẫn theo cả Hân, vợ Duy. Cả Điền và Duy đều rất nam tính, không lẽ… Tôi nhớ có đọc ở đâu đó một bài báo nói về trường hợp những người đàn ông lập gia đình, có vợ con hẳn hoi nhưng vẫn ngoại tình với người đồng tính. Họ thuộc giới tính thứ ba. Tôi lại nhớ lại lời mẹ Điền nói khi tôi tới nhà Điền để ra mắt: "Cháu là mối tình đầu của thằng Điền nhà bác đấy. Hơn ba mươi tuổi rồi mà không có mối tình vắt vai, toàn bạn trai không à…". Còn nữa, thái độ thờ ơ không vồ vập của Điền khi ở bên tôi thời yêu nhau… Quá nhiều chứng cứ để thấy nghi vấn của tôi là xác thực. Lạ một điều là tôi không khóc, chỉ thấy chán nản và ghê tởm. Nếu Điền ngoại tình với một cô gái khác thì tôi sẽ đau khổ vì ghen tuông, còn với một gã đàn ông như Duy thì không. Nằm bên Điền nghe tiếng ngáy và hơi rượu phả ra làm tôi khó chịu và ghê tởm. Không biết Hân có biết chồng cô đang ngoại tình với chồng tôi không. Và không biết Duy là người tình đồng tính thứ mấy của Điền? Điều lo lắng của tôi là bé Nam mới hơn hai tuổi, tôi lại đang trong tình trạng thất nghiệp, nếu ly hôn chắc gì tôi sẽ được quyền nuôi con. Tôi phải gấp rút tìm việc để giành quyền nuôi bé Nam bằng mọi giá.

Nhưng trước hết tôi phải có bằng chứng. Sáng hôm sau tôi làm như không có chuyện gì xảy ra, sau khi Điền đi làm rồi, tôi điện cho Hân hẹn gặp cô tại nhà.

Ban đầu Hân không tin, nhưng rồi Hân và tôi đồng ý vạch kế hoạch. Mấy hôm sau tôi nói với Điền:

- Đã lâu quá em không về thăm ba má ngoài Trung. Sẵn dịp cậu Long đi công tác ngoài ấy em muốn đưa bé Nam đi theo cậu cho nó biết nhà ngoại.

Điền vui vẻ nhận lời. Hai hôm sau, tôi nhờ Điền đưa hai mẹ con tới nhà Long- em trai tôi để cùng đi. Điền còn nói:

- Em cứ ở ngoài ấy chơi, thong thả hẵng về cũng được.

Tôi cười thầm trong bụng nhưng giả vờ như không biết gì. Tối hôm ấy tôi gửi con cho cô em dâu và cùng Hân đến chỗ hẹn. Tôi và Hân ngồi trong quán cà phê trước chung cư, Hân nói:

- Chồng em nói tối nay đi dự sinh nhật bạn và sẽ về muộn.

Tôi nháy mắt với Hân không nói gì. Khoảng mười giờ đêm, Điền chở Duy về. Tôi thấy bàn tay Hân run lên, rồi cô đưa bàn tay ấy lên chặn ngang ngực như đè nén cảm xúc. Khoảng mười lăm phút sau tôi và Hân lên nhà. Cũng may Điền không cài chốt trong nên tôi mở khóa cửa dễ dàng. Cánh cửa phòng ngủ chỉ khép hờ, đẩy nhẹ cửa tôi và Hân choáng người khi thấy hai thân thể đàn ông trần truồng đang quấn vào nhau. Có lẽ nhiều năm sau tôi cũng không quên được vẻ mặt của Điền và Duy lúc ấy…

***

Khi tôi đề nghị ly hôn, Điền như chỉ chờ có chừng ấy. Có lẽ chuyện chung sống với phụ nữ là một cực hình với người lưỡng tính như anh. Anh cũng thú nhận với tôi là anh đã trải qua nhiều mối tình đồng tính. Ba mẹ anh cũng biết nhưng đã giấu tôi, dĩ nhiên là vậy. Mẹ anh cũng đã nhiều lần khóc lóc khuyên anh lấy vợ để có cháu nối dõi, và tôi là nạn nhân. Anh nói:

- Anh xin lỗi. Em muốn gì cũng được trừ đứa con. Em cũng biết ba mẹ anh quý bé Nam như thế nào.

Tôi như người bị tạt một gáo nước lạnh vào mặt:

- Không đời nào em bỏ con. Bằng mọi giá em phải nuôi bé Nam. Với người mẹ, đứa con là máu thịt, em không thể nào sống thiếu nó.

Điền nhỏ nhẹ:

- Nhưng em phải thông cảm cho anh, nếu tiếp tục sống với người phụ nữ khác, anh sẽ tiếp tục lừa dối họ. Trong khi em còn có thể lấy chồng và có con.

Mặc cho Điền nói gì thì nói, việc đầu tiên là tôi đem con gửi nhà trẻ để rảnh tay đi tìm việc làm. Tôi phải tìm được việc làm thì mới có hy vọng được quyền nuôi con. Để đề phòng bất trắc tôi dặn cô nuôi dạy trẻ không cho bất cứ ai đón bé Nam, kể cả ba bé và ông bà nội. Nhờ bạn bè hết lòng giúp đỡ, chỉ nửa tháng sau là tôi đã có việc làm. Từ đó tôi thuê nhà sống riêng. Thời gian này tòa chưa xét xử ông bà nội bé Nam hay đến nhà khóc lóc xin được nuôi cháu, nhưng tôi cương quyết chối từ. Thấy không lay chuyển được tôi, bà nội bé Nam đề nghị:

- Thôi thì thay vì con đem cháu đi gửi trẻ, từ nay con đưa cháu đến nhà mẹ để mẹ trông cho con đi làm. Chiều về con đón cháu. Để cháu ở nhà trẻ mẹ không yên tâm, làm sao họ chăm sóc bằng mình được.

Nghe nói cũng có lý, tôi bằng lòng. Một phần vì thấy bé Nam cứ khóc ré lên mỗi khi đến nhà trẻ, tay nắm chặt tay tôi, nhiều lần tôi vừa gỡ tay con vừa quay đi vừa khóc. Nào ngờ tôi đã quyết định sai lầm. Chiều hôm đó khi tôi đến nhà ba mẹ Điền để đón con thì thấy nhà khóa cửa. Hỏi nhà hàng xóm thì họ nói có thấy ông bà bế cháu đi đâu từ sáng. Tôi vội gọi điện thoại cho mẹ Điền thì điện thoại tắt. Gọi cho Điền thì Điền bảo không biết ba mẹ đi đâu. Tôi điếng người với ý nghĩ sẽ mất con mãi mãi. Trái tim nhói đau như có ai bóp chặt, tôi quay xe trở ra phóng đi. Biết tìm con ở đâu bây giờ? Tôi đi như người mộng du, trước hết là đến nhà những người bà con của Điền, sau là đến nhà bạn bè Điền, hoàn toàn không có tăm hơi. Mười giờ đêm tôi về nhà, người mệt mỏi rã rời. Tôi gọi điện thoại cho Long, em trai tôi, Long bảo:

- Chị phải làm đơn kiện thôi. Còn có pháp luật mà. Đâu phải họ muốn làm gì cũng được.

Đi kiện ư? Rồi kết cục sẽ như thế nào? Có khi nào ông bà làm liều giấu biệt bé Nam ở một nơi xa xôi không ai tìm thấy thì sao? Bây giờ mỗi khi nghe thấy đứa bé nào khóc tôi cũng tưởng đó là bé Nam. Không còn tâm trí đâu để làm việc, tôi đành xin nghỉ để lang thang đi tìm con, dù biết là vô vọng.

Vương Hoài Uyên

Nhà Sách Hồi Xưa

PHẠM CÔNG LUẬN

"Tây in sách, Việt Nam chứa sách, Tàu phổ biến sách", có một câu nói phổ biến trong giới viết lách thời xưa, mà tôi được biết khi nhà văn Thế Phong nhắc đến trong cuốn "Nhà văn tác phẩm cuộc đời" (NXB Đại Ngã, 1970). Câu này ắt được nói đến từ thời Pháp thuộc, khi công nghệ in ấn ban đầu trong tay người Pháp. Các nhà xuất bản người Việt in sách xong đưa vào kho nhưng phát hành ra công chúng phải từ trong hệ thống của người Hoa trong Chợ Lớn, có mạng lưới buôn bán rộng khắp và giỏi kinh doanh. Trong câu chuyện này, khi bán sách in ronéo cho một ông chủ nhà thầu sách người Hoa, nhà văn Thế Phong nhận xét: "Ông này rất khôn ngoan, biết sách hay. Những cuốn như *Nhà văn hậu chiến* hay *Nhà văn tiền chiến* ông bán rất đắt. Cuốn sách ba chục, ông bán gấp đôi. Ông còn bán sách Tây hiếm với giá rất cao".

Chuyện người Hoa Chợ Lớn bán sách tiếng Việt còn được được nhắc lại trong cuốn sách khá thú vị của nhà văn Nguyễn Công Hoan, hồi ký "Nhớ và ghi về Hà Nội". Thời Pháp thuộc, ông Vũ Đình Long, chủ nhà xuất bản Tân Dân thường xuyên gửi sách của nhà xuất bản vô Nam để bán, và bán rất chạy. Ông Hoan kể, một lần vào Nam, buổi sáng ông đến nhà Đỗ Phương Quế là tổng đại lý sách Bắc ở Chợ Lớn để xem bán sách. Ở đó, ông thấy một người vào nhà sách hỏi hôm nay có sách ngoài Bắc vào chưa? Chủ hiệu đáp có. Khách bảo chủ tiệm bán. Chủ tiệm lấy tất cả các sách mới nhận được, gói vào một gói rồi đưa khách. Khách hỏi giá rồi xỉa tiền ra trả, không cần biết trong gói có những sách gì tác giả nào. Nguyễn Công Hoan than: "Thấy kiểu mua sách ấy, mình ngán quá!".

Đọc đoạn văn này, ta thông cảm với sự nhạy cảm của nhà văn, nhưng mặt khác có thể nghĩ rằng người mua sách có thể là một đại lý con của tổng đại lý bán sách từ Bắc vào, họ mua về để tiếp tục bán lẻ cho khách chuộng sách của các nhà văn miền Bắc nên không nhất thiết phải xem sách trước. Hoặc có khi khách chỉ là người đi giao nhận cho chủ tiệm sách nào đó ở Sài Gòn.

Nhà sách Đỗ Phương Quế không chỉ bán mà còn xuất bản sách để bán, có những cuốn có giá trị như cuốn *Việt Nam Tây thuộc sử* của Đào Trinh Nhất (xuất bản 1937 ở Chợ Lớn), *Nỗi lòng Đồ Chiểu* của Phan Văn Hùm (xuất bản 1938) và *Biện chứng pháp phổ thông* cũng của Phan Văn Hùm.

Nguyễn Công Hoan kể sau đó nhà sách này và ông Vũ Đình Long có mâu thuẫn với nhau: *"Nhà này* (Đỗ Phương Quế), *trước thì rất sòng phẳng, nhưng sau, thì mỗi số Tiểu thuyết thứ bảy, dù bán hết, cũng nói là chưa bán hết, còn đọng một ít. Nhà xuất bản không muốn lấy báo ế vì sợ tốn tiền đài tải. Và những số báo ế, cứ gửi ở đại lý, có khi dần dần vẫn bán được.*

Nhà Đỗ Phương Quế cho là nhà Tân Dân ở xa, không thể kiểm soát được, nên làm lối ấy mấy năm trời, để thu được món tiền khá lớn.

Nhưng đến khi nhà Tân Dân biết, nên không cho Đỗ Phương Quế làm tổng phát hành nữa. Người anh em rể của Vũ Đình Long là Nguyễn Khánh Đàm mới vào Sài Gòn, mở hiệu bán sách, làm tổng phát hành cho nhà xuất bản Tân Dân".

Câu chuyện nhận sách bán, khai thấp hơn số lượng bán ra để trả tiền ít hơn, chiếm dụng vốn cho đến giờ vẫn còn tồn tại.

Trong cuốn "Sài Gòn, chuyện đời của phố" tập 1, được sự giúp đỡ của gia đình cụ Nguyễn Khánh Đàm ở Hà Nội, tôi có bài viết về nhà sách này. Nhà sách chỉ tồn tại trong sáu năm (1939-1945) nhưng có ý nghĩa trong đời sống văn hóa Sài Gòn cho đến giờ vì góp phần quan trọng giúp độc giả miền Nam đọc được văn chương miền Bắc xa xôi đang phát triển mạnh. Nhà sách đã tổ chức cuộc triển lãm Báo chí

Việt Nam lần đầu tiên vào năm 1943, giúp người đọc cả nước biết đến nền báo chí non trẻ của nước Việt. Ở thời đó, nhà sách đã được trưng bày rất hiện đại, chuyên nghiệp, có nhiều tủ kệ ngăn nắp và có tủ kính đặt giữa nhà sách bày những ấn phẩm đặc biệt.

Năm 1944, ông Nguyễn Khánh Đàm lên Đà Lạt mở thêm hiệu sách thứ hai. Nhà sách Nguyễn Khánh Đàm ở Sài Gòn tồn tại đến năm 1945 thì ngưng hoạt động và có lẽ nhà sách trên Đà Lạt cũng chịu chung số phận.

Cùng khoảng thời gian này, có tiệm sách Thanh Thanh khá có tiếng ở số 120 Boulevard de la Somme (Hàm Nghi), cũng chuyên bày bán các loại sách từ miền Trung và miền Bắc đưa vào, thiên về sách học thuật bên cạnh các tiểu thuyết. Trên báo Tân Văn ra năm 1935, tiệm quảng cáo: *"Không hề lên giá như các hàng sách khác mà lại lựa ròng những sách quốc văn có giá trị để cống hiến cho các bạn thanh niên muốn khảo cứu và luyện tập quốc văn"*. Ở đây có bán các cuốn sách có giá trị như *Hán Việt thành ngữ* (Dictionnaire Sino Annamite) của Bửu Cân, *Hán Việt tự điển* của Đào Duy Anh với mỗi từ vựng hay giải thích trong các cuốn tự điển này đều có chú thích Pháp văn, giá 3,2 đ. Ngoài ra là các cuốn khác như *Chữ Tàu tiếng Nam, Diễm Dương Trang, Hồng Lâu Mộng, Cậu Tám Lọ, Mảnh trăng thu, Một đêm trước, Thế giới sử, Văn đàn bảo giám - bộ 3 cuốn, Kép Tư Bền, Nữ lưu văn học sử, Sào Nam văn tập*... Tiệm sách này cũng có bán sách của nhóm Tự Lực Văn đoàn, sách thuốc của Nhựt Nam thư quán, Nam Ký, Đông Tây…

Sau 1954, khắp Sài Gòn rộ lên các nhà sách cho dù các dãy sạp bán sách cũ giá rẻ vẫn tồn tại song song phía bên lề đường Lê Lợi gần nhà thương Sài Gòn. Nhà sách Khai Trí lớn nhất, còn có nhiều nhà sách khác như nhà sách Khai Tâm bán sách báo và dụng cụ văn phòng số 123 Tự Do, nhà sách Lê Phan số 41 Phạm Ngũ Lão, nhà sách Phương Anh số 303 Hai Bà Trưng, nhà sách Sài Gòn số 28A Lê Lợi, nhà sách Thanh Tuân số 56 Lê Lợi, nhà sách Văn Hữu 28C Lê Lợi, nhà sách Liên Châu số 3 Công trường Hòa Bình (chủ yếu bán sách giáo khoa cho các trường dạy theo chương trình Pháp), nhà sách Vĩnh Bảo 66 ter Lê Lợi, nhà sách Xuân Thu 185 -193B Tự Do, Yiễm Yiễm thư trang số 113-115 Nguyễn Thái Học, nhà sách Tự Lực 92 Lê Lợi, nhà sách Tinh Hoa số 51 Trần Hưng Đạo. Còn trong Chợ Lớn có nhà sách Hồng Dân của ông Lê Ngọc Anh số 254 Khổng Tử (Hải Thượng Lãn Ông), nhà sách Sy-tai của ông Dương Kỳ Phước số 162 Phùng Hưng, nhà sách Mỹ Khoan số 17 Trần Điện.

Nhà sách ở Sài Gòn cách nay hơn nửa thế kỷ tập trung nhiều ở khu trung tâm Sài Gòn. Ở các vùng ngoại vi như Phú Nhuận, Ông Tạ, Bà Chiểu... không có mấy nhà sách, trừ vài tiệm bán sách giáo khoa cùng văn phòng phẩm. Cho đến cuối thập niên 1960, đầu thập niên 1970, phong trào mở tiệm thuê sách nở rộ ở nhiều khu vực, phù hợp sở thích của dân đọc sách đa số không có nhiều tiền mua sách. Một số nhà sách vẫn duy trì bán sách, nhất là sách giáo khoa và sách vở bút mực nhưng đặt thêm những kệ sách cho thuê. Dần dà, các tiệm bán sách ít dần và thậm chí có khu vực chỉ có tiệm cho thuê sách chứ không thấy nhà sách đâu cả.

Phạm Công Luận

những con gà tây sắp hy sinh
giờ này đang được an bình nhởn nhơ
chúng chẳng được lên bàn thờ
được người hóa kiếp bất ngờ không hay
lót đường cho người vui say
tấm thân súc vật lên mây làm thần

luân hoán

Hái Mận
(Picking Plums)

TRƯƠNG THỊ MỸ VÂN dịch

(BERNARD COOPER)

Lời người dịch: *Bernard Cooper là một trong những văn sĩ Mỹ tên tuổi hiện nay. Ông nổi tiếng từ những tác phẩm đầu tiên đăng trên các tạp chí Mỹ và hồi ký "A Clack of Tiny Sparks" (1991). Tập tiểu luận "Maps to Anywhere" của ông được giải thưởng Hội Văn bút PEN/USA Ernest Hemingway Award năm 1991.*

Truyện "Hái Mận" được dịch từ nguyên tác "Picking Plums" (1992). Nội dung truyện đề cập đến mối liên hệ giữa hai cha con và những tương quan hệ lụy với tình nhân họ, thứ tình cảm gắn bó vượt ra ngoài quy ước thông thường của xã hội, bất chấp sự kỳ thị chủng tộc và cái nhìn khắt khe đối với những người đồng tính luyến ái.

Từ ngày cha tôi bị té lúc đang hái mận đến nay đã gần một năm rồi. Những vết bầm tím trên đùi ông tan dần, và ngoại trừ màu da còn tái xanh chung quanh vết thương nơi bắp vế, cha tôi đã hoàn toàn bình phục. Ông trở lại thói quen buổi chiều hay đi bộ quanh xóm. Ông bảo tôi: "Tám mươi lăm tuổi mà đi bộ như ba là nhanh lắm đấy nhé." Ông thường mặc bộ áo thể thao màu xanh còn dính nước trà Lipton và vết mứt dâu của mấy cái bánh donut mà ông thường ưa thích nhưng không tài nào bỏ được mặc dầu bác sĩ đã căn dặn ông nhiều lần.

Khi cha tôi té từ trên cây xuống, ông làm gãy luôn cặp kính và chiếc máy trợ âm vì thế hôm vào bệnh viện thăm ông, tôi sửng sốt thấy ông phải ngoẹo đầu, vểnh tai, nheo mắt, và khó khăn lắm mới nói chuyện với tôi được. Bỗng dưng cha tôi như già hẳn đi, hoàn toàn cách biệt với tôi và dường như bị kiềm hãm bởi giác quan suy yếu của ông. "Có phải Boychick đó không?", ông ráng nhướng người lên nhìn về phía tôi rồi nằm phịch xuống chồng gối cao nghệu, thở một hơi dài và không cần chờ tôi hỏi, ông nói tiếp:

- Cả hàng chục quả mận tím rơi đầy sân, thấy mà thèm. Vậy chứ con bảo ba phải làm gì bây giờ? Không lẽ để cho chim ăn à? Còn lâu đấy! Cây mận này là của ba mà! Trước hết ba nhặt những quả dưới đất chất đầy một thùng xô. Rồi ba lấy cái thang trong nhà xe leo lên hái mấy quả trên cao. Ba đã từng leo cái thang này cả trăm lần rồi chứ ít sao, vậy mà không hiểu tại sao lúc ba leo đến ngọn cây, đang với tay ra xa bỗng nhiên... ai biết được, khi không ba thành phi hành gia, đầu chúi ngược xuống đất, chân dốc thẳng lên trời. Chuyện xảy ra nhanh quá ba không kịp té đái ra quần nữa đấy! Thế là ba nằm dài dưới đất, hoàn toàn bất tỉnh. Dẫu lúc đó có muốn cầu cứu cũng không kêu lên được một tiếng. Lại còn thêm cái chân nữa, ôi thôi nhức nhối quá trời. Ba có kể ra chắc con cũng không muốn nghe đâu.

- Vậy chứ ai tìm ra ba?

- Cái gì?

Tôi nhích người lại gần giường và nói to hơn.

Cha tôi chán nản trả lời:

- Có ai tìm ra ba đâu! Ba phải chờ đến lúc ngồi dậy được. Cứ nằm đó mà chờ tưởng như cả mấy tiếng đồng hồ. Nói cho con hay, ba tưởng đâu đi đong rồi đấy chứ! Vậy mà rốt cuộc cũng thở lại được bình thường. Rồi chỉ có Trời biết chứ con cũng không nên hỏi, vì ba không hiểu tại sao ba lại lái xe vào bệnh viện được.

Cha tôi đổi thế nằm và nhăn mặt vì đau. Tấm khăn trải giường tuột xuống để lộ cái chân bị thương của ông với bắp vế sưng vù và bầm tím như một quả mận lớn. Bác sĩ bảo ông chỗ da đó bị bầm dập.

Suốt quãng đời niên thiếu của tôi, cha tôi là kẻ tràn đầy sinh lực, hay đúng hơn sinh lực của ông quá tràn trề đến nỗi chiếm hữu ông. Trong tuần ông cắm cúi làm việc ở văn phòng và cuối tuần ông chăm sóc vườn tược trên mảnh đất quanh nhà. Ngoài ra ông còn có tật hay nổi nóng bất thường. Những cơn giận của ông không bao giờ bắt nguồn từ những biến cố lớn. Lúc phải đương đầu với tai nạn hay bệnh hoạn trong gia đình, cha tôi luôn luôn điềm tĩnh, có phương pháp và còn lạc quan nữa. Trước nghịch cảnh, ông vẫn giữ lối pha trò không đổi, tật vỗ vai cố hữu, và luôn luôn túc trực bên giường bệnh của người thân. Tuy nhiên chỉ cần một điều nhỏ nhặt như cái ly nước của ai đó để quên trên bàn cũng đủ làm ông nổi trận lôi đình. Miệng ông phun nước bọt phì phì, mặt đỏ gay, và tiện tay ông cầm cái ly ném thẳng vào tường!

Tánh nóng nảy bất thường của ông không làm mẹ tôi nao núng tí nào. Bà thường chậm rãi châm điếu thuốc lá Tareyton, đứng sang một bên nhìn cha tôi giận dữ la hét cho đến khi ông phun hết những lời độc địa của ông. Rồi như mệt mỏi vì hết sức lực, ông rút vào phòng khách, kéo kín màn cửa, ngồi ủ ê suy ngẫm hàng giờ trên ghế bành.

Ngay khi còn nhỏ, tôi đã hiểu nghề nghiệp cha tôi làm vẩn đục cái nhìn của ông về cuộc đời và biến ông thành một kẻ thận trọng nhưng cũng hay nổi nóng bất thường. Cha tôi đã phải ngồi hàng giờ nghe các bà vợ bị bỏ rơi buộc tội chồng và nghe các ông chồng bị cắm sừng xài xể vợ. Ông còn phải tiếp xúc với một đám thân chủ khốn khổ: vợ chồng kẻ thì khóc lóc đòi ly dị, người thì phun ra những lời độc địa buộc tội nhau, thậm chí có kẻ đấm bàn đòi một hai phải trả thù cho bằng được. Thuở đó luật pháp ở California bắt buộc bằng cớ ly dị phải được chứng tỏ tại tòa, vì thế cha tôi thường mang trong cái cặp to tướng của ông không những các giấy tờ liên quan đến luật pháp và những bì thư dày cộm màu vàng, mà còn thêm các hóa đơn tiền phòng ngủ khách sạn, những hộp diêm của các quán rượu và cả đến mấy cái quần lót còn dính vết môi son, bằng chứng lúc ra hầu tòa của đám thân chủ của ông nữa.

Có lần sau một vụ kiện dai dẳng và thâm độc, cha tôi bằng lòng đưa gia đình ra khỏi thành phố để nghỉ cuối tuần. Mẹ tôi đề nghị đi Palm Springs và không ngớt lời ca tụng khí hậu ấm áp nơi đó, những cây xương rồng ban đêm sáng rực ánh đèn màu và nhất là con đường mang tên vua hề trứ danh của nước Mỹ là Bob Hope. Thế nhưng đến lúc gần khởi hành, mẹ tôi cứ liên tục nhớ đến những món đồ bà quên mang theo. Cha tôi vừa lùi xe ra khỏi ga-ra, mẹ tôi đã vội vàng kêu ông dừng lại để bà chạy vào nhà lấy thêm vài thứ - bịch thuốc lá Tareyton, chai thuốc chống nắng Solarcaine, quyển tiểu thuyết để bà đọc lúc nằm phơi nắng cạnh hồ bơi. Tôi câm miệng ngồi bất động ở băng sau và cảm thấy mỗi lần mẹ tôi chạy vào nhà lấy thêm một vài thứ là mỗi lần cơn tức giận của cha tôi lại nổi lên bừng bừng. Đến lúc mẹ tôi khăng khăng đòi trở vào nhà thêm lần nữa để lấy phong bánh mặn, đề phòng đi dọc đường có đói thì ăn, lúc đó cha tôi không nhịn được nữa. Ông nhìn trừng trừng vào mặt mẹ tôi, rồi lao ra khỏi xe và đi vòng về phía sau. Ông lôi tất cả hành lý ra khỏi thùng xe rồi đóng ập cánh cửa bằng tất cả sức mạnh của cơn thịnh nộ của ông đến nỗi cái xe phải lắc lư.

Từ trong xe, mẹ tôi và tôi nhìn cha tôi ném các thứ hành lý lên trời. Hai chiếc va-li Samsonite, một cái xách bự và cái tráp nhỏ đựng son phấn của mẹ tôi, tất cả đều được cha tôi lần lượt tung lên cao khỏi cái đầu hói của ông. Bầu trời hôm đó xanh thẳm, trong vắt nên những khối hành lý xám bay bổng trên không trung rồi uốn éo, vặn mình quay tít giữa trời trước khi rơi bình bịch xuống đất trông chẳng khác gì những mảnh vụn vung vãi từ giàn phóng của chiếc hỏa tiễn nào đó. Mỗi khi một món hành lý rơi ầm ầm xuống mặt đường nhựa, cha tôi lại nhặt lên và tiếp tục ném trở lại lên trời. Cứ mỗi lần như vậy, cổ họng ông lại phát ra những tiếng gầm gừ của một con thú chưa hả giận.

Cuối cùng chiếc va-li lớn nhất gãy chốt và mở tung giữa trời. Ngay đến cha tôi cũng ngạc nhiên khi thấy áo quần vợ mình bay lượn giữa không trung rồi từ từ rơi xuống chung quanh ông. Một chiếc khăn quàng màu vàng của bà lơ lửng trên không như tia nắng sớm đang đùa giỡn với ánh mặt trời. Đôi dép lông xù màu hồng té lộn nhào xuống mặt đất, chiếc áo choàng mỏng manh bay về lối ra vào trước cửa ga-ra, rồi như có bàn tay vô hình nào đưa đẩy, lại bay trở về nằm vắt ngang trên bờ rào. Lúc đó cha tôi hậm hực bỏ vào nhà, cổ và thái dương ông nổi lên những đường gân xanh thẫm. Mẹ tôi lẩm bẩm than: “Thật tao chán cái trò này lắm rồi!” và bà cúi xuống nhặt mớ áo quần hỗn độn, vướng víu vào nhau như tấm bản đồ thế giới nhiều màu, sau khi dụi tắt mẩu thuốc lá đang cháy lập lòe trên mặt đất.

Lâu lắm, mãi về sau khi tôi đã dọn ra khỏi nhà, một tối nọ cha tôi gọi điện thoại cho biết mẹ tôi vừa mất đêm hôm trước. "Nhưng hôm đó ba đâu biết mẹ con mất", ông bảo tôi.

Theo lệ thường, cha tôi dậy sớm và ôn lại trong đầu vụ kiện ngày hôm đó lúc ông đang tắm và cạo râu. Mẹ tôi vẫn còn nằm yên trên giường như đang ngủ say, cánh tay vắt ngang trán che mất cặp mắt bà. Khi cha tôi ngồi xuống bên mép giường để mang vớ, ông cố gắng nhẹ người để khỏi rung tấm nệm, sợ làm mẹ tôi thức giấc. Ông bảo ít ra ông cũng cố gắng để đừng làm mất giấc ngủ mẹ tôi. Ông lặp đi lặp lại rằng mọi việc sáng hôm đó không có gì khác thường, từ chiếc gối cái mền cho đến cách mẹ tôi nằm ngủ đều không có gì khả nghi khiến ông phải quan tâm cả. Rồi cha tôi vội vàng đi làm sớm, chỉ dừng lại ăn một cái bánh *donut* điểm tâm dưới phố trước khi vào sở. Thế nhưng đêm đó khi cha tôi trở về, căn nhà có vẻ lạnh lẽo khả nghi quá. Vẻ vắng lặng làm ông hậm hực, bậm tay gọi lớn "Lilian, Lilian", rồi ông dò dẫm trong bóng tối, chậm rãi bước lên lầu.

Có lần tôi thấy hình một thiếu nữ nhảy từ tòa nhà chọc trời Empire State Building ở New York và rơi xuống trên trần chiếc xe hơi đậu ngay dưới đó. Điều làm tôi ngạc nhiên là cô ta có vẻ dường như vừa nhảy vào mớ chăn nệm êm ái và đang say ngủ, đôi mắt nhắm nghiền, môi hé mở, mái tóc xõa tung như chiếc quạt trên trần xe. Tuyệt nhiên không hề có vết máu nào và cả thân hình nàng là biểu tượng một giấc ngủ êm ái.

Khi nghe giọng cha tôi như tắc nghẹn vì xúc động qua điện thoại, bỗng dưng tôi lại hình dung ra mẹ tôi. Cuộc đời bà là một cú nhảy dài suốt sáu mươi năm và mẹ tôi cũng rơi xuống rất êm ái để cuối cùng vĩnh viễn ra đi trong giấc ngủ huyền bí của bà.

Từ ngày mẹ tôi mất vì bệnh tim, cha tôi và tôi đều có một cuộc sống bí mật, ít ra cũng bí mật giữa ông và tôi. Dạo đó tôi đang say mê anh chàng Travis Mask vừa từ tiểu bang Kentucky dọn sang Los Angeles. Những gì quá quen thuộc đối với tôi ở đây như các tấm bảng quảng cáo nhấp nhánh ánh đèn màu dọc theo đường Sunset Strip ở Hollywood, những tiệm 7-Eleven mở cửa suốt đêm đều làm Travis trầm trồ ngạc nhiên: "Trời! Sao tôi khoái thành phố này quá!" Hàng ngày Travis đi thâu tiền ở các máy bán thức ăn tự động quanh thành phố và bữa ăn tối nào chàng cũng kể tôi nghe về các văn phòng và những câu lạc bộ sinh viên ở các trường đại học nơi chàng đến thâu tiền. Travis tỉ tê nhắc lại những kỹ thuật tiểu xảo chàng dùng để mở các loại máy khác nhau và tiếng các đồng bạc cắc rơi ào ào xối xả. Con người Travis luôn luôn đầy vẻ phấn khởi vì chàng dễ tính. Những lúc gần gũi nhau, tôi thường gọi tên chàng vì nghe dấy lên niềm hứng thú đầy hoan lạc.

Cha tôi ngược lại lúc đó đang theo đuổi một thiếu phụ nhưng ông muốn giấu kín tung tích của bà với tôi. Tôi đoán biết sự hiện diện của bà chẳng qua chỉ vì bỗng dưng cha tôi thay đổi tính tình. Ông biến thành con người đầy bí mật cũng đột ngột và khó hiểu như những cơn thịnh nộ ngày trước của ông. Mặc dầu tôi phẫn uất vì không được can dự vào đời sống riêng tư của cha tôi, tôi không hề có ý định cho ông biết tôi đang yêu một người đồng giới. Tôi đã mất ba mươi năm mới tạo được mối liên hệ này vì thế tôi không muốn mất đi. Đâu phải tôi muốn giấu kín khuynh hướng tính dục của tôi vì tôi đã cho bà con, bạn bè và đồng nghiệp tôi biết điều này; nhưng với cha tôi thì lại khác. Ông là người đã từng huýt sáo trêu ghẹo các cô bồi bàn, tán tỉnh các nàng thâu ngân viên, và cái đầu của ông bao giờ cũng sẵn sàng quay ngược như chiếc máy ra-đa nếu có bộ ngực nở nang hay cặp mông hấp dẫn nào đó gần ông nhất. Ngay khi tôi còn nhỏ, cha tôi đã khiến tôi nhớ đến hình ảnh con chó sói trong phim hoạt họa với đôi tai ve vẩy, cặp mắt láo liên như muốn nổ tung ra khỏi tròng và cái lưỡi thèm nhỏ rãi mỗi khi thấy một thân hình đàn bà nào với những đường cong hấp dẫn. Đối với cha tôi, tính hiếu sắc của nam giới cũng thông thường như trăm ngàn dục vọng khác, hiển nhiên tựa trọng lực từ lòng đất và cần thiết như muôn vàn động lực đang khiến thế giới quay tròn ngày đêm không ngừng nghỉ. Tôi không nỡ làm cha tôi thất vọng vì chính nghề nghiệp của ông đã tạo cho ông cái nhìn vẩn đục này.

Cuối cùng Travis bị đổi sang thành phố Long Beach. Những đêm vắng chàng trở nên dài lê thê. Tôi đâm ra suy tư, tìm cách gần gũi với cha tôi hơn với hy vọng có dịp ông sẽ biết đời sống riêng tư của tôi. Tháng nào cha tôi và tôi cũng gặp nhau ở tiệm ăn tối tuy thân mật và trang trọng nhưng dưới ánh đèn mờ ảo, cả hai cha con đều nói những câu chuyện vô thưởng vô phạt, cố tình né tránh các câu hỏi liên quan đến đời tư của nhau và chẳng mấy chốc cả hai đều trở thành thiện nghệ trong cuộc chạy trốn sự thật này. Có lần cha hỏi tôi dạo này tôi có bạn bè bồ bịch với ai không, tôi thản nhiên đáp trước đây tôi có một người bạn thân nhưng nay họ đã dọn sang thành phố khác rồi. Tôi cố gắng dùng đại danh từ số nhiều (*they*) để không lộ giới tính của bạn tôi. Vô tình tôi có cảm tưởng mình bồ bịch cả tá! Đến lúc tôi tưởng được yên, cha tôi đột ngột tiếp lời:

- Uổng quá! Ba tiếc không có dịp gặp bạn con. Thế bạn con đổi sang thành phố nào?

Tôi nhanh trí đảo ngược câu chuyện:

- Còn ba thì sao? Ba có thân thiết với ai không?

Cha tôi chậm rãi đáp:

- Thân thiết? Ba không biết có nên dùng chữ đó không. Thế nào, con gọi món gì, cá hay thịt gà?

Có lần sau khi khám phá ra cả hai đều thích chương trình truyền hình về thiên nhiên và thú vật, từ đó mỗi khi cạn ý về việc bình phẩm thời tiết và các món ăn, cha con tôi không ngớt bàn tán chương trình thú vật và trầm trồ khen ngợi loài cá mù mắt, thân thể trong suốt, quanh năm sống ẩn náu trong hang sâu dưới lòng đại dương, hay cuộn phim về các loài nai ở Bắc Mỹ với cặp sừng đầy rêu xanh giúp chúng dễ dàng ẩn trốn dưới các bụi cây thấp. Cũng như các giống thú trên mặt đất này, cha tôi và tôi đang tập quen dần với lối ngụy trang trong thế giới thu hẹp đầy bí ẩn của mỗi người.

Rồi tình cờ tôi gặp bà bạn của ba tôi.

Tôi nhớ rõ chiều hôm đó đang đứng trong tiệm tạp hóa “Thrifty”, trước quầy bán dụng cụ văn phòng chợt ngước nhìn lên thì thấy cha tôi và một thiếu phụ da đen mảnh mai, trạc bốn mươi tuổi. Trong khi cả hai đang chờ dược sĩ bốc thuốc, cha tôi luồn mấy ngón tay vào tóc bà, ngừng lại sau gáy, và ánh đèn phản chiếu ánh sáng cặp kính của ông khiến đôi má ông bừng lên. Tôi có cảm tưởng như đứa trẻ ăn vụng bị bắt quả tang vì đang chứng kiến cảnh cha tôi âu yếm thân mật với một người đàn bà lạ mặt. Tôi không biết nên đứng lại hay bỏ đi. Có thật từ trước đến nay cha tôi vẫn thích đàn bà da đen trẻ đẹp không? Hóa ra tôi không hề hiểu cha tôi hay sao? Tôi gắng gượng bước lại gần, ấp úng chào. Cả hai đều quay lại một lượt. Cha tôi trợn tròn mắt, đưa tay nắm vai tôi và khó khăn lắm mới thốt lên được tên tôi. Ông chưa kịp trấn tĩnh để giới thiệu, tôi đã chìa ra bắt tay và ngạc nhiên vì bàn tay mềm mại của bà. Bà tươi cười thân mật hỏi:

- Thì ra cậu là con trai đấy à? Thế lâu nay cậu trốn ở đâu?

Tuy bà vui vẻ nhưng trên nét mặt thanh tú dường như thoáng mối bận tâm ẩn sau nỗi lo âu nào đó khiến bà không muốn trò chuyện nhiều. Tôi có cảm tưởng mối u sầu của bà không liên hệ gì đến sự hiện diện đột ngột của tôi lúc đó. Khi người dược sĩ gọi tên bà, Anna cáo từ và đi đến quầy lấy thuốc.

Suốt mấy giờ sau khi gặp Anna, tôi vẫn còn nhớ cảm giác mềm mại của bàn tay bà. Phải chăng sự dịu dàng êm ái này đã làm cha tôi say mê bà? Tuy cha tôi đã bảy mươi lăm tuổi nhưng chỉ cần nhìn sự âu yếm bốc đồng công khai của ông đối với Anna, tôi biết cha tôi vẫn còn tràn trề sinh lực. Cuộc gặp gỡ này khiến tôi vui sướng và tràn đầy hy vọng. Ít ra cha tôi và tôi cũng cùng chung một điểm: cả hai đều săn đuổi những đam mê vượt ra ngoài quy ước thông thường của xã hội. Có lẽ cha con tôi có những điểm giống nhau tuy lâu nay tôi không hề biết. Sau bao năm là hai kẻ xa lạ đối với nhau, lần đầu tiên tôi nghĩ cha con tôi có nhiều lý do để tạo mối liên hệ gần gũi sâu đậm hơn trước. Nhưng những ước mơ của tôi chưa kịp thành tựu thì Anna và cha tôi đã sang Âu-châu.

Về sau tôi biết hôm đó Anna đang chờ dược sĩ bốc thuốc an thần cho bà vì từ thuở bé, bà đã bị bệnh phiền muộn kinh niên. Bệnh trạng của bà đã tạo cho cha tôi một sứ mạng trọng yếu: cố gắng làm bà vui, giúp bà thoát cơn buồn bã tuyệt vọng. Anna là giáo viên tiểu học phụ khuyết, ngoài ra còn quản trị mấy căn phố cho thuê vùng trung-nam Los Angeles, nơi có nhiều người da đen cư ngụ. Cứ sau vài tuần lễ sinh hoạt bình thường, bà lại đâm ra buồn bã tột độ, nằm bất động ngày này qua ngày khác trên giường cha tôi, mình cuộn tròn trong chiếc chăn bông do bà mang đến lúc ban đầu để làm căn phòng thêm tươi sáng. Mặc cho cha tôi đùa cợt, khuyên dỗ, âu yếm, Anna vẫn nằm yên, sững sờ, im lặng. Những cơn bệnh phiền muộn của bà xảy ra thình lình và cũng đột ngột chấm dứt.

Mặc dầu cả hai đều cố gắng chung hưởng hạnh phúc những lúc Anna trở lại bình thường nhưng theo lời cha tôi than thở, họ sống thường trực trong nỗi lo âu phập phồng của những kẻ đi trong giông tố vì không biết bao giờ sét sẽ đánh xẹt ngang đầu họ. Lần cuối khi Anna trở bệnh buồn bã tuyệt vọng gần đây nhất, cha tôi và bà quyết định chung tiền sang du lịch Âu-châu với hy vọng giúp bà qua khỏi cơn bệnh tâm thần này.

Cha tôi và Anna trở về Los Angeles mang theo nhiều tấm hình chụp chung hai người đứng trước tháp London ở Anh, tòa thánh Vatican ở Ý, điện Versailles ở Pháp, và nhiều danh lam thắng cảnh khác. Hình nào cũng vậy, nét mặt hai người phảng phất nỗi buồn của những kẻ cố gắng đi tìm hạnh phúc nhưng thất bại.

Dường như cha tôi và Anna không chịu thua cuộc nên quyết định làm đám cưới sau đó tại nhà thờ công giáo ở Los Angeles. Tôi và ông chú của Anna là hai người duy nhất chứng kiến lễ thành hôn của họ. Trước khi hôn lễ cử hành, ông chú Anna nhìn tôi với ánh mắt đầy ngờ vực vì cả ông và tôi đều không mấy tin tưởng vào sự thành công của cuộc hôn phối này. Tiếng đàn phong cầm vang lên trên nóc giáo đường với vẻ uy nghiêm không kém phần ghê rợn và ánh nắng xuyên qua khung cửa kính nhiều màu, phản chiếu thành những hình thù xanh đỏ và vỡ tung như những phiến thạch *Jell-O*. Cha tôi, một người cao niên gốc Do-thái, và vị hôn thê da đen của ông xuất hiện từ hai cánh cửa đối diện, cùng bước những bước chậm chạp, đắn đo, tiến về giữa nhà thờ. Tôi sửng sốt lặng lẽ ngắm vị linh mục trịnh trọng trong chiếc áo lễ màu trắng cử hành hôn lễ với những cử chỉ đầy tuồng tích, những lời ban ân phước yếu ớt như một tấn tuồng diễn chậm. Sau đó, dường như chưa hài lòng với buổi lễ siêu thực này, cha tôi và Anna còn kéo nhau ra khoảng sân trống trước nhà thờ chuyện trò đùa cợt với tôi và ông chú của bà nữa. Cha tôi bảo rằng ông và Anna đã phá lệ đi hưởng tuần trăng mật ở Âu-châu trước đám cưới rồi.

Sau đám cưới, mỗi lần tôi gọi đến cha tôi đều trả lời với giọng bực tức tựa hồ hồi chuông điện thoại đã làm ông giận dữ. Thế nhưng khi tôi gạn hỏi, ông chỉ đáp cộc lốc: "Có chuyện gì đâu!". Điều này khiến tôi đâm ra nghi ngờ. Có lẽ sự bực bội nào đó khiến cha tôi trở lại tánh nóng giận bất thường ngày trước chăng? Nhưng cha tôi đã quá già yếu nên không kiềm hãm cơn giận được lâu. Sau đó mỗi lần cha con tôi gặp nhau - thường không có mặt Anna hoặc vì bà đi thăm thân quyến, hoặc vì bà bận việc hay mệt mỏi không đến được - tôi thấy cha tôi phờ phạc chẳng khác gì một vị tướng đang lâm trận. Bỗng nhiên bao nhiêu niềm hãnh diện tôi đã dành cho cha tôi từ trước đến nay vì ông đã liều lĩnh bất chấp dư luận khắt khe để kết hôn với một người đàn bà dị chủng biến đâu mất, thay vào đó là mối quan tâm e ngại của tôi vì cha tôi sút cân rõ rệt và hai tay ông cũng bắt đầu run rẩy. Những lần đó tôi thường nhìn ông qua ánh đèn mờ ảo của tiệm ăn sang trọng và không thể tin rằng người đàn ông đầy vẻ hoang mang bối rối đang ngồi trước mặt tôi là kẻ đã từng thẳng tay ném những chiếc ly thủy tinh vào tường hay tung những chiếc va-li Samsonite lên không trung.

Trong bữa ăn tối, tôi thường giúp cha tôi giải khuây bằng cách bắt ông thuật lại những kỷ niệm thời son trẻ của ông. Cha tôi thường nói đến thành phố Atlantic thuở ông còn bé, lúc bà nội tôi có cửa hàng thực phẩm ở đó. Một đôi khi trong mớ ký ức nhạt nhòa hỗn độn của ông lại hiện ra hình ảnh mẹ tôi. Ông nhẹ tay vuốt thẳng nếp nhăn trên chiếc khăn bàn và bảo tôi không ai có thể thay thế mẹ tôi được. Ông ca tụng đức hy sinh và tánh trung hậu của mẹ tôi khiến tôi tự hỏi lúc đó ông có còn nhớ hình ảnh mẹ tôi với mái tóc nâu màu hạt dẻ và đôi tay đầy tàn nhang không? Tôi cũng băn khoăn không hiểu ông có đang cầu mong mẹ tôi trở về để giúp ông giải quyết vấn đề hôn nhân rắc rối hiện tại của ông không. Có lần ông hỏi tôi với giọng thản nhiên không hề lộ vẻ mỉa mai hay luyến tiếc: “Con còn nhớ dạo mình đi Palm Springs vui đấy chứ?” Rồi bỗng nhiên ông trở về với thực tại và thắc mắc tại sao nhà hàng nấu món thịt bò chiên lâu quá vậy.

Sự rạn nứt cuối cùng trong mối liên hệ giữa cha tôi và Anna có lẽ xảy ra đột ngột vì khi ra đi bà để lại nhiều món đồ riêng tư như bức hình chúa Giê-Su trong phòng ăn, bên cạnh cây đèn chín nến bằng đồng dùng trong dịp lễ *Hanukka* của người Do-Thái. Trong phòng ăn của cha tôi, ngoài các vật sở hữu riêng của Anna còn có những bộ sách luật bìa da, gáy mạ vàng của ông. Vì sức khỏe yếu và tâm thần phân tán, cha tôi không thể tiếp tục hành nghề luật sư nên đã về hưu. Từ đó căn nhà cha tôi biến thành kho chứa đồ, dung nạp mớ sách vở bề bộn của văn phòng luật sư trước kia của ông. Tôi lo ngại mỗi khi nghĩ đến cha tôi đơn độc trong căn nhà rộng thênh thang với những ngõ ngách nặng trĩu hình ảnh quá khứ của hai cuộc hôn nhân, quãng đời làm cha và sự nghiệp dai dẳng không kém phần thương tâm của ông. Cha tôi làm gì cho hết thì giờ trong căn nhà trống vắng đó, hay mỗi bước chân của ông chỉ làm khuấy động mớ tro tàn quá khứ và tiếng thở dài chỉ nhắc nhở lại dĩ vãng trên bờ tường? Nhiều lần tôi cố khuyên cha tôi nên tìm đến bác sĩ trị bệnh tâm thần nhưng đối với ông, các nhà phân tâm học đều là những tên phù thủy lang băm chuyên sống nhờ vào nỗi khốn khổ của những kẻ bất hạnh như Anna.

Thế nhưng Brian, người trị bệnh tâm thần tôi đã cùng chung sống ba năm qua không hề tỏ vẻ nao núng trước thái độ đầy ác cảm của cha tôi đối với nghề nghiệp của chàng. Brian và tôi ít khi gặp cha tôi, ngoại trừ một lần tình cờ chúng tôi thấy ông trong siêu thị gần nhà và hai lần Brian cùng tôi đi ăn tối với ông. Những lần gặp cha tôi, Brian thường đặc biệt chú ý đến ông, ngợi khen chiếc quần ca-rô ông đang mặc hay hỏi han cặn kẽ về những chi tiết tỉ mỉ liên quan đến các vấn đề luật pháp. Khi cha tôi trả lời, Brian chăm chú ngồi nghe ông nói với ánh mắt xanh trầm tĩnh của chàng. Cha tôi thích được Brian chú ý và tính tình vui vẻ điềm đạm của chàng đã giúp ông cảm thấy bớt trống vắng trong chuỗi ngày dài cô đơn của ông. Thỉnh thoảng ông hỏi tôi: "Người bạn vui tính của con độ này ra sao?" Nếu có nghi ngờ Brian và tôi sống chung với nhau, ông cũng không hề tò mò gạn hỏi cho đến ngày ông bị té từ trên cây mận xuống.

Tôi lái xe đưa cha tôi từ bệnh viện về nhà, vừa cố hết sức kiềm chiếc xe khổng lồ như chiếc thuyền của cha tôi khỏi tròng trành trên đường phố, vừa cố giữ tay lái cho thẳng đường. Tôi mua cho cha tôi chiếc quần cụt bằng vải mỏng vì quần dài làm chân ông thêm đau nhức vì cấn cái. Tôi mang thức ăn và chiếc chảo chiên lớn của tôi đến nhà ông, và trong lúc tôi sửa soạn bữa cơm chiều, cha tôi ngồi ở bàn ăn, chân gác lên ghế nhựa, tai nghe tiếng mỡ nóng reo vui trong chảo với nét mặt sung sướng, lơ đãng. Sau bữa ăn tối, tôi dìu cha tôi lên phòng ngủ của ông trên lầu và cùng ông xem chương trình truyền hình *"Wheel of Fortune"* và *"Jeopardy"*. Lần đầu tiên từ khi khôn lớn, tôi ngồi dưới chân cha tôi và được ông xoa đầu. Cảm giác dễ chịu khiến tôi có cảm tưởng như con mèo mãn nguyện đang cọ xát vào chân ông. Cha tôi chờ đón những buổi viếng thăm của tôi với niềm háo hức gần như đầy hân hoan và ông không ngần ngại phải lệ thuộc vào sự có mặt của tôi. Ông dựa nguyên thân hình to lớn của ông vào vai tôi và tôi cảm thấy cần thiết trong vai trò che chở cho cha tôi. Tôi ngửi thấy mùi hương thoang thoảng của loại nước hoa *Old Spice* ông thường dùng sau khi cạo râu và mùi thuốc thoa vết thương trên chân ông quyện lẫn với mùi da thịt quen thuộc của cha tôi.

Một đêm nọ bỗng dưng ông hỏi tôi:

- Con có biết những người bị bắt làm con tin ở Trung-Đông không?

Lúc đó ông đang mặc quần cụt ngồi ở bàn ăn, cái chân bị thương của ông gác lên chiếc ghế nhựa. Vết bầm tím ở đùi ông đã mờ dần chỉ còn lại một màu tím nhạt, và bắp vế ông đã bớt sưng vù hơn trước. Tôi chỉ thoáng nghe lời ông nói vì tiếng dầu mỡ chiên cải bẹ xanh đang cháy lèo xèo trong chảo. Tôi hét lớn:

- Họ làm sao ba?

- Ba nghe tin tức thời sự bảo một số người đó sau khi được trả tự do hiện đang tìm đến bác sĩ trị bệnh tâm thần.

- Thì có sao đâu ba!

- Nhưng tại sao lại phải đi bác sĩ tâm thần chứ?

Tôi ngừng chiên xào và bảo ông:

- Ba này, nếu ba bị bắt làm con tin ở Trung-Đông, khi được trả tự do có lẽ ba cũng phải tìm đến bác sĩ tâm thần như họ mà thôi.

Ngoài khung cửa, ánh hoàng hôn mờ dần. Khuôn mặt cha tôi nhìn nghiêng và cặp kính của ông phản chiếu tia nắng yếu ớt cuối ngày. Ông tiếp lời tôi:

- Bây giờ họ đã có nơi ăn chốn ở rồi, còn than vãn gì nữa!

- Trời đất! Họ đã từng bị mạng treo họng súng, từng bị tù đày. Đâu phải họ được đi nghỉ cuối tuần ở khách sạn Hilton thượng thặng đâu ba!

Cha tôi thản nhiên đáp :

- Sống một mình chẳng khác gì bị tù đày.

Tôi không trả lời ông, chỉ cho thêm mớ đậu đũa vào chảo chiên. Cha tôi tiếp lời:

- Ba hỏi con điều này. Ba không biết nói sao cho đúng đây. Ba có cảm tưởng con muốn giấu ba điều gì. Vẫn biết ba và con ít nói chuyện với nhau, nhưng có lẽ bây giờ đã đến lúc.

Tim tôi bỗng dưng đập thình thịch. Tôi hoàn toàn bị cha tôi dùng chuyện thời sự thế giới đánh lạc hướng và đã không chút nghi ngờ rơi trọn vào bãi mìn của ông dàn ra qua câu chuyện vô thưởng vô phạt từ nãy giờ. Tôi không chuẩn bị sẵn sàng cho đề tài quan trọng này. Tôi tắt bếp. Ánh lửa sáng bừng lên và kêu lèo xèo. Khi tôi quay lại, cha tôi đang nhìn chằm chặp vào cái chân duỗi thẳng của ông trên ghế. Ông hỏi tôi:

- Sao?

- Ba muốn nói đến Brian phải không?

- Có điều gì con muốn cho ba biết thì cứ nói.

- Ba có cảm tình với Brian không?

- Có gì đâu mà không thích.

- Brian là tình nhân của con từ lâu rồi. Brian mang lại hạnh phúc cho con và chúng con có cùng chung một mái nhà. Con hy vọng ba hiểu và con mong điều này không gây chia rẽ giữa ba và con.

Mỗi lời tuyên bố như một tảng đá tắt nghẹn trong cổ họng tôi. Cha tôi đáp liền:

- Con may mắn gặp Brian và Brian cũng may mắn gặp con. Chuyện riêng tư của con có dính dáng đến ai đâu mà cần ba phải nói gì.

Tôi cảm thấy nhẹ nhõm cả người nhưng chưa kịp trả lời thì cha tôi đã nói tiếp:

- Con biết không, lúc ba khoảng mười sáu tuổi, một hôm ông nội con bảo ba giữ hộ cái thang để ông leo lên tỉa lá cây sau vườn. Ba đang vịn thang cho ông nội con bỗng dưng ba sực nhớ có hẹn với cô bạn gái xinh đẹp. Bấy giờ đã trễ rồi nên ba đâm đầu chạy ra khỏi vườn. Ba không hiểu đã bị ma gì cướp mất hồn vì khi chạy được nửa đường ba sực nhớ lại ông nội con đang ở trên cây, và ba nghĩ: "Thôi chết rồi, phen này thế nào cũng phải bị tội với ổng!" Thế nhưng lúc trở lại, ba còn nghe rõ tiếng ông cười từ trên cây vọng xuống. Chưa bao giờ ba nghe ông nội con cười lớn như vậy cả. Khi ba giúp ông nội con leo xuống thang, ông bảo ba: "Chắc con phải thích cô bạn gái của con lắm!" Và điều kỳ lạ nhất là ba không hề nói cho ông nội con biết là ba chạy đi đâu.

Tôi hình dung ra ông nội tôi đang đứng lơ lửng trên không trung, hai tay ôm lấy thân cây và mắt theo dõi đứa con trai của mình đang mải mê đuổi bắt niềm khoái lạc không tưởng của nó. Trong lúc cha tôi hồi tưởng lại quá khứ, bên ngoài màn đêm xuống dần, xóa mờ bóng những cành cây mận trong vườn và lối đi quen thuộc mà trước kia đã có lần áo quần mẹ tôi từng bay lượn trên không trung rồi rơi xuống mặt đất như những chiếc lá khổng lồ. Khi cha tôi dứt lời, ông nhìn tôi rồi ngoảnh mặt đi nơi khác. Một sự im lặng quen thuộc bướng bỉnh bao phủ lấy hai cha con. Tôi tự hỏi không hiểu có điều gì sẽ thay đổi chăng hay mọi việc sẽ y nguyên như cũ. Tôi múc thức ăn ra dĩa riêng cho ông và tôi. Cha tôi cẩn thận đè tay lên đùi ông để xem vết thương đã lành đến đâu rồi.

Trương Thị Mỹ-Vân

dịch từ *"Picking Plums"* đăng trên tạp chí "Harper's", số tháng 8, 1992

Ghi chú:

Tác phẩm của Bernard Cooper:

1990 Maps to Anywhere
1991 A Clack of Tiny Sparks
1993 A Year of Rhymes
1996 Truth Serum
2000 Guess Again
2006 The Bill from My Father: A Memoir

Giải thưởng:

1991 PEN/USA Ernest Hemingway Award
1995 O. Henry Prize
1999 Guggenheim Grant
2004 National Endowment of the Arts Fellowship in Literature

TN

Nhập Dòng Chính

HIỀN NGUYỄN

Giữa biển người mênh mông, sân nhà của đội Bravo đang cuồng nhiệt với trận đấu nảy lửa giữa Bravo và Panther. Cả sân như cái lòng chảo đầy ắp người, tiếng hò reo tán thưởng, tiếng huýt sáo rộn ràng tràn ngập cả sân. Paul N ngất ngây với cái cảm giác sung sướng cực độ, cơn hưng phấn làm cho Paul N thấy mình như nhập dòng chính một cách hoàn hảo, đảo mắt nhìn quanh Paul thấy chỉ có mình là có sắc vóc châu Á. Paul chợt liên tưởng mình như hạt cát vàng giữa mâm bột trắng, lác đác cũng có một nhúm hạt tiêu đen rải rác quanh đó. Từ lâu Paul N cố gắng nhập dòng chính thống, từ cách ăn uống, nói năng, từ cái nhún vai, xòe tay… tuy ăn theo kiểu dòng chính nhưng nước mắm thì không thể thiếu được, bữa ăn mà thiếu thì nhạt lắm. Hôm nay giữa sân bóng cà na này, Paul N thấy mình thực sự thuộc dòng chính thống rồi chứ không còn là dân nhập cư nữa. Đồng hương có mấy ai biết cái thú chơi hay coi môn bóng quốc hồn quốc túy của xứ sở Cờ Hoa này? Cùng lắm thì bọn họ chỉ đi shopping, đi biển, đi Việt Nam… là cùng. Bọn họ thật khác xa với mình, cái ý nghĩ ấy làm cho Paul N càng hãnh tiến hơn, Paul N cũng huýt sáo, hò hét khi có một cú quarter back hay một cú ném đẹp…

Ngồi cách Paul N. và con ghệ vài hàng ghế là một nhóm da trắng xăm trổ vằn vện, xỏ mũi, xỏ miệng, tóc tai bờm xờm, cơ bắp cuồn cuộn. Bỗng nhiên trong đám có đứa hét to: "*Ching chong*", rồi cả đám cười hô hố. Có đứa lấy hai tay kéo đôi mắt xếch lên để chế giễu, thậm chí có đứa còn hét to: "*flat face, ugly nose*" … Tụi nó nhìn Paul như thể lần đầu thấy người Á châu vậy. Paul N đỏ cả mặt, cơn giận bốc lên ngùn ngụt. Con ghệ thấy thế nắm tay Paul ghì xuống. Cái từ miệt thị người Tàu mà bọn kỳ thị vẫn thường nói, tụi nó đâu có phân biệt được đâu là Tàu, đâu là Việt, dẫu có phân biệt được thì chúng nó vẫn kỳ thị châu Á chứ đâu chỉ riêng người Tàu. Bàn tay Paul nắm cứng lại, cắn chặt răng chứ không dám ho he tiếng nào. Paul mà cự cãi gây hấn với cái đám ấy, tụi nó bề hội đồng thì về nhà má cũng không nhận ra. Amanda A., con ghệ của Paul đứng dậy hét to:

- Mấy người làm ơn lịch sự một chút có được không?

Đám thanh niên hippie ấy cười rộ lên tỏ vẻ châm chọc và khiêu khích, một thằng trong bọn nói với Amanda A.

- Mày không thấy bọn tao lịch sự đầy người sao? Có chỗ nào nữa để không lịch sự?

Amanda A. chưa biết nên nói gì thì một thằng khác tóc như bờm sư tử chu mỏ vểnh môi cười cợt khiếm nhã:

- Này cô em xinh đẹp, em cảm nhận vị gì khi gã châu Á đó hôn?

Amanda A không nhịn được nữa:

- Đó không phải việc của mày, con bà mày, tụi mày chết đi!

Paul tức giận ghê gớm nhưng bất lực chứ không thể làm gì được, còn đang tiến thoái lưỡng nan thì dưới sân thằng Michael V ném một quả cà na tuyệt vời, với cú *touchdown* này thì đội của Michael V lấy trọn sáu điểm. Cả biển người ủng hộ đội nhà đứng dậy huýt sáo, vỗ tay, reo hò tán thưởng như làn sóng dậy. Paul cũng bị cuốn hút vào cơn phấn khích của cú ném ấy mà quên đi chuyện bị kêu: "Ching chong". Amanda A. cũng hưng phấn theo làn sóng cuồng nhiệt của mọi người nên không còn để ý đến bọn cổ đỏ kỳ thị kia.

Cặp vé này Paul N đặt mua từ mấy tháng trước, tốn gần hết tháng lương chứ ít ỏi gì, dù đó mới chỉ là vé hạng B. Những vé hạng A, A+ thì còn mắc kinh khủng, chẳng dám rớ tới. Paul N. mê môn banh cà na này từ hồi còn học phổ thông, cũng như những cư dân khác của xứ sở này, banh cà na, *hamburger* và Coca Cola là thứ không thể thiếu được trong cuộc đời. Đội banh mà Paul thích nhất chính là đội Bravo và đội Eagle. Paul cũng bắt cá độ nhưng chỉ chơi chút chút chứ hổng chơi lớn như thằng George Le, thằng bạn nối khố của Paul, nó có máu liều, chơi lớn, có lần nó thắng mấy mươi xấp, sau đó ăn chơi du hí mát trời ông địa luôn. Thế nhưng cũng có lần tổ trác, nó phải bán tiệm Nails để trả nợ. Đám bạn học cùng trường Clayton High School ngày trước, đứa nào cũng cá độ cả và hầu hết đều nếm mùi đau thương, lúc thắng lớn thì ăn chơi thả giàn, nhưng cũng có lúc trong ngân hàng không còn một xu, thậm chí phải bỏ đi xuyên bang để trốn nợ.

Paul N cũng như đám bạn này, dù không nói ra nhưng vẫn tự hào mình hòa nhập như người bản xứ, thuộc dòng chính, cao hơn những đồng hương đến sau. Lúc nào cũng nhìn người đến sau còn "chưa sạch phèn" nên chưa thể nhập vào dòng chính được. Dĩ nhiên là Paul cũng như mấy đứa bạn kia khi dể cả tụi Mễ làm phu cầu đường, tụi lao động chân tay... Cả nhóm vừa ghét kỳ thị nhưng chính bản thân thì kỳ thị cũng không kém ai, hễ mở miệng ra là: tụi xì, tụi Mễ, rệp... làm biếng, ăn bám. Cái tâm lý vừa tự tôn lại vừa tự ti, đôi khi Paul cũng thấy mình vô lý nhưng cái ý nghĩ mình đã nhập dòng chính thống vẫn làm cho Paul lâng lâng hãnh diện.

Hôm nay ở sân banh cà na này, Paul bị một lời kỳ thị nặng làm cho bao nhiêu cao hứng tụt xuống thê thảm. Paul thầm chửi:

- F…ck! Đừng nghĩ tụi bay ngon, chẳng qua tụi bay đến xứ này trước thôi!

Paul còn đang tư lự thì con ghệ vỗ tay reo lên "Yeah!" Cả sân lại đứng dậy hò hét lần nữa, thằng Michael V ném thêm một cú đẹp tuyệt cú mèo luôn, với *touchdown* này nữa thì đội Bravo nắm chắc phần thắng, việc này cũng đồng nghĩa là Paul sẽ nhận được ngàn rưỡi tiền thắng cược. Paul ôm hôn con ghệ cái chụt, mấy đứa Mỹ ngồi gần bên huýt sáo tán thưởng nhưng cũng có vài đứa vẻ mặt thiếu thiện cảm thấy rõ. Con ghệ của Paul tên Amanda A., hai đứa cặp cũng hơn năm rồi. Lúc mới quen, thằng Joshua J. đã cảnh báo:

- Gái Mỹ nhu cầu cao, đòi hỏi dữ lắm, cả tình dục lẫn tiền bạc, mày đáp ứng không nổi là nó bỏ ngay!

Paul cũng nghe điều này nhiều rồi, tuy biết không phải ai cũng vậy nhưng ban đầu Paul cũng có ý nghĩ như thế với Amanda A. và

Paul cũng không có ý định cặp lâu dài, không ngờ qua một thời gian thì Paul thương thật luôn và Amanda A. cũng thương Paul, Amanda A. cũng chẳng đòi hỏi gì nhiều như những lời đồn đại, tất nhiên những việc chi phí ăn chơi thì Paul phải chi cũng là lẽ đương nhiên, đàn ông trai tráng phải ga lăng, nhất là ở cái xứ này. Trên đời này mấy ai cua gái, tán gái, cặp bồ mà không phải chi? Chỉ trừ những anh đào mỏ mới để phụ nữ bao mình. Lần đầu Paul dẫn con ghệ đi ăn bún mắm, nó chun mũi kêu trời, "Oh, my God! Cái mùi kinh khủng thế, sao mà ăn được?" Ấy vậy mà dần dà sau đó Amanda A. cũng ăn được và còn ăn bạo như Paul, món nào cũng quất sạch trơn: bánh mì, phở, bún bò, gỏi, sầu riêng… thậm chí ngồi lể ốc mà hút sành điệu như những cô gái Việt ăn hàng. Có lẽ món nào cũng chơi nên chẳng mấy chốc đẫy đà phì nhiêu thấy rõ. Amanda A. lại phải uống thuốc *diet*. Paul trêu nó:

- Em ăn xong rồi uống thuốc *diet* để xổ hết, vậy thì cũng như không.

Con ghệ cười ửng đỏ đôi má đào đẹp đến mê hồn:

- Em cũng biết vậy nhưng không ăn thì thèm chết, còn ăn mà hổng uống thuốc *diet* thì em sẽ thành cái thùng *barrel*.

Thế gian này nhiều chuyện buồn cười thật, như cái vòng lẩn quẩn không thoát ra được, giờ chuyện con ghệ của thằng Paul cũng lẩn quẩn không kém. Amanda thấy món nào cũng quất cho khoái khẩu, quất xong phải uống thuốc *diet* để xổ đi, không chỉ mỗi Amanda mà rất nhiều những người như thế. Những người nhạy bén lập tức nhảy vào cuộc, họ làm ra những sản phẩm ít năng lượng để phục vụ cho những người như Amanda Những món ăn hoặc uống kiêng khem này hầu như không có năng lượng, nó giúp cho người ta ăn cho đã thèm mà không sợ bị béo phì.

Năm rồi Paul dẫn con ghệ đi Việt Nam chơi, Paul chỉ nói tiếng Anh nên nhiều người không biết anh ta dân gốc mít, nhờ đó Paul nghe được những chuyện mắc cười lẫn chuyện tức muốn chết. Khi nhận phòng, tay lễ tân còn trẻ và có vẻ láu cá, y liếc nhìn con ghệ của Paul rồi quay qua xì xầm với cô bạn tiếp viên:

- Con ghệ bốc lửa quá, hổng biết thằng châu Á này có chịu nổi không?

Paul nghe thế thì thích thú và hãnh diện về con ghệ da trắng đẹp bốc lửa của mình. Paul giả vờ như không nghe biết gì. Tối đó Paul dẫn con ghệ đi dạo chơi loanh quanh, đi ngang qua một tiệm massage ở khu phố tây, trước cửa tiệm có nhiều cô gái ngồi chờ khách, bọn họ nhìn Paul và Amanda với ánh mắt rất thô lỗ, một cô đanh đá:

- Thằng châu Á này chắc có tiền, con phò này cặp nó để đào mỏ!

Một cô khác xen vô:

- Mấy con Tây dâm thấy mồ, thằng châu Á chịu sao thấu, nó quần cho một đêm là hết xí quách

Nói xong cả bọn cười ngả ngớn vô cùng trâng tráo và trơ trẽn. Paul nóng mặt nhưng giả đò không nghe biết gì, nắm tay Amanda kéo đi thật nhanh. Amanda tuy không hiểu tiếng Việt, không biết mấy cô đó nói gì nhưng qua cái cách nhìn và thái độ đó thì Amanda hiểu là không tốt đẹp gì. Amanda hỏi Paul: “Có phải bọn họ nói xấu em?” Paul gạt đi:

- Em đừng bận tâm làm chi, những lời không ra gì của những người không ra gì!

Paul vừa tức cười vừa khó hiểu lòng tự nhủ: “Mình với họ không quen biết, chẳng va chạm, khi không lại buông lời xấu xa đầy ghen tức đố kỵ, cái tâm của bọn họ sao nhỏ nhen quá. Bọn họ thật kỳ cục, cứ thấy da trắng thì xun xoe muốn quàng làm họ, còn gặp đồng hương, đồng chủng thì cạch ra mặt.”

Xứ này là cả một thế giới lạ lùng, nhiều điều thú vị nhưng cũng đầy ắp điều kỳ quái và mới lạ với Amanda. Cô mê tít hoa quả nhiệt đới, thức ăn đường phố. Lạ một điều là Paul ăn vặt thì tiêu chảy té re trong khi ấy Amanda ăn không bỏ món nào mà chẳng bị gì cả. Amanda cứ mắt tròn mắt dẹt, miệng chữ o liên tục: “Oh, my God!”. Nhìn những dòng xe máy cuồn cuộn trên đường, những em bé bán vé số, xin ăn…, cô cứ hỏi: “Tại sao con nít không được đi học mà phải đi làm?” Nào là: “Người già không có an sinh xã hội sao?” rồi thì: “Tiếng ồn kinh khủng vậy sống sao nổi?” Paul cười:

- Em thấy đấy, họ vẫn sống khỏe, vẫn tưng bừng cả ngày lẫn đêm kia mà!

Amanda lắc đầu không sao hiểu nổi. Paul dắt cô ấy vào một thương xá lớn, ở đấy có đủ các nhãn hiệu danh tiếng: LV, Prada, Gucci, AX, CK… Nhìn giá tiền trên món đồ, Amanda lấy tay bụm miệng thốt:

- Oh, my God! Giá mắc kinh khủng mà những món đồ ấy vốn đã không còn là hàng thời thượng nữa!

Paul bảo:

- Những người giàu mới nổi khá nhiều, bọn họ mua không tiếc tiền đâu em, tuy chẳng sành điệu, thậm chí khoác lên người thì đồ ra đồ người ra người, nhưng bọn họ cũng không biết đâu.

Hai tuần qua nhanh, kỳ nghỉ kết thúc, Paul và Amanda quay trở lại Mỹ, về sân bay nhà thì thấy ti-vi đang phát trực tiếp trận đấu giữa Eagle và Dolphin. Paul lập tức bắt đội Eagle và nói:

- Hy vọng thắng sẽ lấy lại cặp tiền vé máy bay của kỳ nghỉ này!

Tháng này hãng tổ chức kỷ niệm cho những người làm việc được mười năm. Paul và ba người châu Á, hai người châu Phi được nhận một cái kỷ niệm chương, trên ấy ghi dòng chữ: "Chúng tôi cảm ơn bạn đã làm việc chăm chỉ trong mười năm qua, chúng tôi trân trọng sự đóng góp của bạn". Cả bọn cười cười nói nói chụp hình chung với ban quản trị nhưng chẳng ai vui. Paul thì thầm với con bạn Lào:

- Con mẹ nó, năm trước hai đứa da trắng kỷ niệm mười năm được thưởng cái Rolex và dây chuyền nạm kim cương, năm nay bọn mình chỉ có mỗi cái kỷ niệm chương!

Con nhỏ Lào cười méo xẹo cái miệng:

- Bọn nó là dòng chính thống, tụi mình là dân nhập cư, mày hổng hiểu sao?

Một lần nữa Paul thấy hụt hẫng. Những tưởng mình hoàn toàn hòa nhập không còn sự cách biệt nào, té ra cái nhìn của họ về nhân dạng châu Á vẫn không thay đổi. Paul thấy mình lúc này lúng túng không biết nên xếp vào đâu. Ở quê của cha mẹ thì Paul hoàn toàn xa lạ không biết tí gì, cũng không thể nào sống ở nơi đó được. Ở nơi Paul sinh ra và lớn lên thì bọn họ lại coi mình như người ngoại quốc. Paul không nói tiếng mẹ đẻ, cố che đi thân phận nhưng gương mặt và nhân dạng châu Á làm sao che được? Nhiều lúc Paul ước ao: “Giá mà sau một đêm ngủ dậy, nhân dạng thay đổi thành người da trắng có phải hay hơn không?”. Paul biết ở trong hãng vẫn có sự ngấm ngầm kỳ thị, cùng một việc như nhau, thời gian như nhau nhưng những đứa da trắng vẫn được âm thầm lên lương và tiền công trả cao hơn Paul. Paul thừa biết việc kiện tụng là không khả thi, ở đây phe nào nhiều tiền, mướn được luật sư giỏi thì nắm chắc phần thắng. Không biết tình cờ hay giới chủ cố tình tiết lộ tin để dằn mặt nhân viên: “Hễ đứa nào thắc mắc thì tìm lý do cho nó nghỉ việc ngay!”.

Amanda A. thương Paul thật tình, tuy không có khác biệt mấy về văn hóa và lối sống, vì Paul vốn sinh ra và lớn lên ở đây. Lần đầu về nhà Amanda chơi, gia đình họ lịch sự đón tiếp, mọi người vui vẻ khá hòa đồng nên Paul càng tự tin. Thằng Tony A., anh trai Amanda A., hỏi:

- Mày có ăn thịt chó không? Tao nghe người châu Á ăn thích ăn thịt chó, thịt mèo, chuột, rắn…

Paul hơi khựng lại, nó vốn nhạy cảm nên ngầm hiểu là thằng Tony A. có thành kiến về người châu Á. Paul bảo:

- Tao không biết, riêng tao và gia đình tao thì không hề, có thể cũng có nhóm người thích ăn những món ấy, đó là sự khác biệt về tập quán và văn hóa.

Thằng Tony A. lại nói:

- Có phải ở châu Á, phụ nữ không bằng đàn ông?

Paul hơi bực mình nhưng giữ vẻ thản nhiên:

- Ai nói với mày như thế? Đó là cái nhìn phiến diện và thiếu hiểu biết, ở nơi này cũng không hiếm chuyện phụ nữ bị chèn ép, bị đánh đập, hãm hiếp hoặc trả công lao động thấp hơn đàn ông.

Nó lại hỏi tiếp:

- Tao nghe người châu Á không kỷ niệm ngày sinh nhật nhưng lại kỷ niệm ngày chết rất linh đình, việc ấy có đúng vậy không?

Paul trả lời:

- Tao không biết rõ lắm, vì tao sanh ra và lớn lên ở đây. Tao nghĩ có lẽ đó là sự khác biệt về văn hóa và cái nhìn. Nền văn hóa nghìn năm của phương Đông còn nhiều huyền bí và khó hiểu đối với người phương Tây, có rất nhiều điều mà chính bản thân tao cũng không hiểu biết gì, mặc dù tao vốn sinh ra trong một gia đình người Á châu.

Amanda A. sợ việc đối đáp như thế sẽ làm buổi gặp mặt kém vui nên lập tức nâng ly mời mọi người uống, khuấy động không khí vui vẻ, nó kéo Paul ra nhảy. Mọi người cũng hào hứng nhảy nhót tưng bừng, tiếng khui lon lốp bốp, tiếng nhạc dập tưng tưng làm xóa nhòa nhanh chóng cái ý nghĩ vừa khởi lên bực bội trong đầu Paul. Amanda âu yếm vỗ vỗ vào má Paul.

- Honey, đừng nghĩ gì nhé! Đừng quan tâm những gì Tony nói, nó chỉ tò mò thôi! Mọi người trong nhà đều vui lòng chấp nhận Paul.

Hiền Nguyễn

Ất Lăng thành, 09/2020

Người Đàn Bà Góa

LÊ NGUYỆT

Mới 32 tuổi Nhum đã góa chồng ba năm và có đứa con gái 5 tuổi.

Nhum, dáng người cao ráo, nước da bánh mật, cặp mắt to tròn và nụ cười rất duyên. Người đàn bà góa như Nhum là đích ngắm của biết bao nhiêu đàn ông có vợ trong cái xóm nhỏ xíu mà nhà này đều biết về tông chi mấy đời của nhà kia.

Nhưng Nhum là một phụ nữ đứng đắn. Lại nữa lúc chồng còn sống, cô cất căn nhà riêng trên đất của má ruột nên anh chị em đều ở kề cạnh cả. Nhum thứ tư. Anh Hai đã mất năm 42 tuổi, anh Ba làm cán bộ xã. Nhỏ em gái thứ năm cũng góa chồng nhưng ở bên chồng và còn làm dâu người ta. Thằng em út có vợ ở chung với má. Ba Nhum thì mất lâu rồi từ khi thằng Út mới được hai ba tuổi gì đó.

Gia đình Nhum hầu hết ai cũng khá giả, ruộng đất bề bề. Bản thân cô cũng sở hữu tám công đất giồng. Nhum trồng đậu phộng năm công, dưa hấu ba công và cứ như vậy luân phiên theo thời vụ. Cô giỏi lắm, lại rành rẽ việc đồng áng nên tiền dư bạc để, kinh tế ổn định. Mẹ con sống thoải mái trong căn nhà lá nền đất bình thường, chưa hề nghĩ sẽ "lên" một ngôi nhà đẹp bao giờ.

Con trai dưới quê thì đa phần có vợ sớm. Nên ở tuổi của Nhum làm gì còn thanh niên rảnh rang. Dòm ngó cô toàn là những tay đã có vợ con. Chỉ duy nhất có chú Năm Điền, đã hơn 50 tuổi rồi mà cứ suốt ngày lóng ngóng đeo đuổi Nhum. Cô không dám phản ứng mạnh nhưng chú ta cứ chai lì riết rồi cô đâm ra xa lánh chú luôn. Chú đi đàng này thì cô lánh đàng kia. Có đêm, chú mò lại nhà vỗ nhè nhẹ vào vách lá, sáng hôm sau bà Bảy má cô tới nhà chửi cho một trận xấu mặt cả tháng trời. Sau đó, chú vẫn không bỏ cuộc.

Vì vậy cho nên, kế nhà chị có hai phòng học của ấp, dành để dạy cho học sinh lớp 1, 2, 3, 4. Nhà trường có cử hai giáo viên về. Một thầy và một cô. Thầy Nhã dạy hai lớp 1, 2 còn cô Hạ dạy hai lớp 3, 4. Hai người ở nhà tập thể của xã mỗi ngày đều lội bộ hai cây số để đến trường, mang theo cơm ăn để ở nguyên ngày nên địa phương thấy cảm động. Bèn bàn với thầy cô là nên tìm nhà dân ở trọ cho hết năm học. Thầy Nhã vào ở nhà anh Sáu Bình, anh chị Sáu Bình cưới nhau đã lâu nhưng chưa có con và cùng nhau công tác trên huyện nên nhà bỏ trống, giao lại cho thầy Nhã trông coi.

Nhum mừng quá. Bèn tới năn nỉ cô Hạ về ở với mình cho đêm hôm có bạn và dạy dỗ giùm bé Nhi, lúc ấy sắp sửa vào lớp 1. Hạ cũng vui vẻ đồng ý với Nhum. Chị em sống với nhau tình cảm chan hòa. Vì khá giả nên Nhum kêu Hạ mỗi tháng chỉ cần mua mười ký gạo đổ vào khạp, còn chị ăn gì thì Hạ ăn nấy. Nói chung họ là những người biết chuyện nên sống với nhau hơn hai niên học vẫn chưa từng có tiếng bấc tiếng chì hay mặt to mặt nhỏ bao giờ.

Khi nhàn rỗi, Nhum nằm trên võng đưa chầm chậm nhìn Hạ ngồi soạn bài, bé Nhi ngồi cạnh tập viết chữ. Nhum nhìn Hạ, giọng nói nghe xa vắng u buồn:

- Hạ nè. Cưng thấy chị sống như vầy có buồn quá hôn?

Hạ giật mình, ngước lên nhìn Nhum. Hạ mới ra trường, mới hai mươi tuổi chứ mấy. Chưa từng yêu bao giờ nên chưa từng hiểu tâm trạng người đàn bà mất chồng như thế nào, nhưng cô hiểu Nhum đang tuổi xuân sắc mà suốt ngày cắm mặt vào việc đồng áng, không có bàn tay đàn ông cùng chung lo trong khi cô thừa khả năng để tìm cho mình một bờ vai vững chắc. Hạ ngập ngừng:

- Chị thấy buồn hay sao chị?

- Chị cũng quen rồi. Nhưng ai cũng xúi chị đi bước nữa.

- Chị có đối tượng chưa?

- Làm gì có? Mầy thấy tao tối ngày ở ngoài đồng với mấy thằng người rơm chứ có con ma nào đâu mà có đối tượng.

- Em thấy người ta đeo chị quá trời!

- Toàn đồ mắc dịch mắc toi gì không. Vợ con chình ình mà ve vãn có ngày mấy bả hiểu lầm vớt tao một bận là thúi đời. Mầy coi cái xứ này có ai ở không đâu? Có thằng cha Năm Điển mà chả đáng tuổi cha tao rồi. Thôi kệ bà, sống một mình cho sướng. Dù gì tao cũng có bé Nhi rồi.

- Em không có kinh nghiệm nên không biết nói gì với chị. Mà cứ để thuận theo tự nhiên đi chị ơi, có ngày chị cũng sẽ gặp được người chị thương. Lấy chồng mà không thương thì sống chung sao được.

Nhum buồn buồn, cô có vẻ ngậm ngùi:

- Chị và ba bé Nhi lúc xưa có yêu đương gì đâu cưng ơi. Cha mẹ hai bên đồng ý là cưới. Vậy mà về nhà cũng sống đề huề hạnh phúc. Ảnh thương yêu chiều chuộng chị lắm. Giỏi giang nữa cưng. Mới mấy năm mà anh chị mua thêm ba công đất chứ hồi đó chị chỉ có 5 công má cho thôi. Bữa ảnh đi phụ xây nhà cho anh Ba của chị, đứng phía dưới giàn giáo chuyền tôle lên lợp, cái thằng đứng trên mắc dịch vật nó hay sao đó, vuột tay rớt tấm tôle xuống trúng ngay đầu ảnh chẻ tét làm hai, ảnh chết không biết chuyện gì xảy ra. Bao nhiêu năm rồi hình ảnh đó vẫn cứ sờ sờ trước mắt chị làm sao chị nghĩ tới ai được cưng?

Hạ rùng mình: "Trời! Thương tâm vậy sao?"

Nhum tiếp lời:

- Anh Ba cứ nghĩ là mắc nợ chị nên muốn bù đắp cho chị lắm. Nhưng bù đắp bằng cách nào? Chị đâu có thiếu tiền? Vì sao chị không cất nhà cao cửa rộng như người ta chắc em hiểu rồi đó. Anh Ba nhiều lần giới thiệu người này người nọ tới cho chị nhưng con tim chị chai rồi Hạ ơi.

- Chị còn quá trẻ mà chị. Ở tuổi chị có người chưa lập gia đình.

- Chị không có học thức nhiều, cũng không được đẹp, cũng chẳng có gì đặc biệt để cuốn hút người ta. Mà nếu như bây giờ chị có tái giá thì cũng gặp đàn ông chết hoặc thôi vợ, rồi con mầy con tao con chúng ta phiền phức lắm em. Thôi kệ đi, tới đâu tới.

- Nhưng tuổi xuân rồi sẽ qua chị à.

- Vậy như má đó. Cha mất bao lâu rồi má vẫn ở vậy thôi còn

được người đời kính trọng.

Hạ im lặng. Cô không biết nên nói gì với Nhum để an ủi chị. Hạ có kinh nghiệm gì đâu mà bàn ra tán vào cái chuyện này chứ? Nhum ngồi dậy, móc túi áo bà ba của mình ra một xấp tiền, lựa tờ mười ngàn đồng đưa cho bé Nhi:

- Nhi lại nhà dì Ba mua ba bịch chè về ăn chơi con. Nhớ nói dì Ba để đá riêng nhen. Bỏ chung về tới nhà lạt nhách à.

Nhi hí hửng dạ thiệt lớn rồi cầm tiền chạy u ra ngoài. Nhum chờ con gái đi khuất, cười bẽn lẽn nói với Hạ:

- Hạ, đố mầy tao có thèm đàn ông không?

Hạ lại giật mình, cô quay sang nhìn Nhum, cười cười:

- Thèm hả chị?

Nhum nằm lại xuống võng, mắt mơ màng:

- Tao cũng hổng biết. Nhưng cũng có khi tao nhớ vòng tay ôm của ảnh lắm. Mầy nghĩ coi, vợ chồng hổng có một chút mích lòng, đang sống hạnh phúc bất chợt ảnh bỏ tao đi không một lời trăng trối. Phải chi ảnh bịnh hoạn mà tao chạy chữa không xong thì tao cũng không buồn nhiều. Đàn bà thì cũng có nhu cầu xác thịt của đàn bà. Tao cũng là một con người bình thường thôi, mầy nghĩ xem, tao có thể không nghĩ tới đàn ông sao?

- Em hiểu mà. Rồi chị cũng sẽ gặp người đàn ông của chị.

- E là khó có người đúng với mong mỏi của mình.

Hạ chẳng biết nói gì nữa. Thì ra, mặc dù lúc nào Nhum cũng tỏ ra bản lĩnh, không thèm để mắt tới đàn ông nhưng tận cùng sâu thẳm của cõi lòng, chị vẫn luôn ao ước có một điểm tựa. Hạ thương và cô cũng hiểu, nếu như Nhum chỉ luẩn quẩn trong khu vực này thì cũng khó tìm được người đàn ông như chị hằng mong đợi.

Nhum tiếp lời:

- Nhưng tao không bao giờ chấp nhận làm bé cho bất kỳ ai. Ngó thấy bà Út Ánh tao dị ứng một cái nhen. Bả ngoài năm mươi tuổi rồi, chồng chết chưa được trăm ngày đã đi khoe rùm là ông này đeo ông nọ đòi cưới. Tao biết chứ, đàn bà giá cha nào không ghẹo, chủ yếu là ghẹo cho vui mà bả tưởng thiệt, đi nói rùm làm cho người ta ngại. Cuối cùng, mới giáp năm mà bả cặp với cái thằng cha sát bên vách ngó thấy mắc ói. Đi đâu cũng kè kè một bên, miệng đời cười chê biết bao nhiêu. Mà cái thứ cặp xách đó nó ghen động trời mây luôn. Chả với bà vợ còn lình xình chưa dứt khoát nhưng bà vợ hình như cũng chán chê chả nên kệ bà, chả làm gì thì làm. Tao khinh mấy vụ như vậy lắm mầy. Bả với vợ thằng chả cũng chỗ quen biết chứ xa lạ gì cho cam mà chen vô gia đình người ta chi vậy? Thà tối thọt tay vô háng ngủ chứ kiểu như vậy tao khinh.

Sau cuộc trò chuyện đó rồi, Nhum không bao giờ nhắc lại nữa. cô vẫn vô tư sống, vui vẻ sống bình thường bằng lòng với hiện tại của mình.

Hôm nọ, trên đường đi dạy, Hạ gặp một người quen. Đó là chú Tư Nghinh, nhà ở gần xóm cô và là ba chồng của bạn cô. Hoa và Tâm là hai đứa bạn cùng học chung với Hạ hồi phổ thông, tụi nó yêu nhau và lấy nhau sớm nên dở dang việc học. Bất ngờ gặp chú Tư, Hạ mừng lắm, cô vồn vã:

- Chú Tư, ông đi đâu dưới này vậy?

- Ủa? Hạ hả bây? Vậy là bây dạy học ở đây sao?

- Dạ. Gần hai niên học rồi chú.

- Có hay về nhà thăm anh chị Năm không?

- Thỉnh thoảng con cũng có về. Mà chú đi đâu dưới này vậy?

- Ừa, tao đi kiếm mua đậu phộng giống về trồng miếng giồng trước cửa. Nghe dưới này đậu tốt sai củ lắm nên lội xuống mà chưa biết mua ở đâu nè.

- May quá. Con ở trọ nhà chị Nhum, đậu chị ấy tốt lắm. Chị cũng đang định bán một số. Chú đi theo hướng nầy, hỏi thăm nhà cô Tư Nhum người ta chỉ cho. Con sắp tới giờ dạy rồi nên không dẫn chú về được. Chú nói hàng xóm của con hổng chừng chỉ bán rẻ chút đỉnh à.

Chú Tư nheo mắt ngó Hạ:

- Ậy. Bây đừng nói quen với tao nhen, khó xử cho người ta. Để tao gặp nếu thuận mua thì vừa bán. Lỡ kỳ kèo trả giá không mua được bây đứng giữa kẹt đạn à.

Hạ cười khì khì:

- Ai biết. Chú tính sao thì tính. Chú lại đó hỏi thử coi. Con đi dạy nhen.

Chiều. Khi về nhà Hạ hỏi Nhum:

- Chị, hồi trưa có ai lại hỏi mua đậu phộng giống hôn?

Nhum ngơ ngác:

- Đâu có ai hỏi mua gì đâu?

- Kỳ vậy ta? Có chú ở trên em xuống tìm mua đậu giống, em chỉ lại chị rồi mà chẳng lẽ ông tìm nhà không ra?

- Chắc mua chỗ nào rồi quá. Ở đây người ta bán thiếu gì em ơi. Chắc chưa tới chỗ này gặp mối nào rồi. À, ổng lớn chưa?

- Ba của bạn em mà. Ngoài bốn mươi rồi.

- Vậy sao? Vậy chắc hồi trưa chị có thấy. Phải cái ông ròm ròm, đi tướng nghiêng nghiêng hôn?

- Đó đó. Mà chú cũng mắc cười lắm chị. Tiếng nói eo éo nghe giống bóng lại cái.

Nhum cười ngặt nghẽo:

- Mầy khùng khí chuột. Bóng lại cái mà có con.

- Thì em nói giống thôi chứ đâu phải khẳng định đâu.

Hết ba tháng hè năm đó, Hạ và Nhã trở về trường. Cô ngạc nhiên khi nhìn thấy bụng của Nhum đã đội áo. Hạ nhíu mày nhìn bụng chị lom lom:

- Ủa chị… vậy là sao? Mấy tháng rồi?

- Năm tháng rồi.

- Năm tháng? Em về mới ba tháng mà chị có thai năm tháng. Vậy là lúc em ở đây chị có thai rồi hả?

Nhum chúm chím cười. Hạ hỏi tiếp:

- Vậy sao em không biết ta?

- Biết mầy cản sao?

- Nhưng tác giả là ai mới được chứ?

- Là cái thằng cha bóng lại cái của cưng á.

- Trời đất. Ổng có vợ con rồi chị ơi.

- Chị đâu có đòi hỏi danh phận gì đâu. Chị chỉ cần có thêm một đứa con nữa cho chị em nó hủ hỉ thôi.

- Ổng có chịu trách nhiệm không?

- Ổng bị má và anh Ba chửi quá xá nhưng vẫn muối mặt tới hoài. Nghe đâu vợ lớn cũng biết chuyện nhưng không nói gì. Thôi kệ, chị chỉ cần bình an sinh con. Có ổng hay không có ổng cũng không sao.

- Kỳ vậy chị? Nhưng chị có thương ổng không?

- Không thương sao lên giường, sao có con với ổng được mậy?

- Kỳ vậy ta? Ổng có gì hấp dẫn đâu ta?

Nhum im lặng nhìn Hạ đang ngẩn ngơ. Một hồi, cô nhỏ giọng:

- Mầy có khinh chị không Hạ?

- Em không dám phán xét.

- Chị sẽ không trói buộc ổng đâu. Chỉ mong mình có thằng con trai sau này nương nhờ. Mầy cũng biết chị không túng thiếu nên không cần ổng chu cấp. Má ghét ổng lắm. Nên ổng chỉ dám tới vào buổi tối thôi. Mầy đừng ngại gì cả. Cứ ở đây với chị như trước giờ.

- Không chị à. Năm nay em được rút về trường trung tâm xã rồi, chỗ thầy Nhã cũng thay người mới. Nếu trường đưa giáo viên độc thân nào tới em sẽ giới thiệu với chị.

- Không không. Ngoài cưng ra chị sẽ không chứa chấp ai nữa đâu. Chị em quá thân hiểu nhau rồi, người lạ mắc công lắm. Nhưng mầy đi tao buồn lắm Hạ.

- Hai cây số thôi mà. Em sẽ tới lui thăm chị thường xuyên.

- Nhớ nhen.

Và sau đó chị Nhum sinh được một thằng con trai giống y chang chú Tư Nghinh. Hạ hoàn toàn không thể hiểu nổi chị yêu thích chú Tư bởi lý do nào. Bởi vậy, đời mà, có nhiều chuyện ngoài khả năng phán đoán của con người. Nhiều khi Hạ tự cười một mình. Sao cô lại vô tâm vô tư như vậy chứ? Hai tháng chị Nhum mang thai cô vẫn ở bên cạnh chị mà không hề phát hiện ra điều gì. Và Hạ cũng không thể hiểu nổi, Nhum thật sự yêu chú Tư hay chỉ là sự đòi hỏi xác thịt của người đàn bà đang độ chín muồi? Nhưng dù sao, nhìn thấy chị vui vẻ hạnh phúc bên đứa con là Hạ cũng cảm thấy an ủi cho chị lắm rồi.

Lê Nguyệt

Bão Rừng

NGUYỄN THÁI DƯƠNG

Một đêm gió núi chưa về
Mà cây xao xác bốn bề không yên
Trời treo một chiếc trăng nghiêng
Đủ soi rõ dáng rừng thiêng điếng lòng

Thú già gầm thét lên không
Thú con gào mãi tận cùng hang sâu
"Bạn ta đâu, bạn ta đâu?"
Muôn loài chỉ mỗi một câu não nùng

Biển chưa cạn, sóng chưa dừng
Cây chưa hết lá, bão rừng chưa tan
Lòng rừng nặng nỗi hoang mang:
Lẽ nào chúa tể sơn lâm tuyệt nòi?

Kẻ săn người đuổi một thời
Rừng mất bóng "ông ba mươi" dần dà
Người để tiếng, hổ để da
Kẻ săn để lại lòng tà đạo thôi

... Gió tan mà bão vô hồi
Cuốn trong lá ngả, cuộn ngoài cành nghiêng
Xa rừng, hổ nhớ rừng thiêng
Hổ xa, rừng nhớ đến điên đảo rừng... ■

T

Em Dệt Thơ Bằng Sợi Tầm Gai

NGUYỄN THIÊN NGA

Em dệt thơ bằng sợi tầm gai
Bàn tay nhỏ máu
Trộn vào mưa đêm
Một nỗi buồn bất tận

Em dệt thơ bằng sợi tầm gai
Câu thơ bật máu
Giọt vào mưa đêm
Một nỗi nhớ không cùng

Em…
Nàng Thiên Nga thứ mười hai
Còn nguyên vẹn hình hài
Ngồi dệt áo gai
Cho ai?
Buồn dệt thơ
Cho ai?
Mưa cài song cửa
Ru hoài
Một thuở…

Em dệt thơ bằng sợi tầm gai
Tim em tứa máu
Hòa vào mưa đêm
Trộn lẫn nỗi buồn, đớn đau và hạnh phúc
Nhếch khẽ khóe môi mềm
Lạnh lùng
Em khóc.

Sợi tầm gai…■

Viết Sau Khi Đọc Lời Kinh Trong Bàn Tay

NGUYỄN VĂN GIA

Một mình
trong chiều vắng
Mới nghe
đời quạnh hiu
Hoàng hôn rồi -
mây trắng
Bay về đâu,
về đâu...

Mình chỉ là
cơn gió
Mặt đất này
ghé qua
Mất - còn
tựa hơi thở
Phập phù
mỗi sát na

Nhớ bao lần
sấp ngã
Trên đường dài
áo cơm
Bao nhiêu lần
mình đã
Nổi chìm
bóng lợi danh

Lối cỏ quen
ở đó
Từng níu chân
mình qua
Em thơm lòng
thiếu nữ
Tưởng gần -
mà thật xa

Đọc hoài
vẫn không thuộc
Lời kinh
trong bàn tay
Nhủ lòng -
buông bỏ trớt
Cuối đời
vẫn loay hoay... ■

T

Nhặt Mảnh Trời Xanh

THIÊN DI

Trong vũng nước, mảnh trời xanh
Cùng tôi soi chiếc bóng mình sớm mai
Ngày lên, nhẹ tiếng thở dài
Phố bình yên thức, giấu vài bâng khuâng

Giọt sương lời nguyện xanh lòng
Từ trong đêm tối thắp hồng gió qua
Tình tôi khắc ngọc ghi ngà
Thơ tôi là cỏ là hoa bên trời

Ngày đi ngược gió gió ơi
Ngõ dài xa tắp có đôi chim về
Phố đem buồn bỏ canh khuya
Sài Gòn mưa nắng bốn mùa cùng ai

Dịu dàng mắt nắng ban mai
Tôi qua trời rộng hái vài nụ thơm
Hẹn người giây phút trầm hương
Về cùng ươm mộng trong vườn trăng tôi... ■

20.5.2020

bầy sẻ trở về

NP PHAN

1.
bố cục bức tranh đã bị phá vỡ
những mảng sáng tối
chuyển động
không theo một trật tự định trước
không một lời giãi bày

2.
sự câm nín đổ vỡ
trong một bình minh ngập tràn tiếng nấc
chiếc lò xo bị nén
đã bật lên
tạo một hiệu ứng lan tỏa
trong chiều kích bất định

3.
những mảng màu rơi xuống
chiếc mặt nạ trắng
vằn lên những tia nhìn hằn học
từ một liên tưởng khác

4.
có một đóa hoa hồng
ai đã bỏ quên sau khung cửa hẹp
em có buồn không
khi chẳng còn ai đoái hoài
sự vô vọng hồn nhiên
còn vẳng tiếng bi ai

5.
vẫn còn kịp bước em ơi
tiếng chim sơn ca đã vang lên đâu đó
hót mừng trời xanh
bầy sẻ đi hoang
cũng đã trở về. ■

Kinh Thơ

LÊ HỮU MINH TOÁN và PHAN NI TẤN

1.
Thơ như lời kinh
Góc đời định mệnh
Một đêm trăng trối
Trong tiền kiếp trôi

Một đời thống hối
Ghép hồn riêng mang
Cuộc tình trái ngang
Ta em lầm lỡ

Giữa dòng bơ vơ
Một lần gặp gỡ
Để gieo thương nhớ
Để nuôi đợi chờ

Thôi tình ngủ yên
Thuyền đã chông chênh
Mơ chi bến lạ
Trang đời úa đau

Tình cũng qua mau
Ru chìm võng nhớ
Dặm triền dốc thở
Non cao tình sầu. ■

Lê Hữu Minh Toán

2.
Kinh như lời thơ
Hát lời lận đận
Một hôm quên lối
Trong tiền kiếp trôi

Một ngày bóng tối
Khép lại tâm tư
Hồn nghe đã hư
Xa em từ thuở

Chiếc hồn bơ vơ
Lạc bờ bế lối
Để nghe trong gió
Thổi qua bồi hồi

Trên ngọn đời tôi
Nhạt màu trăng soi
Thương thân đá cuội
Lăn mòn dốc vơi

Tình cũng qua thôi
Mai rồi cũng úa
Dặm triền dốc mỏi
Tiếng tôi ngậm ngùi ■

Phan Ni Tấn

Hãy Để

THY AN

hãy để dòng sông
chở nghĩa tình ra biển
đại dương nào cũng mặn
nhờ hạt muối của mỗi tấm lòng

hãy để khu rừng
thản nhiên gió lộng
rải thơ xứ người trên lá xanh
ước mơ nhỏ một thời du mục

hãy để mảnh vườn
chứa đựng bao nhiêu uẩn khúc
trần gian xao động tâm thân
dẫm lên sỏi nỗi niềm chân thật

hãy để ngôi nhà
nằm yên dưới trăng sao
nóc ngói ngả màu đỏ sậm
than thở tình yêu một góc hao gầy

hãy để con người
trần trụi với gió mây
sương rụng trên vai thấm lạnh
cõi trần gian ám ảnh nét thơ bay

hãy để cuộc đời
in dấu chân chim bãi cát
thì thầm như rơm rạ mùa thu
vỗ về thật nhẹ câu ru đời êm ngủ. ■

Cơn Dông Mùa Hè

TIẾN THẮNG B7

Có những con đường lưa thưa, hoang vắng sau một buổi chiều. Trong tuổi thơ của đứa trẻ của vùng đồng bằng bắc bộ, thì ngoài mùa lúa thu đông ướt át và ngập úng, còn một mùa nữa có những buổi chiều chạy từng cơn dông tránh lúa tránh rơm. Đối với tôi, "chớm chiều" là khi đã qua một ngày nắng.

Không dùng từ ngữ liên kết "lúc có", "trên bầu trời xuất hiện" cho hình ảnh "cơn dông" trong câu thơ "Có khi, mùa hè đến trong chớm chiều,/ cơn dông". Hai trạng ngữ chỉ thời gian là "mùa hè" và "chớm chiều" trong khi thiếu địa điểm là "bầu trời" có lẽ đã tạo chút hiệu ứng đẹp, không dùng từ ngữ quá nhiều trong thơ để ra khoảng trống đột ngột.

Mùa hè

Có khi, mùa hè đến trong chớm chiều,
cơn dông
Tôi tìm mùa hè trong quá khứ không lành lại
những nhớ nhung. ■

Định Mệnh

TRẦN HẠ VI

Định mệnh
gắn chặt em với anh
từ một lần chặn hủy người khác
cùng chiến tuyến
hai lưỡi kiếm hôn nhau

Định mệnh
ngàn giờ đổi trao
ân tình chan nước mắt
những lời khuyên đúng những lời khuyên sai lạc
Lưỡi dao vung lên một nhát
vết sẹo ngọt lịm
Một ly bia vỡ nát
Hai lưỡi lửa song song

Anh gặp em cô công chúa Bắc Băng Cung
không ngai vàng tóc giắt nhành tường vi màu tím
ngơ ngơ đi lạc chợ đời huyên náo
trường văn trận bút mực chiến bào chưa ráo
chờ anh chờ anh

Định mệnh đẩy em qua những khúc quanh
xé tách vầy vò em cuộn chỉ rời chắp nối
vào tay anh gỡ rối
may vết thương liền miệng
thịt da

Định mệnh của chúng ta
những câu chuyện truyền kỳ
lắc rắc
rả rích
đường dài

Định mệnh đặt em lên vai
Anh. Cõng trời về vùng duyên hải
Mấy ngàn cây số. Phải, trái
Mùa hè nóng rực nụ môi cong
Gắn kết đến khôn cùng
Tròng trành chiếc võng Tây Đông
Tết dải yếm biển liền biển sông liền sông
Không thể khác

Một cuốn sách
Mười cuốn sách
Một trăm bài thơ
ôm chúng ta vào lòng
du dương lời hát
bên anh bên anh

Định mệnh lạc lòng... ■

31.05.2020

Chùm Thơ

TRẦN DZẠ LỮ

Viết Ở Xóm Rẫy Bàu Lâm

Về đây nhìn đất bao la
Hoa trong xóm rẫy nở tha thiết rồi…
Đâu như phố thị lui cui
Ở ăn từng mét, ngậm ngùi hèn nhân!

Cà Phê Một Mình…

(*Riêng tặng ĐTKL)*

Sáng nay thị trấn sương mù
Mù trong nỗi nhớ, anh tù ngục em…
Vẫn còn giữ sợi tóc tiên
Anh rưng rưng vuốt bình yên cưng về.

Uống cà phê, uống lời thề
Yêu em đến chết không hề từ nan…
Nghĩ suy đến chuyện đá vàng
Cạn trăm năm, cũng còn ngàn năm sau… ■

TM

Nhạc Làm Gì Có Màu

PHAN VIỆT THỦY

Trong mấy năm liền có dịp trở lại thăm Hà Nội, tôi đã thực hiện được một ao ước là tìm thăm những văn nghệ sĩ một thời vang bóng trong vụ 'Nhân Văn - Giai Phẩm'. Trước hết là để tỏ lòng quý mến và sau là để giải tỏa một số thắc mắc liên quan đến văn học trong suốt nửa thế kỷ vừa qua.

Điều lạ là, vào những năm đầu thập niên 90, khi tôi ngỏ ý ấy với một số văn nghệ sĩ cũng như trí thức ở Hà Nội, hầu như ai cũng khuyên tôi là "không nên". Lời khuyên của họ làm cho tôi thất vọng. Tôi mới thấy là tại Việt Nam, những người bị liệt vào loại 'có vấn đề' thường bị xa lánh, cô lập.

Bất chấp những lời khuyên can ấy, tôi đã đến thăm Trần Dần, Phùng Quán, Hoàng Cầm và Văn Cao. Để lại ấn tượng sâu đậm nhất là lần gặp Văn Cao.

Được một người trong gia đình nhạc sĩ Văn Cao giới thiệu, tôi đến với ông như một người thân. Đó là một buổi sáng mùa thu, trời se se lạnh, sương mờ mờ giăng. Ông bà Văn Cao cùng con cháu sống trong một căn nhà nhỏ bên góc Yết Kiêu. Khung cảnh ấm cúng, đúng là 'tam đại đồng đường'.

Ông bà Văn Cao tiếp tôi một cách niềm nở. Tôi vừa nói chuyện vừa lặng lẽ quan sát ông. Văn Cao người nhỏ nhắn, gầy guộc. Tóc và râu để dài. Ông ngồi trong một chiếc ghế bành trước mặt có một cốc rượu trắng và một tô cháo.

Tôi hỏi thăm ông về chuyện sức khoẻ, chuyện ăn uống. Ông trả lời vừa hóm hỉnh vừa chua chát: "Hồi xưa, khi còn trẻ, muốn ăn uống nhiều thì không có cái gì để ăn. Còn bây giờ, tôi chán lắm rồi..."

Trả lời câu hỏi của tôi về con đường đi vào âm nhạc của ông, nhạc sĩ Văn Cao cho biết:

"Tôi bắt đầu sinh hoạt văn nghệ không phải bằng sáng tác nhạc mà là bằng hội họa. Tôi mê vẽ lắm. Tôi đến với nhạc một cách tình cờ. Lúc đầu định làm một vài bài chơi, không ngờ lại được phổ biến sâu rộng. Phạm Duy là một trong những người đầu tiên hát nhạc của tôi. Khi tôi đã nổi tiếng về nhạc rồi, tôi mới trở lại học thêm về nhạc."

Về âm nhạc nói chung, Văn Cao quan niệm: "Muốn tác phẩm có giá trị, người sáng tác không nên chạy theo thị hiếu thời thượng hay theo đơn đặt hàng của ai cả. Mỗi văn nghệ sĩ phải tìm cho mình một phong cách riêng."

Về chuyện 'nhạc vàng', 'nhạc xanh', ông nói: "Nhạc làm gì có màu. Người ta tô màu cho nhạc là để giết chết nhạc đấy. Nhưng làm sao mà giết nổi. Làm sao cấm được dân chúng hát những bản nhạc họ thích."

Nhạc sĩ Văn Cao cũng cho biết ông có hai người bạn thân ở nước ngoài là họa sĩ Tạ Tỵ và nhạc sĩ Phạm Duy. Ông mong có dịp gặp lại hai người bạn cũ. Tiếc là ông đã qua đời trước khi thực hiện được giấc mơ ấy.

*

Sau khi Văn Cao qua đời, nhiều người tỏ ý thương tiếc. Nhưng nhớ lại lúc ông còn sống, người ta đã đối xử với ông ra sao? Tôi nhớ mãi những lời can ngăn của các bậc trí thức và văn nghệ sĩ Hà Nội khi tôi ngỏ ý muốn đi thăm ông. Rõ ràng là người Hà Nội chưa công bằng với những thiên tài của họ. Không có gì lạ khi Văn Cao tỏ vẻ rất cảm động khi ông vào Sài Gòn, giới ái mộ ở đó đã tổ chức ngay một đêm 'Vinh danh nhạc sĩ Văn Cao' thu hút cả ngàn người tham dự. Tôi cũng đoán là ông cảm động lắm khi thấy tạp chí Hợp Lưu làm số đặc biệt về ông. Đó cũng là số báo đặc biệt về Văn Cao đầu tiên, ra đời ngay khi ông còn sống.

Sự nghi kỵ người ta dành cho Văn Cao hay Hoàng Cầm, Trần Dần và Phùng Quán chứng tỏ ảnh hưởng của chính trị, của tuyên truyền trong đời sống văn nghệ. Đến nay những ảnh hưởng đó chưa chắc đã hết.

Văn học cuối thế kỷ 20 và đầu thế kỷ 21 hẳn có nhiều chuyện phải làm. Trong đó một chuyện quan trọng là hàn gắn những vết thương từng chia cắt lòng người. Đó phải là một nền văn học đích thực chứ không phải là một công cụ.

Phan Việt Thủy

một sinh vật không tội gì
được ngài Tổng thống Hoa Kỳ buông tha
gọi là ân xá, văn hoa
nghe thật thơ mộng, cũng là thú chơi
vật đương nhiên trả công người
kiếp sau có đổi ghế ngồi cho nhau ?

luân hoán

BK

Nhân Quả Nghiệp Báo Diễn Ra Trong Đời Kiều Như Thế Nào?

TRẦN TRIỆU HOÀNG

A/ **Dẫn nhập-** Một số vấn đề thường được nói tới về Truyện Kiều của Nguyễn Du.

Từ khi Truyện Kiều hay đúng ra là Đoạn Trường Tân Thanh của Nguyễn Du được ra đời khoảng giữa thế kỷ 19, khoảng những năm 1876-1877... thì đã có nhiều ý kiến phê phán, nhận định về tư tưởng cũng như văn chương. Về mặt văn chương không một ai không công nhận là văn chương tuyệt tác "Bắt đầu từ Phạm Quý Thích".

Riêng về mặt tư tưởng thì có nhiều ý kiến khác nhau...

Tựu trung có thể tóm tắt mấy điểm sau:

• **Thuyết Định mệnh do tạo hóa đố tài** - Có nhiều ý kiến, thường là một số nhà Nho, cho rằng Nguyễn Du muốn chứng minh ý tưởng người tài thường phải chịu nhiều gian truân, phải chịu cái định mệnh khắt khe, là do **Tạo hóa đố tài,** dựa trên phần nhập đề, Nguyễn Du viết:

Trăm năm trong cõi người ta
Chữ tài chữ mệnh khéo là ghét nhau
Lạ gì bỉ sắc tư phong
Trời xanh quen thói má hồng đánh ghen

Và phần kết luận viết:

Ngẫm hay muôn sự tại Trời,
Trời kia đã bắt làm người có thân
Bắt phong trần, phải phong trần,
Cho thanh cao mới được phần thanh cao.
Có đâu thiên vị người nào
Chữ tài chữ mệnh dồi dào cả hai.

• **Cái nhìn Đạo đức** - Nhiều nhà Nho chê truyện Kiều là bi ai, sầu thảm, là dâm đãng. Tiêu biểu cho cái nhìn đạo đức này ta thấy có bài Vịnh Kiều của **Nguyễn Công Trứ**

Đã biết má hồng thời phận bạc,
Trách Kiều nhi chưa vẹn tấm lòng vàng.
Chiếc quạt, thoa đành phụ nghĩa Kim lang,
Nặng vì hiếu, nhẹ vì tình thì cũng phải.
Từ Mã Giám Sinh cho đến chàng Từ Hải,
Cánh hoa tàn đem bán lại chốn thanh lâu,
Bấy giờ Kiều còn hiếu vào đâu,
Mà bướm chán ong chường cho đến thế!
Bạc mệnh chẳng lầm người tiết nghĩa,
Đoạn trường cho đáng kiếp tà dâm.
Bán mình trong bấy nhiêu năm,
Đố đem chữ hiếu mà lầm được ai!
Nghĩ đời mà ngán cho đời.

Và ca dao có những câu:

Đàn ông chớ kể Phan Trần,
Đàn bà chớ kể Thúy Vân, Thúy Kiều.

Ngụ ý cho rằng truyện Thúy Vân, Thúy Kiều là những truyện tình ái, bi thương, dâm đãng, phụ nữ không nên đọc.

Một số khác biện hộ cho Kiều, cũng trên quan điểm đạo đức.

Trần Trọng Kim, nhận định:

- giữ trong trắng trước khi lấy chồng
- hiếu thảo bán mình chuộc cha
- có lòng nhân. Khuyên Từ Hải ra hàng để tránh thảm họa chiến tranh.

Chu Mạnh Trinh:

Hai bên vẹn cả tình cùng hiếu
Đem bắc đồng cân đáng mấy vàng.

• Cảm thông, đồng điệu với Kiều

Chu Mạnh Trinh - thương cảm tài sắc, số phận Kiều - Trong bài tựa Thanh Tâm Tài Nhân thi tập, ông tự cho mình với Kiều là danh sĩ, giai nhân, cùng là *nòi tình: "Cho hay danh sĩ giai nhân, cùng một kiếp hoa nghiêm nặng nợ. Ngán nỗi non xanh đất đỏ, để riêng ai luân lạc đau lòng.* ***Ta cũng nòi tình, thương người đồng điệu.*** *Cái kiếp không hoa lẩm cẩm, con hồn xuân mộng bâng khuâng. Đã toan đúc sẵn nhà vàng chờ người quốc sắc, lại muốn mượn chùm phương thảo hú vía thuyền quyên."*

• Thuyết Nghiệp báo - Trong quyển Truyện Thúy Kiều, do Bùi Kỷ và Trần Trọng Kim hiệu khảo, Trần Trọng Kim là người viết về lý thuyết Phật học trong truyện Kiều - cho rằng những việc đã làm kiếp trước kết thành cái quả của kiếp sau. "*theo cái lý thuyết ấy sự sống, sự chết của vạn vật chỉ là sự ẩn hiện, khuất thân của cái phần bất sinh bất diệt trong vạn vật mà thôi chứ không phải là một sự hết hẳn. Cho nên mới có câu rằng: thác là thể phách còn là tinh anh.* Ông cho rằng: '*Cái thuyết nhân quả và cái nghiệp của nhà Phật giống như cái thuyết định mệnh (déterminisme) của phương Tây. Nhưng cái khác ở chỗ cái định mệnh của nhà Phật do ở tự mình định ra, chứ không phải tự ở sức ngoài sai khiến. Thành thử thuyết nhân quả vẫn để cho mình có cái hoàn toàn tự do. Mình phải theo cái nghiệp tự mình gây ra cho mình chứ không phải là cái nghiệp tự đâu gây ra mà bắt mình phải chịu.* Kiều có nghiệp rất nặng nằm sẵn trong tâm, nên lời nói, tiếng đàn đều có giọng bi thương, đau đớn. Trong cuộc đời, gặp nhiều hoàn cảnh dẫn dắt bởi nghiệp báo đưa đến bao nhiêu nỗi khổ, muốn vượt ra mà không được. Trong lúc mô tả những nỗi khốn khổ, những hoàn cảnh bi thương mà nàng Kiều gặp phải, Trần Trọng Kim thường chia sẻ, cảm thông với tâm hồn thanh cao và ý chí vươn lên mong thoát cảnh trầm luân của Kiều. Ông chỉ mô tả mà không tìm hiểu cái nghiệp nhân mà Kiều đã tạo ra trong kiếp này. Ngay trong kiếp này thì những hành động, lời nói, ý nghĩ cũng là nhân tạo nghiệp quả hiện thời. Nó chi phối, dẫn dắt tam nghiệp ngay trong kiếp này.

Vậy ta thử tìm xem nhân quả trong kiếp hiện tại đã ảnh hưởng đến Kiều như thế nào. Trong khi bị những khốn khổ đau thương, Kiều đã tạo nghiệp thiện có, ác có trong kiếp này như thế nào.

B/ **Nhân quả và Nghiệp Báo-**

• **Thuyết nhân quả** - Trong vũ trụ không có vật nào là hiện hữu tự thân (être-en- soi) luôn là sự kết hợp với nhiều yếu tố do nhân duyên kết hợp thành - (Mọi vật tương sinh, tương khắc, duyên khởi... do đó có nhân và có quả). Như hạt gạo do cây lúa mà có. Nhưng cây lúa không phải tự thân có, nó từ hạt giống mọc lên. Hạt giống không chỉ một mình sinh ra. Nó cần nhiều yếu tố khác không phải chỉ là hạt thóc, mầm thóc mà thành. Nó còn cần có những yếu tố không phải là thóc như đất, nước, phân bón, nắng mưa... làm cho nó sinh tồn nẩy nở. Không có những yếu tố không phải là thóc thì nó không thể sinh trưởng. Các yếu tố không phải thóc là những nhân duyên để có bông lúa, hạt thóc.

Nhân sinh quả, quả lại trở thành nhân của quả kế tiếp… luân chuyển không ngừng. Nhân nào quả ấy.

• **Nghiệp** là tất cả ý nghĩ, lời nói, hành động chiếu vào tàng thức (A-lại-gia thức) thành những hạt giống (chủng tử). Những hạt giống đó khi đủ điều kiện sẽ huân trưởng thành hiện hành trong **tâm thức**. Do ái dục thúc đẩy thành ý nghĩ, lời nói, hành động mà ta không tự kiểm soát được. (*Thí dụ nhiều khi mình nói ra một điều, hay làm một hành động nào đó mà* mình vốn không muốn nói hay làm. *Nghĩ hay nói một đằng làm một nẻo*. Đó là do nghiệp lực thúc đẩy.)

• **Nghiệp lực** là một năng lực rất mạnh. Nó thúc đẩy ta. Nó hướng dẫn tâm ý người ta theo hướng này hoặc hướng khác. Nghiệp chi phối ý nghĩ, lời nói, hành động của ta.

Vì thế hành động, lời nói, ý tưởng (thân khẩu ý) là ba nghiệp.

• **Biệt nghiệp và cộng nghiệp**

Biệt nghiệp là nghiệp riêng của một người.

Cộng nghiệp là nghiệp chung của nhiều người, của cả gia đình, của dân tộc hay cả nhân loại. Những người cùng một nghiệp thì gần nhau, tìm đến nhau.

Trong tâm lý học ngày nay, Carl Jung khám phá ra *cộng nghiệp* (archétype -inconscient collectif). Nó nằm trong vô thức, đã có từ trước, từ xa xưa chứ không phải là lịch sử một đời người.

• Con người hợp thành bởi thân tứ đại và ngũ uẩn. (Xác và **tâm thức** hay nghiệp)

a- Tứ đại: đất nước gió lửa, phần vật chất thì sẽ tiêu hủy theo thời gian.

b- Ngũ ấm (ngũ uẩn) là phần của **tâm thức**, sẽ vận hành luân chuyển *không có một chủ thể dẫn dắt.*

Nó cần có **ý thức, mạt na thức** làm cho nó vận hành.

• Tâm thức và Sự tạo thành của nghiệp

Căn (chủ thể)	Trần (Đối tượng)	Thức
Nhãn *mắt*	Sắc	Nhãn Thức
Nhĩ *tai*	Thanh	Nhĩ thức
Tỵ *mũi*	Hương	Tỵ thức
Thiệt *lưỡi*	Vị	Thiệt thức
Thân *thân xác*	Xúc	Thân thức

Năm thức trên biệt lập với nhau. Nó cần có một thức khác kết hợp tất cả 5 thức kể trên để cho ta sự nhận biết về vạn hữu, về không thời gian... Đó là Ý thức

Ý	Pháp	Ý thức
Ý căn (Mạt na)	tàng thức	Mạt na thức
A-lại-gia thức (tàng thức)		

Ý thức phát sinh khi ta tiếp xúc với bất kỳ đối tượng của **nhận thức.**

Ý thức có căn là Ý (ý căn - Mạt na).

Mạt na thức có căn là tàng thức mà đối tượng cũng là tàng thức. Ý muốn nhận tất cả là của nó. Nó chấp ngã, một cái TA riêng biệt (le moi, ego). Nó lấy một phần các chủng tử trong tàng thức làm của nó. Nó giữ chặt lấy. Nó coi tàng thức như là người yêu của nó. Do đó Mạt na thức còn được gọi Tình Thức.

Tàng thức (hay **A-lại-gia thức**, inconscient - vô thức) là nơi chứa tất cả các hạt giống (chủng tử) và cũng là chính các chủng tử. Là nền tảng của tất cả các thức. Các chủng tử trong tàng thức có thể thiện, có thể ác, có thể không thiện không ác (vô ký). Một số các chủng tử trong tàng thức bị Mạt na thức nắm giữ coi là cái ngã, cái ta của nó. Vì thế nó còn được gọi là **ngã ái chấp tàng**.

Các tâm sở tham, sân, si, mạn, nghi, ác kiến trong tàng thức khi tiếp xúc với các chủng tử thì phát sinh tác ý thành **ý tưởng**, **lời nói, hành động.** Đó là ba nghiệp: **thân, khẩu, ý.**

C/ Nghiệp trong đời Kiều được hình thành và diễn ra như thế nào?

1) Nghiệp Nhân

Sự hình thành cái nghiệp của Thúy Kiều được Nguyễn Du tả đầy đủ trong đoạn mở đầu khi giới thiệu các nhân vật: gia thế, chị em Kiều và Kim Trọng.

a ***Ý tưởng về bạc mệnh đã có ngay từ khi Kiều còn nhỏ*** **-**

Kiều là người con gái có nhan sắc tuyệt đẹp: *Sắc đành đòi một tài đành họa hai* lại thông minh, có tài thơ, nhạc, họa. Đã ngầm kiêu hãnh về tài hoa: ngã mạn.

Lúc nhỏ đã được thầy số đoán:

Anh hoa phát tiết ra ngoài
Nghìn thu ***bạc mệnh*** *một đời tài hoa*

và mới khoảng 15 tuổi đầu đã soạn một bản đàn ***bạc mệnh***.

Cung thương làu bậc ngũ âm
Nghề riêng ăn đứt hồ cầm một trương
Khúc nhà tay lựa nên chương
Một thiên Bạc Mệnh lại càng não nhân.

Ý tưởng về bạc mệnh đã là một cái mầm nằm trong vô thức của Kiều từ những kiếp trước. Kiều tự biết mình nhan sắc, có tài nên ngầm kiêu hãnh (**ngã mạn**).

b- ***Chấp ngã, tự buộc vào đường bạc mệnh và hành động theo***

Khi viếng mả Đạm Tiên - vì **ngã mạn** nên Kiều coi mình cũng là người tài hoa, tự coi đồng hội đồng thuyền như Đạm Tiên. Khóc lóc, thương xót cho Đạm Tiên mà nghĩ ngay mình cũng vậy.

"*Đau đớn thay phận đàn bà,* (chấp hữu, ngã mạn tự buộc vào đường bạc mệnh)

*Lời rằng bạc mệnh **cũng là lời chung**.*"

Tối về nhà còn mơ thấy Đạm Tiên báo cho biết có tên trong sổ đoạn trường.

Hồn ma ĐT hay chính là hình ảnh về đời người ca kỹ tài hoa là một chủng tử trong tàng thức của Kiều. Kiều tự trói buộc vào với nó. Túm lấy nó coi là mình. Kiều tự ví mình như Đạm Tiên là ngã mạn. Kiều và Đạm Tiên có cái nghiệp chung (cộng nghiệp: tài hoa và tham ái). Bóng ma Đạm Tiên chẳng qua là hình ảnh Kiều tạo ra.

c- *Đa tình, đam mê tình ái dục* - Tác ý: Mới gặp Kim Trọng, Kiều đã bị *coup de foudre* ái tình ngay.

Khi ở mộ Đạm Tiên

Người quốc sắc, kẻ thiên tài,
Tình trong như đã mặt ngoài còn e

Kim Trọng thì

Chập chờn cơn tỉnh cơn mê
Rốn ngồi chẳng tiện, dứt về chỉn khôn

Thúy Kiều thì

Bóng tà như giục cơn buồn
Khách đà lên ngựa người còn ghé theo.

Về nhà còn tưởng nhớ: Đạm Tiên

Người mà đến thế thì thôi
Đời phồn hoa cũng là đời bỏ đi.

nhớ Kim Trọng với nỗi lo âu.

Người đâu gặp gỡ làm chi,
Trăm năm biết có duyên gì hay không?

Đam mê tình ái: cha mẹ và hai em đi sang dự sinh nhật bên ngoại, Kiều một mình ở nhà (*cố tình ở nhà một mình chăng*?) tự đi tìm Kim Trọng:

Nhà lan thanh vắng một mình,

Ngẫm cơ hội ngộ đã đành hôm nay
Thời trân thức thức sẵn bày
Gót sen thoăn thoắt dạo ngay mái tường
Cách hoa sẽ dắng tiếng vàng
Dưới hoa đã thấy có chàng đứng trông.

Nhưng khi ở bên Kim Trọng, ngắm tranh Kim Trọng vẽ, rồi theo lời yêu cầu, nàng làm thơ vịnh khen ngợi. Kim Trọng thấy mình kiếp xưa tu đã dày nên được phúc gặp nàng. Đó là giây phút hạnh phúc nhất thì Kiều lại lo âu, bất an.

Bây giờ rõ mặt đôi ta,
Biết đâu rồi nữa chẳng là chiêm bao.

hoặc: Nghĩ mình là người tài hoa tinh anh hiện cả ra ngoài *(tự phụ ngầm!)* nên không biết mình có xứng với Kim Trọng không, nên nghĩ đến chia ly, vì bị ám ảnh của ý tưởng bạc mệnh.

Nghĩ mình phận mỏng cánh chuồn
Khuôn xanh biết có vuông tròn mà hay
Nhớ từ năm hãy thơ ngây
Có người tướng sĩ đoán ngay một lời
Anh hoa phát tiết ra ngoài
Nghìn thu bạc mệnh một đời tài hoa
Trông người lại ngẫm đến ta
Một dày một mỏng biết là có nên (tr.79-81)

d- ***Tự trói buộc vào cái nghiệp trong tương lai***: Lo sợ tương lai đổ vỡ, phải nỗi truân chuyên. Không sống hạnh phúc hiện tại. (*Chính ý tưởng này là một phần đưa đến việc Kiều hấp tấp quyết định bán mình.)*

Một mình lưỡng lự canh chầy
Đường xa, nghĩ nỗi sau này mà kinh.

Tác ý:

"Rằng hồng nhan tự nghìn xưa
Cái điều bạc mệnh có chừa ai đâu.
Nỗi niềm tưởng đến mà đau
Thấy người nằm đó biết sau thế nào."

Tâm lý Kiều lúc gảy đàn cho Kim Trọng nghe.

So dần dây vũ dây văn
Bốn dây to nhỏ theo vần cung thương.
Khúc đâu Hán Sở chiến trường

Những xung đột nội tâm

Nghe ra tiếng sắt tiếng vàng chen nhau
Khúc đâu Tư Mã phượng cầu

đam mê tình ái

Nghe ra như oán, như sầu phải chăng
Kê Khang này khúc Quảng lăng
Một rằng Lưu thủy, hai rằng Hành vân
Quá quan này khúc Chiêu Quân

cảnh ly biệt, quyến luyến

Nửa phần luyến chúa, nửa phần tư gia
Trong như tiếng hạc bay qua
Đục như tiếng suối mới sa nửa vời
Tiếng khoan như gió thoảng ngoài
Tiếng mau sầm sập như trời đổ mưa.

Tóm lại: Ý tưởng về tài hoa và bạc mệnh do tham ái, chấp ngã (ngã mạn) tác ý là cái nghiệp nhân mà Kiều đã tự buộc vào. (Chủng tử bạc mệnh trong vô thức do duyên gặp gỡ Đạm Tiên và Kim Trọng sinh hiện hành - kết quả là tâm trạng mê đắm mà bất an, lo sợ.

2- Nghiệp quả: nghiệp dẫn dắt (tâm sở **tác ý -** phối hợp, dẫn dắt**)**

a- Tâm tư đam mê mà bất an khi cha mẹ và em vắng nhà lại đi tìm Kim Trọng. Khi thề ước với Kim Trọng: nó hiện ra ngay trong lúc đàn cho Kim Trọng nghe lần thứ nhất *(trích ở trên)*: hỗn độn, mâu thuẫn, tranh chấp giữa ái tình đạo đức và sự chia ly, tan vỡ, đau khổ (pg 79-81)

b- Bán mình

Hành động bán mình: ý tưởng bạc mệnh được duyên khởi kết hợp nghiệp chung là: hiếu và bán mình chuộc cha. (Đây là một thứ cộng nghiệp *Luân lý Trung Hoa nặng về chữ hiếu. Người đàn bà là phụ thuộc. Trong dân gian có nhiều chuyện kể về con gái bán mình nuôi cha mẹ, hay làm tang cho cha bị chết dọc đường*)

c- Mắc lừa Sở Khanh - Kiều đoán biết được Sở Khanh không đáng tin, mà vẫn theo để bị mắc lừa, vì sau khi hẹn đi trốn, Sở Khanh lên giọng khoe khoang:

Lặng nghe, lẩm nhẩm gật đầu:
Ta đây phải mượn ai đâu mà rằng!
Nàng đà biết đến ta chăng
Bể trầm luân lấp cho bằng mới thôi!
Nàng rằng: "Muôn sự ơn người
Thế nào xin quyết một bài cho xong."
Rằng: "Ta có ngựa truy phong
Có tên dưới trướng, vốn dòng kiện nhi
Thừa cơ lẻn bước ra đi
Ba mươi sáu chước chước gì là hơn
Dù khi gió kép mưa đơn
Có ta đây cũng chẳng can cớ gì!"

Nghe lời nàng đã sinh nghi
Song đà quá đỗi, quản gì đến thân
Cũng liều nhắm mắt đưa chân
Mà xem con Tạo xoay vần đến đâu!

- ý cầu sinh, tránh khổ -

- Sở Khanh có dáng dấp thư sinh, biết họa thơ Kiều. (cộng nghiệp và ngã mạn)

- Đạm Tiên ứng mộng: (**Tác ý**, thúc đẩy Kiều đi theo con đường bạc mệnh.)

Số còn nặng nợ má đào
Người dầu muốn quyết, trời nào đã cho
Hãy xin hết kiếp liễu bồ
Sông Tiền Đường sẽ hẹn hò về sau.

d- Trốn khỏi Quan Âm Các ở nhà Hoạn Thư - ăn cắp chuông vàng khánh ngọc. Cũng không ở yên dẫn tới lầu xanh lần thứ 2 -

e- Khuyên Từ Hải ra hàng: là muốn tránh đao binh, là vì dân vì nước - Đó là nhân lành tạo nghiệp tốt. Ngoài ra vì lo sợ đời sống bấp bênh, nguy hiểm - muốn trở về quê hương - muốn sống bình yên, được là mệnh phụ phu nhân. Điều này cũng bình thường đối với một người đàn bà nhưng nó là cái nhân dẫn đến cái chết của Từ Hải - (Từ

Hải cũng vì cái nghiệp đa tình mà bị lừa, bị giết -) - Kiều thì phải phục vụ trong tiệc khao quân của Hồ Tôn Hiến, và vì từ chối làm thiếp của Hồ Tôn Hiến nên bị ép gả cho thổ quan.

3- Chuyển nghiệp

Trong cuộc đời 15 năm lưu lạc Kiều vẫn giữ được tâm hồn thanh cao. Luôn luôn tìm cách thoát cuộc sống ô trọc trong lầu xanh.

• Sau khi Từ Hải chết Kiều đã giác ngộ về cái nghiệp tài hoa của mình, nên trả lời Hồ Tôn Hiến:

Thưa rằng: "Bạc mệnh khúc này
Phổ vào đàn ấy những ngày còn thơ
Cung cầm lựa những ngày xưa
Mà gương bạc mệnh bây giờ là đây!"

• Khôn ngoan, sáng suốt biết thân phận - từ chối việc Thúc Sinh muốn chuộc Kiều khỏi lầu xanh vì biết trước sẽ bị Thúc Ông không thuận - Khi được Thúc Ông thuận cho Thúc Sinh chuộc Kiều về Thúc Sinh mê đắm không về thăm Hoạn Thư, Kiều khuyên Thúc Sinh nên về thăm vợ lớn và nói rõ mọi việc.

• Dứt bỏ được tham ái: - từ chối làm thiếp của quan tổng đốc Hồ Tôn Hiến.

Thưa rằng: "Chút phận lạc loài
Trong mình nghĩ đã có người thác oan
Còn chi nữa cánh hoa tàn
Tơ lòng đã dứt dây đàn Tiểu Lân."

Dứt bỏ nghiệp trước, tạo được những nghiệp nhân tốt. Lời Sư Tam Hợp nói với Giác Duyên kết luận về thân thế Kiều:

Xét trong tội nghiệp Thúy Kiều,

Mắc điều tình ái, khỏi điều tà dâm
Lấy tình thâm trả tình thâm,
Bán mình đã động hiếu tâm đến trời
Hại một người, cứu muôn người,
Biết đường khinh trọng, biết lời phải chăng

Lời Đạm Tiên ở sông Tiền Đường:

Chị sao phận mỏng, đức dày?

Kiếp xưa đã vậy, lòng này dễ ai!
Tâm thành đã thấu đến Trời
Bán mình là hiếu, cứu người là nhân
Một niềm vì nước vì dân
Âm công cất một đồng cân đã già
Đoạn trường sổ, rút tên ra
Đoạn trường thơ, phải đưa mà trả nhau,
Còn nhiều hưởng thụ về sau
Duyên xưa đầy đặn, phước sau dồi dào.

Khi Kiều nhảy xuống sông Tiền Đường là chấm dứt một kiếp đoạn trường.

Được Giác Duyên vớt lên là chuyển sang một kiếp khác.

Nghiệp quả tốt

Những nhân lành: khuyên Thúc Sinh, khôn ngoan, biết điều. Không trả thù Hoạn Thư.

Kiều được gặp lại cha mẹ, các em và Kim Trọng là cái quả của việc dứt bỏ được tham đắm, ngã mạn, đã làm điều phước đức trước.

Với Kim Trọng, Kiều chiều theo ý muốn của Thúy Vân, của cha mẹ và nhất là tấm tình của Kim Trọng mà thành hôn với Kim Trọng cho trọn lời thề. Nhưng Kiều đã bỏ tình dục, sống với Kim Trọng trong tình bạn. Bỏ được tham ái mà giữ được tình nghĩa.

Do đó tâm thanh thản, bình yên và có hạnh phúc. Tiếng đàn Kiều gảy cho Kim Trong nghe lần chót trong đêm tân hôn là tiếng đàn đầm ấm dương hòa, không còn bi thương sầu thảm nữa:

Nàng rằng: "Vì mấy đường tơ,
Lầm người cho đến bây giờ mới thôi!
Ăn năn thì sự đã rồi,
Nể lòng người cũ vâng lời một phen."
Phím đàn dìu dặt tay tiên
Khói trầm cao thấp, tiếng huyền gần xa
Khúc đâu đầm ấm dương hòa
Ấy là hồ điệp hay là Trang sinh
Khúc đâu êm ái xuân tình
Ấy hồn Thục đế hay mình đỗ quyên
Trong sao châu dỏ duyềnh quyên

Ấm sao hạt ngọc Lam điền mới đông!
Lọt tai nghe suốt năm cung
Tiếng nào là chẳng não nùng xôn xao.
Chàng rằng: "Phổ ấy tay nào
Xưa sao sầu thảm, nay sao vui vầy?
Tẻ vui bởi tại lòng này,
Hay là khổ tận đến ngày cam lai?"
Nàng rằng: "Vì chút nghề chơi
Đoạn trường tiếng ấy hại người bấy lâu!
Một phen tri kỷ cùng nhau
Cuốn dây từ đấy, về sau xin chừa."

Chấm dứt nghiệp hồng nhan bạc mệnh.

D- Kết luận-

Trần Trọng Kim trong bài viết Lý thuyết Đạo Phật trong truyện Kiều đã kết luận: "*Khi cô Kiều còn đang phải chịu cái nghiệp xấu trước, thì từ lời nói đến tiếng đàn, cái gì cũng có cái giọng sầu khổ đau đớn. Thế mà khi cô đã trút hết cái nghiệp trước, bước sang chịu cái nghiệp khác thì trong lòng thư thái, không bồn chồn như trước nữa. Ngay tiếng đàn đánh ra lúc ấy, người nghe nhận ra rằng: xưa sao sầu thảm, nay sao vui vầy.*"

Cuộc đời Kiều cho ta một bài học. Cái nghiệp do mình tạo ra dù trong nhiều kiếp trước hay trong kiếp này mình phải chịu, không thể trốn tránh được. Trong cuộc sống của kiếp này nếu người ta không có tuệ giác, vẫn tiếp tục để cho những tâm sở bất thiện, những tham ái, sân si lôi cuốn, thì tạo ra thêm những nghiệp ác và mãi mãi. Nhưng nghiệp có thể chuyển hóa bằng sự tu tập. Bằng sự buông bỏ cái **ta tham đắm**, cái **ta ích kỷ** "ngã mạn". Làm thiện để tạo quả tốt: nghiệp lành. Do đó ta thấy Phật pháp dạy người Phật tử khi làm một việc gì nên nghĩ đến nhân, đến kết quả. Tránh cái hại cho người và cho mình. Tạo phúc lợi, niềm vui cho người mà cả cho mình.

Trần Triệu Hoàng

***Ghi chú**: Sách trích dẫn: Truyện Thúy Kiều (Đoạn Trường Tân Thanh) Bùi Kỷ và Trần Trọng Kim hiệu khảo - NXB Xuân Thu ở Houston tái bản - In lần thứ bảy, có thêm bài Nói về lý thuyết Phật học trong Truyện Kiều.*

TM

Một Trang Ký Ức Về Phan Lạc Hoa

LƯU TUẤN GIAO

Buổi sáng ngày 27 tháng 11 năm 1974, ông Tạ Đình Đề, nhân vật huyền thoại một thời trong kháng chiến chống Pháp, đang là Trưởng ban Thể Dục Thể Thao Đường Sắt kiêm Xưởng trưởng Xưởng Dụng Cụ Cao Su Xuất Khẩu Đường Sắt, chẳng hiểu sao bị công an bắt giam.

Xưởng Dụng Cụ Cao Su Xuất Khẩu Đường Sắt mà người đời thường gọi là "Xưởng Vợt Ông Đề" vì mặt hàng xuất khẩu chỉ có vợt bóng bàn "mút"; được thiên hạ biết đến như một nơi rất nổi tiếng. Có lẽ do ông Tạ Đình Đề đã thâu nạp nhiều người vào làm việc có thành phần mà xã hội lúc đó coi là "phức tạp". Và cũng vì ở đó, mọi thứ từ sản xuất đến các phong trào văn hóa, văn nghệ, thể thao đều tiến triển rất ngoạn mục. Riêng về văn nghệ, xưởng có hẳn một đội ca múa nhạc hùng hậu, đại diện cho ngành Đường Sắt thường xuyên đi biểu diễn nhiều nơi với cái tên Văn Công Đường Sắt, nhưng người đời chỉ thích gọi là "Văn Công Ông Đề". Nhiều lần đoàn còn được ngành văn hóa cấp phép cho được biểu diễn bán vé thu tiền.

Việc ông Tạ Đình Đề bị bắt đột ngột, khiến từ sản xuất đến mọi hoạt động của Xưởng, chao đảo như con thuyền không lái. Mọi người hoang mang, chỉ làm việc cầm chừng, suốt ngày tụ tập, bàn tán…

Vài tuần sau, lãnh đạo Tổng Cục Đường Sắt cử Chánh Văn phòng Tổng cục là ông Vạn Lịch xuống thay ông Đề, làm Xưởng trưởng. "Thuyền trưởng" Vạn Lịch với bản lĩnh của mình, dốc sức chèo lái, và chỉ một thời gian ngắn đã đưa "Xưởng vợt ông Đề" vượt qua sóng gió, trở lại bình yên.

… Sau ngày 30 tháng 4 năm 1975, nước nhà thống nhất, đoàn "Văn công Ông Đề" được lãnh đạo Tổng Cục Đường Sắt cho phép tuyển lựa, chọn lọc những hạt nhân văn nghệ của toàn ngành lên tập huấn. Đoàn còn được phép thành lập hẳn một đội kịch nói để tập luyện, trình diễn vở kịch "Đoàn Tầu Đi Về Phương Nam" của tác giả Hà Đăng Ấn, Tổng Cục trưởng Tổng Cục Đường Sắt, chuẩn bị chuyến lưu diễn dài ngày ở các tỉnh miền Trung, miền Nam. Nếu thiếu diễn viên thì tuyển thêm ở ngoài ngành.

Thời gian sau ngày thống nhất, được đi công tác vào miền Nam là niềm mơ ước của nhiều người. Khi ngoài Bắc còn thiếu thốn đủ thứ, vẫn trong tình trạng chế độ tem phiếu, hàng hóa phân phối, thì trong đó nhu yếu phẩm, hàng hóa đủ thứ ê hề, giá lại quá rẻ. Những thứ như TV đen trắng, tủ lạnh, quạt điện, cassette, dàn máy nghe nhạc "mác" Sharp, Hitachi, Akai, hay xe Honda... bán đầy đường. Ai mang ra ngoài Bắc chỉ một thứ thôi, đã là "Tướng".

Khi đó Văn Công Ông Đề đã có tên chính thức là Đoàn Văn Công Đường Sắt, đặt dưới sự lãnh đạo của văn phòng tổng cục, nên nhiều ca sĩ, nghệ sĩ, diễn viên xin về "đầu quân" tấp nập... Không kể khoảng chục mống được chọn lọc từ Văn Công Ông Đề và trong ngành Đường Sắt có tôi, Minh Đức, Hữu Nam, Duy Tâm, Kim Diến, Kim Bảo, Đức Lộc, Trần Hùng… thì lúc ấy quân số toàn đoàn tăng thêm khoảng tới sáu chục mống nữa ở các đoàn nghệ thuật chuyên nghiệp chuyển về. Kịch nói có Hữu Độ, Hải Yên, Trọng Phan, Cường Việt, Lập Đức, Liên Hương… Ca múa nhạc có thêm Vân Mai, Trọng Đài, Phúc Hậu, Phúc Tiến, Vân Sắc, Minh Thúy, Thiên Hương, Trần Bình, Đức Bình, Trần Quyền, Hữu Đối, Trọng Tài, Tiến Tuyên, Minh Thư, Huy Hoàng, Ngọc Thu, Kim Phụng, Khôi Nguyên, vợ chồng Khắc Thiện - Minh Thông, vợ chồng Phan Lạc Hoa - Thanh Hoa…

Có người khi về đoàn thì ông Tạ Đình Đề chưa bị sao. Có người khi về đoàn, trong đó có vợ chồng nhà Hoa, thì ông Tạ Đình Đề đang nằm trong trại giam của công an.

oOo

Sáng ngày 7 tháng 6 năm 1976, Tòa án Nhân dân Thành phố Hà Nội mở phiên sơ thẩm xét xử vụ án Tạ Đình Đề.

Chiều ngày 12 tháng 6 năm 1976, phiên tòa kết thúc. Tòa tuyên bố ông Tạ Đình Đề vô tội, được tha bổng ngay tại tòa.

Mấy hôm sau, Đoàn Văn Công Đường Sắt gồm một đội ca múa nhạc tạp kỹ, một đội kịch nói cùng bộ phận hậu đài, dưới sự dẫn dắt của ban lãnh đạo đoàn, quân số gần cả trăm người, lên tầu tại ga Hàng Cỏ xuôi về nam, bắt đầu chuyến đi lưu diễn dài ngày ở các tỉnh phía nam.

Diễn biến và kết quả tốt đẹp về vụ án ông Tạ Đình Đề mấy hôm trước, làm mọi người trong đoàn hết sức vui mừng và thêm phần phấn chấn trong chuyến đi này.

Tầu vừa qua ga Văn Điển, ca sĩ Minh Đức phụ trách ban ca, đã tập hợp tốp ca nam để cùng tranh thủ ôn luyện lại các bài hát cho "nhuyễn", vì tới Thanh Hóa đoàn đã biểu diễn ngay. Tốp ca nam có 6 người, còn thiếu Phan Lạc Hoa. Minh Đức bảo tôi đi tìm. Đến cuối toa, chỗ ghế vợ chồng nhà Hoa cùng hai đứa con gái bé lít nhít ngồi, không thấy hắn đâu, tôi hỏi Thanh Hoa. Thanh Hoa bảo anh Hoa đang cho con gái… đi tè!

Thời gian ấy tuyến đường sắt Bắc Nam chưa hoàn thành. Tới ga Vinh phải chuyển sang đi ô tô. Đi lại vất vả như thế, nên việc "bầu đoàn thê tử" nhà Hoa được cùng đi trong chuyến lưu diễn dài ngày lần này của Đoàn Văn Công Đường Sắt là một sự việc hiếm. Phan Lạc Hoa nhăn nhó trần tình với chúng tôi, "Hai "thị mẹt" để ở nhà không nhờ ai trông giúp được. Không đi, ở nhà ư? Bị cắt lương, làm gì có tiền đong gạo?" Gãi đầu gãi tai, trình bày hoàn cảnh, mãi thủ trưởng Vạn Lịch mới cho phép mang theo lũ nhóc. Chao ôi, cái nghiệp nó thế!

Những tối biểu diễn, vợ chồng nhà Hoa bận tíu tít. Vừa lo trang phục, trang điểm, vừa lo trông hai con nhỏ. Đứa lớn 4 tuổi, đứa nhỏ kém chị 1, 2 tuổi. Cũng may, hai đứa trẻ thích nghi với hoàn cảnh, rất ngoan. Khi mẹ lên sân khấu thì chúng ngồi với bố. Khi bố lên sân khấu thì đã có mẹ. Khi cả bố cả mẹ lên sân khấu thì đã có các cô các chú ở tổ hậu đài. Khi tất cả đều bận, thì đứa lớn trông đứa bé, nằm ngủ trên cái chiếu bố chúng mang theo.

Thấy tình cảnh nhà Hoa thế, phụ trách chuyên môn và lãnh đạo đoàn cùng đồng ý giảm bớt phần diễn của Phan Lạc Hoa, để hắn có thời gian trông hai con nhỏ, và Thanh Hoa yên tâm biểu diễn. Không muốn mang tiếng "ăn theo", Phan Lạc Hoa xin nhận làm thêm việc ở tổ hậu đài. Phần điện đóm, vẽ vời hắn cũng làm được.

Khoảng cuối tháng 6 năm 1976, trong cái nắng khắc nghiệt 38, 39 độ cùng những cơn gió Lào nóng rát mặt, Đoàn Văn Công Đường Sắt đến thành phố Huế biểu diễn. Đoàn được cơ quan Đường Sắt khu vực miền Trung sắp xếp ăn ở trong khu "gia binh" tại An Cựu, cách Huế 5 cây số, trước là nơi trú ngụ của gia đình binh lính chế độ Việt Nam Cộng Hòa. Những dãy nhà trệt xây gạch, lợp tôn, nền bê tông, tường vôi vàng long lở. Xung quanh khu nhà vẫn còn nhiều đoạn hàng rào dây kẽm gai, lỏng chỏng vài chiếc thùng phuy vỡ toác hoen rỉ. Cả khu nhà không có lấy một bóng cây. Cơ sở vật chất thiếu thốn nhiều thứ.

Gia đình Phan Lạc Hoa ở trong một căn buồng rộng khoảng 20 mét vuông, đồ đạc chỉ có ba chiếc giường cá nhân và một cái bàn văn phòng. Minh Đức rất lo cho hoàn cảnh nhà Hoa. Nóng nực thế, sinh hoạt thiếu thốn, nhỡ trẻ con bị ốm thì sao. Sẽ ảnh hưởng cả đến bố mẹ chúng, đến đoàn. Minh Đức tìm mượn được thêm hai cái bàn nữa. Hắn bảo tôi và Phan Lạc Hoa cùng khiêng về phòng, kê liền nhau như một cái phản gỗ khá rộng để mẹ con Thanh Hoa nằm chung. Có những buổi trưa mấy mẹ con trải chiếu nằm dưới gầm 3 cái bàn, tránh cái nóng hầm hập từ mái tôn dội xuống. Không có quạt điện, vợ chồng nhà Hoa mỗi người một cái quạt "nylon" thay phiên nhau quạt mát cho hai đứa trẻ ngủ yên giấc.

Hàng ngày nhà bếp dọn hai bữa ăn chính. Sáu người một mâm. Riêng nhà Hoa ưu tiên một mâm, suất ba người. Một lần, đến bữa, như mọi khi, Phan Lạc Hoa ngồi quạt cho vợ con ăn trước. Vừa "múa" quạt, hắn vừa ê a:

- "*Sợi buồn con nhện giăng mau,*
Em ơi ăn nhé, anh hầu quạt đây".

Phúc Hậu, cùng mâm với tôi, nói chõ sang bên nhà Hoa:

- Thằng này giỏi nhỉ, dám "mô-ni-phê" cả thơ Xuân Diệu để nịnh vợ!

Phan Lạc Hoa cười:

- Dạ, xin đàn anh đừng lấy râu ông nọ cắm cằm bà kia!

Phúc Hậu là nhạc trưởng của đoàn, một tay đàn violon có tên tuổi ở Hà Nội, đã học nhạc từ thời Tây khi còn nhỏ, tiếng Pháp thông thạo, hiểu biết nhiều thứ, thuộc lứa đàn anh. Khi nghe Phan Lạc Hoa nói vậy, "đàn anh" Hậu hơi ngỡ ngàng hỏi Hoa nói cái gì thế?

- Thơ của Huy Cận, không phải Xuân Diệu. - Tôi trả lời thay cho Phan Lạc Hoa.

Phúc Hậu à à bảo là mình hay lẫn lộn hai cái ông nhà thơ này lắm.

Ăn xong trước, Thanh Hoa dắt hai trẻ về phòng. Phúc Hậu liền đố tôi: "Xuất khẩu thành thơ", vịnh cảnh cái thằng giỏi nịnh vợ này xem!

"Thơ thẩn làm gì, có đôi câu Xẩm hay hơn". Tôi nói vậy và dùng hai chiếc đũa ăn cơm giả làm đàn cò, rên rẩm:

- Ò í e... e
Vợ chồng cùng nghề văn công,
Đàn con nheo nhóc, cực không? Ông trưởng đoàn!
E í ò... o.

Cả lũ cùng mâm với tôi vỗ tay tán thưởng.

Phan Lạc Hoa nhếch miệng cười như mếu, rồi cũng cầm hai chiếc đũa gõ vào chiếc bát ăn cơm kêu cách cách theo nhịp, đoạn cất cái giọng trầm khàn ngâm nga đối lại:

- Lũ chúng ta đầu thai nhầm thế kỷ,
Một đôi người u uất nỗi chơ vơ
Đời kiêu bạc không dung hồn giản dị
Thuyền ơi thuyền! Xin ghé bến hoang sơ.

Xong, hắn bỏ dở bữa cơm, đi luôn.

Phúc Hậu tròn mắt nhìn theo gật gù, bảo được đấy, thuộc cả thơ Vũ Hoàng Chương, rất cao siêu, không coi thường cái thằng tỉnh lẻ này được!

Riêng tôi giật mình ngay khi vừa nghe câu "Lũ chúng ta đầu thai nhầm thế kỷ". Bởi thi sĩ sáng tác bài thơ có cái câu thơ trên là ông cậu rể tôi. Và tôi vẫn thường ca cẩm cái đoạn thơ ấy mỗi khi lâm vào cảnh phải gánh chịu những nỗi thiệt thòi, cay đắng do "ảnh hưởng" của lý lịch ông cha.

Vợ chồng nhà Hoa mới về "Văn công Ông Đề" chừng vài tháng nay. Tôi cũng chỉ biết sơ qua chút ít về họ như sau: Thanh Hoa dân ngoại thành Hà Nội, đã học trường Âm Nhạc ở Hà Nội. Có giọng hát rất hay, tình cảm mang đậm chất dân ca. Trước là diễn viên đơn ca của Đoàn Văn Công Trường Sơn. Phan Lạc Hoa làm việc ở mỏ than Quảng Ninh, sau được về học hay làm việc gì đấy ở trường Âm Nhạc Hà Nội. Họ gặp nhau, quen nhau, yêu nhau rồi lấy nhau, có hai con gái...

Như thế, cả hai vợ chồng bản chất giai cấp công nông thuộc thành phần cơ bản của chế độ, lại được nhà nước nuôi cho ăn học. Vậy cớ chi mà Phan Lạc Hoa phải than thân trách phận "Lũ chúng ta đầu thai nhầm thế kỷ"?

Khoảng mươi ngày sau, nỗi thắc mắc của tôi đã được giải đáp.

Lúc ấy đoàn vào biểu diễn ở thành phố Đà Nẵng. Đoàn được sắp xếp ở tại mấy ngôi nhà biệt thự cạnh ngay bãi biển Thanh Bình. Sáng sáng mọi người trong đoàn thường ra tắm biển. Một sáng, bên mép nước Thanh Hoa cùng hai con bé đang chơi trò đắp núi cát. Phan Lạc Hoa ngồi một mình trên bãi cát. Tôi đến bên hắn định gợi chuyện, thì hắn độp hỏi luôn một câu, đến giờ câu hỏi ấy vẫn hằn sâu trong ký ức tôi.

- Ông bô mày bị đi cải tạo vì "phốt" gì thế?

Tôi chưa kịp ú ớ gì, hắn đã "hỏi cung" tiếp:

- Địa chủ, tư sản, quan lại phong kiến hay phản động?

Chuyện ông bố bị bắt đi trại cải tạo mất gần 7 năm, lúc tôi 18 tuổi vừa tốt nghiệp cấp 3 ở trường Chu Văn An, nhiều người biết. Tuy vậy thấy hắn hỏi, tôi vẫn kể lại câu chuyện trên cho hắn nghe. Cả chi tiết tôi không biết ông bố bị bắt đi cải tạo vì lý do gì, nên trong lý lịch trích ngang đã khai như sau: "Do thực dân Pháp cho học tập, đào tạo thành trí thức, để làm tay sai, phục vụ chính quyền phong kiến, thực dân xâm lược, đàn áp, bóc lột nhân dân ta, nên là phản động. Nay được nhà nước ta cho đi tập trung học tập cải tạo để thành người tiến bộ" ... Thấy hắn am hiểu thơ văn, tôi còn cho hắn biết thêm, thi sĩ Đinh Hùng là cậu ruột tôi và thi sĩ Vũ Hoàng Chương lấy bà cô, em ruột mẹ tôi. Bố mẹ tôi đông con, còn vợ chồng cô tôi hiếm muộn chưa có con, nên hồi chín, mười tuổi, tôi thường đến ở nhà cô cậu Chương. Năm 1954 cả hai ông đưa gia đình di cư vào Nam. Hiện gia đình hai ông cậu tôi vẫn đang ở Sài Gòn. Tôi tham gia đoàn Văn Công Đường Sắt lần này để có cơ hội hợp pháp vào Sài Gòn tìm lại họ hàng và mua cái xe máy Honda.

Có lẽ thấy tôi "thành khẩn" khai báo lý lịch cho nghe, và cũng có thể vì tình cờ biết tôi là thằng cháu của hai ông thi sĩ Thơ Ma, Thơ Say mà hắn ngưỡng mộ nên lần ấy Phan Lạc Hoa cũng "thành khẩn" khai với tôi chuyện gia đình mà như hắn bảo: "Chưa cho thằng nào biết."

Phan Lạc Hoa kể với tôi, tóm tắt như sau: "Hắn người Hữu Bằng - Thạch Thất. Nhà ở gần chùa Thầy. Hồi Cải Cách Ruộng Đất, gia đình hắn bị quy thành phần địa chủ. Ông bố bị bắt, đấu tố. Nhà cửa, ruộng vườn bị tịch thu. Gia đình tan nát. Lúc ấy hắn lên mười tuổi, được một người họ hàng tìm cách đưa trốn khỏi quê, ra ngoài Quảng Ninh. Thân phận hắn ba chìm, bẩy nổi cũng qua đi theo thời gian… Đến giờ có vợ, có con, nhưng cuộc sống vẫn chưa ổn định, nghề nghiệp còn vớ vẩn nói gì đến sự nghiệp. Văn Công Đường Sắt là nơi ghé chân lúc cơ nhỡ, sau này hạ hồi phân giải. Cũng có dự định như tôi, nhân chuyến đi này hắn sẽ vào Sài Gòn để tìm họ hàng. Cũng muốn sắm Honda, chắc không đủ tiền.

… Khi tốp ca nam lên sân khấu biểu diễn, tôi với hắn đứng cạnh nhau, cùng hát bè hai.

Giờ hai đứa ngồi sát bên nhau, cuộc đời cùng cảnh ngộ, im lặng, nhìn ra phía biển xa.

"Lũ chúng ta đầu thai nhầm thế kỷ…"

oOo

… Sáng ngày 25 tháng 3 năm 2012, Phan Huyền Thư con gái đầu của vợ chồng Phan Lạc Hoa - Thanh Hoa, lái xe ô-tô riêng chở mẹ đến dự buổi lễ kỷ niệm 45 năm ngày thành lập Đoàn Văn Công Xung Kích Đường Sắt tại 65 phố Quán Sứ. Chỗ ấy năm xưa chính là nơi chôn nhau cắt rốn của đoàn "Văn Công Ông Đề".

Nhiều người từng "tạm trú" ở "Văn Công Ông Đề" rồi lại bước tiếp trên con đường nghệ thuật và đã gặt hái những thành công, được nhà nước phong tặng danh hiệu cao quý. Như ca sĩ Minh Đức, ca sĩ Thanh Hoa, nhạc sĩ Trọng Đài, nghệ sĩ Trần Bình, nghệ sĩ Hữu Độ, nghệ sĩ Trọng Phan, đạo diễn Cường Việt…

Rồi vợ chồng nghệ sĩ Khắc Thiện - Minh Thông tưởng đã dứt hẳn nghiệp "cầm ca", vậy mà đến khi về hưu ở tuổi đầu sáu rồi, chất "Nghệ" trong máu bỗng nổi lên; cặp vợ chồng "dối già" bằng cách thành lập hẳn Đoàn Nghệ Thuật Người Cao Tuổi Toàn Quốc. Đoàn hoạt động đã được gần 10 năm, thành tích, tiếng tăm vang xa khắp nước.

Cũng trong buổi lễ kỷ niệm, mọi người đều đứng lên dành một phút trang nghiêm, im lặng cúi đầu tưởng nhớ đến một con người đặc biệt - Nhạc sĩ Phan Lạc Hoa.

Hôm đó tôi gặp Phan Huyền Thư. Tôi hỏi cháu có biết bố cháu thành phần địa chủ? Cháu trả lời: "Có ạ." Rồi cháu hỏi lại tôi: "Vì sao bác biết?" Tôi bảo là, tôi biết được chuyện ấy từ lâu lắm. Một buổi sáng mùa hè tháng 6 gần 40 năm trước, trên bãi biển Thanh Bình, Đà Nẵng. Trong khi hai chị em cháu cùng mẹ đang chơi trên bờ biển, tôi và bố cháu ngồi trên bãi cát; cả hai cùng cảnh ngộ, đã dốc bầu tâm sự kể cho nhau biết chuyện đời tư. Thực hiện lời hứa với bố cháu, tôi đã không nói cho ai biết chuyện bố cháu thành phần địa chủ. Cháu bảo, cháu thường xuyên về quê. Quê nội cháu ở xã Hữu Bằng, huyện Thạch Thất. Và vừa rồi ở quê, bố cháu được vinh danh tên tuổi cùng với những vị tiền bối đã có công làm rạng danh dòng họ Phan Lạc. Cháu mời tôi có dịp cùng về thăm quê nội của cháu.

Ôi Phan Lạc Hoa, 44 năm trước tôi đã có đôi câu Xẩm tặng hắn. Giờ lại có đôi câu Xẩm nữa khấn hắn để tưởng nhớ tới một thằng bạn, đã một thời cùng tôi phiêu du trên con tầu Văn Công Ông Đề - Văn Công Đường Sắt.

Sống cực nhọc, chết điên rồ,
Thân tan tro bụi, nghiệp đời lên ngôi.

Lưu Tuấn Giao

Thơ Tình
Thi Phẩm Đầu Tiên In Chung

LUÂN HOÁN

Giới từ "nếu" mở ra những sự việc khác với thực tế đã và đang có; thường dẫn dắt người dùng giới từ này có những mơ mộng tốt đẹp hơn, dù không hẳn luôn luôn như thế.

Ở đây, tôi cũng dùng chữ "nếu" để vu vơ hình dung những diễn tiến khác hơn cho cả một cuộc đời riêng.

Nếu không có các bạn Đynh Hoàng Sa, Hà Nguyên Thạch, Vương Thanh, Tô Yên Lê Văn Nghĩa, Phan Nhự Thức, Huỳnh Bá Dũng... chắc chắn tôi đã không chọn về sư đoàn 2 Bộ Binh với địa bàn hoạt động chính: Quảng Ngãi. Tôi có nhiều cơ hội với những đơn vị kề cận thủ đô Sài Gòn hơn. Và nếu như vậy, có thể tôi đã "anh dũng đền nợ nước" hoặc thương tích của tôi có thể khác, đẹp hơn nữa tôi cũng có thể còn "ngao du cùng vũ khí" cho đến ngày của lịch sử sụp tối, trong màu đỏ quá đậm chất máu. Hoang tưởng hơn, nếu tôi còn tại ngũ, Việt Nam Cộng Hòa biết đâu vẫn còn ngon lành !!!. Và chắc chắn con đường chữ tôi đi sẽ khác hẳn bây giờ...

Tôi đang gõ những dòng hồi ký rời, về "con đường chữ" riêng mình, nên thấy cần tỉ mỉ dẫn đến dông dài như trên. "Con đường chữ", tên gọi tôi chợt nghĩ ra, và sẽ thêm vào hai chữ "sau lưng" nhằm nói lên sự việc đã qua. **Con Đường Chữ Sau Lưng** sẽ là tên gọi cuốn hồi ký rời thứ tư này. (trước đây là Quá Khứ Trước Mặt, Dựa Hơi Bè Bạn 1, Dựa Hơi Bè Bạn 2)

+

Tôi vào Quảng Ngãi đầu tháng 11 năm 1967. Đã có ghi khá rõ trong cuốn Quá Khứ Trước Mặt, nên không nhắc lại nhiều. Tại đây tôi có nhiều bạn văn mới, và thân thiết nhất là anh Nguyễn Khắc Minh. Một chút tiểu sử của người bạn này (dựa theo Tác Giả Việt Nam - Lê Bảo Hoàng):

Khắc Minh tên thật **Nguyễn Khắc Minh**, bút hiệu khác Nguyễn Thiên Bút, Nguyễn Quảng Ngãi, sinh ngày 26-11- 1937 tại phường Chánh Lộ, Quảng Ngãi; Cựu giáo chức, cựu quân nhân Việt Nam Cộng Hòa, phục vụ tại tiểu khu Quảng Ngãi. Sau 1975 ở lại quê nhà. Hiện định cư tại thành phố Quảng Ngãi. Bắt đầu viết năm 1958, lai rai có bài trên các tạp chí tại Sài Gòn. Đã cùng Phan Nhự Thức, Luân Hoán, Nghiêu Đề, Đynh Hoàng Sa, Hà Nguyên Thạch, Vương Thanh chủ trương tạp chí Trước Mặt, Tập Hợp tại Quảng Ngãi trước 1975; Cùng Thái Gia Hòa, Lâm Anh, Trần Thuật Ngữ, Lê Văn Thành, Lê Văn Trung, Vương Phúc Gia, Đinh Hoài An thực hiện chương trình đọc thơ trên đài phát thanh Quảng Ngãi thập niên 70; Cùng nhiều bạn khác góp tay xây dựng, thành lập trường Quảng Ngãi Nghĩa Thục (nay là đại học Phạm Văn Đồng !).

Tác phẩm đã xuất bản: Thơ Tình (thơ, cùng Luân Hoán, 1968), Ca Dao Tình Yêu - Chân Mây Điệp Khúc (thơ, cùng Luân Hoán xb1969), Một Khúc Sông Trà (in chung nxb Văn Nghệ tp HCM, 1988), Những Nẻo Tình Thơ (thơ, in chung, nxb VHTT Hà Nội, 2002), Gói Mây Trong Áo (thơ, in chung, nxb Trẻ, 2003), Vườn Thơ Tao Ngộ (thơ, in chung, nxb Thanh Niên, 2006), Tứ Ngũ Lục (thơ, in chung, nxb Thanh Niên, 2006), Tuyển tập Thơ Nhạc Quảng Ngãi (in chung, 2006).

Khắc Minh ra đời trước tôi bốn năm, vui tính, thân thiện, lè phè và chắc chắn lười biếng. Anh làm thơ đúng với nghĩa tiêu khiển, tùy hứng. Chúng tôi nhanh chóng thân nhau. Trước khi được vào đại gia đình quân lực Việt Nam Cộng Hòa, trước khi làm lính gác giặc cho Quảng Ngãi, tôi đã có ba đầu sách thơ, số lượng nhiều hơn các bạn chơi chung ở thành phố màu ô liu này. Tôi có tính xấu, sợ lẻ loi, ưa đốc sử, nên thường xúi hết bạn này đến bạn khác in sách, nhưng hầu hết chỉ nhận được những nụ cười trừ. Khắc Minh con nhà giàu, anh có điều kiện in sách, nhưng không nhiều hứng thú. Tôi rủ, anh thuận với điều kiện có tôi đứng chung. Anh đã gãi đúng chỗ người một người háo danh. Vậy là tập Thơ Tình có mặt.

Trước khi vào Quảng Ngãi, Hà Nguyên Thạch đã thuê phòng giúp tôi tại chung cư nhỏ Trùng Khánh. Phòng như bàn tay nhưng nửa tháng đầu đựng đến bốn ông chuẩn úy, Trần Mỹ Lộc, Châu Văn Tùng, Nguyễn Văn Pháp, Lê Ngọc Châu. Lộc tử trận ngay trong "cuộc hành quân ra mắt cuộc đời binh nghiệp" ở Xuân Phổ. Tùng và Pháp chuyển về Quảng Nam Đà Nẵng, gần như tức thời sau cái "anh dũng đền nợ nước" của Lộc. Tôi một mình đóng cửa đi về chừng mươi ngày thì Nghiêu Đề từ Sài Gòn về. Ông họa sĩ chịu chia tiền phòng cùng tôi. Anh rong chơi, tôi hành quân. Chúng tôi thường ở chung vào vài ngày đầu mỗi tuần, thời gian ít có những trận đánh. Thời kỳ này "khu Trùng Khánh" thật vui. Ăn nhậu và nói chuyện văn nghệ, bò lạc cũng thỉnh thoảng theo từng cá nhân mà đến. Tôi hối thúc Nghiêu Đề vẽ mẫu bìa từng ngày. Cái lười của ông này thuộc loại vô cùng. Thêm vào đó sự thận trọng trong nghệ thuật, không dễ gì anh chiều ai. Các bạn đừng ngạc nhiên khi tôi gọi "ông", lúc tôi xưng "anh". Thói quen giữa chúng tôi đa phần là mày, tao nhưng cũng không thiếu lúc "ông", "tôi". Một hôm sau cuộc hành quân, tôi mang về phòng mấy quả lựu đạn tự chế của Việt Cộng. Loại lựu đạn thủ công này có hình dáng không giống nhau, trông khá ngộ, tôi mang về để chưng bên giường. Nghiêu Đề hoảng hồn ra ngay điều kiện: ông đem giùm mấy của nợ này đi, tôi sẽ hoàn tất bìa cho hai ông ngay hôm nay. Tôi bất ngờ một cách thú vị. Nghiêu Đề giữ đúng lời hứa. Bìa anh làm thật tuyệt, rất thích hợp với điều kiện không thể in nhiều màu. Khắc Minh và tôi thật vừa ý. Có mẫu bìa của tên tuổi Nghiêu Đề, tập thơ như đã có giá trị nghệ thuật gần một nửa rồi. Dù sung sướng tôi vẫn giỡn: "Nghiêu Đề ơi, phần vẽ phía trên tên tác giả sao mà giống vỏ lựu đạn quá chừng, nhiều gân, nhiều vân thật !" Nghiêu Đề vừa thở khói Ruby vừa gật gù, xem chữ viết của mấy quan kìa. Hình thức tập thơ in chung thứ nhất diễn tiến như vậy.

Phần nội dung. Tôi viết lời mở gọi là "Bày Tỏ", nhằm thanh minh thanh nga việc làm thơ tình yêu trai gái, giữa lúc nên tập trung tư tưởng cho cuộc chiến. Bài viết như một bài thơ xuôi, đầy hai trang.

Phần thơ Khắc Minh từ trang 9 đến trang đến trang 41. Gồm 15 bài lục bát, 3 bài 8 chữ và 1 bài 7 chữ. Thơ Khắc Minh đa phần ngắn.

Phần thơ của tôi từ trang 45 đến trang 101 gồm 17 bài lục bác, 7 bài thơ tự do. Thơ tôi bài nào cũng lắm câu.

Sau trang mục lục là trang in quảng cáo thi phẩm của hai tác giả, bao gồm: sách đã xuất bản, sách đang ấn hành, sách sẽ xuất bản.

Ở sách đang ấn hành của tôi, là tập Viên Đạn Cho Người Yêu Dấu, cuốn này sau đó được xuất bản. Hai cuốn ghi sẽ xuất bản có tên Ngợi Ca Quê Hương và Nhìn Mặt Người đều không thành hình.

Với Khắc Minh thơ đã xuất bản gồm Nhớ Thương (1958) và Vùng Buồn Của Biển (1963), tôi đều chưa được đọc. Phần thi phẩm của anh sẽ in gồm 2 tập, có tên Trên Yên Ngựa và Bóng Chim cũng không thành hình sau này.

Việc thông tin trước tác phẩm sẽ in không phải là ba hoa bày đặt, nhưng đa số hình như có thay đổi tên tác phẩm, vì thế khi tôi sưu tập Tác Giả Việt Nam, tôi loại đi thông tin này, sợ sau này thành tin thất thiệt.

Không nên tự mình khen bài viết của mình, nên trong hồi ký này tôi không nhận xét về hồn vía, kỹ thuật nội dung, nhưng không vì thế không trích vài bài tiêu biểu.

Mời quí bạn đọc:

NGÓN THƠ

(tặng Tâm)

của em mười búp tay ngà
búp nào đeo nhẫn búp nào trao hôn ?
búp nào che bóng tình buồn
búp nào hờn nũng yêu thương mặn nồng
thôi sơn mười búp tay hồng
nửa ru kỷ niệm nửa bồng bế con.

Khắc Minh.

LỜI CHÀO

khi mây theo gió về nguồn
tiễn nhau còn lại trời buồn vợi ru
tàu đi bến đỗ hoang vu
dấu ghi kỷ niệm sương mù phủ che.

Khắc Minh

SAY

tay vương đồi ngực em mềm
mắt ru mắt ngủ môi tìm môi hôn
lời trao tim loạn từng cơn
vị thơm tình ái vào hồn thương yêu.

Khắc Minh.

BÀI ĐẤT MẸ

Quảng Ngãi đó lâu rồi xa rất nhớ
mưa trải dài chiều xõa tóc hong sương
con phố cũ đường quen ru tuổi nhỏ
ta trở về nghe bão rớt trong tim

từ trở lại con đường mòn cuối phố
khói mù sương vờn lấp dấu chân đơn
chiều Thiên Ấn bóng chìm mờ xuống thấp
sáng Sông Trà mưa từng vệt nghiêng che

xin Thiên Bút viết thơ tình thứ nhất
cho thơ ta thắp sáng tận đỉnh trời
khi về đó người theo chân dấu nắng
dẫu rưng rưng đừng khóc động thơ buồn

làm lính chiến mất vàng son tuổi trẻ ?
có bao giờ người nuối tiếc tình quên
ta bàn tay vẫn ươm vàng khói thuốc
tóc vẫn bồng bềnh trời trở gió sang đêm

thành phố đó vẫn điêu tàn lửa khói
ta trở về nghe lạc lõng bước chân đơn
và ngày mai thôi trở về đơn vị
trả tình yêu cho cuộc chiến bây giờ

Khắc Minh.

+

THƠ TRÊN CÁT BIỂN

1.
đã bảy ngày liền tôi ngồi đó
buổi sáng xanh buổi chiều vàng
em nào biết tên em và lớp sóng kia
đập trong tôi những sầu khúc
trời thì cao mây thì bao la giấc mơ thì đã cạn
tôi bẻ gập đời tôi ru ngủ
giấc thảnh thơi xa vắng bóng em
mà không một giây chịu được
em hỡi em
đã bảy ngày liền như vậy
những ngón tay tôi chìm dưới cát sâu

vẽ đôi lời yêu mến
mong sự tình em huyền diệu bắt qua
lưới đời tôi sẽ rộng
giữ được luôn một chút hồn xanh
dù trái tim đã rụng.

2.
đã bảy ngày liền tôi ngồi đó
buổi sáng xanh buổi chiều vàng mặt biển
em nào biết
tên em và lớp sóng kia
vật vã trong tôi những khao khát
trời thì cao mây thì bao la giấc mơ thì đã cạn
tôi ngồi xuống đời tôi
tôi không bao giờ có nữa
một ngọn đèn treo cho tỏ bóng em
trên bức tường tình đã đổ
thật cô đơn như dấu thời gian
trên cành lá biếc
em hỡi em
hãy nhớ giùm tôi
biển không bao giờ đẹp
biển không dễ gì đẹp
nếu tôi không ngồi đây
cùng nỗi nhớ nhung em

3.
đã bảy ngày liền tôi ngồi đó
buổi sáng xanh buổi chiều vàng mặt biển
em nào biết
con cá nào lãng du
trong lòng tôi băng giá
trời thì cao mây thì bao la giấc mơ thì đã cạn
tôi biết sẽ làm gì
khi gọi tên em và lớp sóng kia
em hỡi em
có bao giờ em nghĩ

cuộc đời ta như những ngón tay co
trong những hồi thủ thế
thật tự nhiên
thôi gắng nhớ giùm tôi
tôi yêu em nên đời tôi chấm hết

Luân Hoán

Tập thơ mang số
Kiểm duyệt 331 UBKD / VICT ngày 19-10-1968.
In xong ngày Giáng Sinh 1968 với 1000 ấn bản
do nhà xuất bản Thơ ấn hành.

Luân Hoán
13-42019, Montréal Canada

Đồ Sơn Đồ Nhà

MINH NGUYỄN

Trên đường từ thành phố biển Sầm Sơn về lại Thanh Hóa, Như luôn miệng năn nỉ tôi cho cô theo đi "giang hồ vặt" ra Hải Phòng một chuyến. Bởi, có đến hơn chục năm, cô chưa lần đặt chân trở ra đó, nghe nói bây giờ Hải Phòng đã có sự thay đổi ghê gớm, nhất là với biển Đồ Sơn.

Tôi hỏi cô:

- Còn việc ở Thanh Hóa em bỏ cho ai?

Như hớn hở trả lời tôi:

- Chuyện đó dễ hơn con cờ hó, nếu được anh đồng ý, tối nay em chỉ cần xem qua sổ sách kế toán một lúc là ok, hơn nữa em còn trở về Thanh Hóa chứ có đi luôn đâu mà anh lo.

Tôi dọa Như:

- Anh báo trước, sau khi đến Hải Phòng, khám phá biển Đồ Sơn, anh tiếp tục ra thăm Hạ Long, liệu em có đi theo anh nổi không?

Như đưa ngón tay hình chữ V ra hiệu đồng ý cùng với câu trả lời:

- Dân Sài Gòn vốn có câu nói rất hay "dân chơi không sợ mưa rơi".

- Giỏi! Nếu em đã sẵn sàng rồi thì anh cũng không ngại.

Sáng hôm sau, chuyến bay cất cánh từ sân bay Thọ Xuân đưa tôi và Như đáp xuống cảng hàng không Cát Bi vào tầm mười giờ. Vì, đang vào mùa hè, nên thời tiết tháng 5 tháng 6 ở Hải Phòng thường là những tháng nóng nhất trong năm, đôi lúc nhiệt độ lên đến 39-40 độ C; tuy nhiên, vào ban đêm nhiệt độ hạ thấp xuống vài độ, khiến mọi người cảm thấy dễ chịu.

Trên đường từ sân bay Cát Bi về Đồ Sơn, xe chở bọn tôi về ngang qua trung tâm thành phố Hải Phòng, qua Cầu Rào, rồi từ đó tiến thẳng trên con đường dài hơn 20 cây số, mà dọc hai bên đường thấy trồng toàn cây phượng. Hỏi thăm tài xế mới biết, chỉ trên đoạn đường ngắn này thôi, người ta đã trồng hơn 4000 cây phượng dọc theo hai bên đường. Thật vậy, nhìn đâu bọn tôi cũng bắt gặp màu phượng thắm, đẹp như cô gái xuân thì đứng trùm trên đầu chiếc khăn màu đỏ. Thảo nào, người ta chẳng đặt tên cho Hải Phòng là 'Thành Phố Hoa Phượng Đỏ". Điều này, nhắc tôi nhớ đã nghe ca khúc "Thành phố hoa phượng đỏ" của nhạc sĩ Lương Vĩnh, đã phát trên truyền hình vào dịp lễ nào không nhớ:

"Tháng năm rợp trời hoa phượng đỏ
Ơi! Hải Phòng thành phố quê hương.
Ta yêu thành phố quê ta như yêu chính người thương yêu nhất.
Những hẹn hò bên bờ sông Lấp.
Những con đường tấp nập áo thợ ngày đêm.
Những bến Bính, Xi Măng, Cầu Rào, Cầu Đất, Lạc Viên . . ."

Hoa phượng hay hoa phượng vĩ, có nguồn gốc từ Madagascar, do người Pháp du nhập sang nước ta vào cuối thế kỷ 19. Được trồng nhiều tại các tỉnh, thành phố lớn như Đà Nẵng, Sài Gòn và nhiều rất nhiều tại thành phố Hải Phòng. Hoa mang 5 cánh, có nhụy hoa, đài hoa, hình chim phượng. Ngoài ra, còn có thêm chiếc đuôi dài nên gọi là hoa phượng vĩ. Hoa phượng, biểu tượng cho mùa hè, mùa chia tay kỷ niệm của lứa tuổi học trò đầy mộng mị, sau mấy năm dài miệt mài kinh sử. Có lẽ, vì có chung nỗi buồn cùng với nỗi niềm tâm sự đó, mà cố nhạc sĩ Thanh Sơn đã sáng tác nên nhạc phẩm "Nỗi Buồn Hoa Phượng", để lại dấu ấn qua nhiều thế hệ học trò..

"Nếu ai đã từng nhặt hoa thấy buồn.
Cảm thông được nỗi vắng xa người thương.
Màu hoa phượng thắm như máu con tim.
Mỗi lần hè thêm kỷ niệm.
Người xưa biết đâu mà tìm . . . . ?"

Được biết, quận Đồ Sơn là một bán đảo thuộc dãy núi Rồng vươn ra biển 5 km, cùng với hàng chục ngọn đồi nhấp nhô, cao thấp, từ 25 m đến 130 m, cách thành phố Hải Phòng 20 cây số, về phía Đông-Nam. Là nơi du lịch, nghỉ dưỡng, tắm biển, nổi tiếng ở phía Bắc từ thời nhà Nguyễn và thời Pháp thuộc.

Không đi không biết Đồ Sơn
Đi rồi mới thấy không hơn đồ nhà
Đồ nhà tuy có hơi già
Suy đi tính lại, đồ nhà vẫn hơn.

Mới đầu, nhiều người lầm tưởng bài thơ trên là thơ dân gian hay của tác giả khuyết danh nào đó, nhưng thực ra tác giả là một nhạc sĩ, một nhà giáo ở Hà Giang tên Phan Tiến Giang, quê Đầu Sơn, xã Bắc Hà, sống tại thị xã Kiến An, thành phố Hải Phòng.

Bài thơ mang nhiều ý nghĩa, từ khi ra đời đến nay đã hơn 20 năm, vừa độc đáo, dí dỏm, vừa nồng ấm nghĩa tình, được yêu thích, chế tác ra thành nhiều lời, nhiều thể loại; đặc biệt, các nghệ sĩ hát Xẩm, hát Văn nổi tiếng miền Bắc, như Xuân Hinh hay Tuyết Tuyết, đã có nhiều video ca nhạc phát trên Youtube, được hàng trăm, hàng triệu, lượt người yêu thích hay chia sẻ.

"Chưa đi chưa biết Đồ Sơn
Đi rồi mới biết vẫn hơn đồ nhà
Đồ sơn bằng cái lá đa
Đồ nhà bằng cái bàn là Liên Xô
Đồ Sơn là của Quốc Gia.
Đồ nhà là của ông bà ngoại cho
Quốc Gia ăn cướp
Ngoại cho dùng dần
Đồ nhà tuy có hơi già
Nhưng mà đồ thật không là đồ sơn.

Thành phố Đồ Sơn chào đón tôi và Như qua mùi biển đang ở rất gần. Chính xác, là ngay chiếc cổng chào bề thế chắn ngang mặt đường rộng 6 làn xe, bên trên có hàng chữ "Chào Mừng Quí Khách Đến Đồ Sơn".

Tới một ngã ba, nơi có trụ đèn đang phát tín hiệu màu xanh, thay vì rẽ phải vào khu chợ cũ, tài xế đánh lái rẽ sang trái, chạy ngang qua trước mặt tòa nhà cao tầng sơn màu tím Huế, có tên khách sạn Sao Mai; qua luôn khu Bộ Xây Dựng, một trong hai nơi có dịch vụ mãi dâm nổi tiếng: khu Xo Lăng và khu 203; ghé điểm đầu tiên ở Đồ Sơn là đền Bà Đế để chiêm bái.

Đây là ngôi đền có cấu trúc bề ngoài giản dị, thanh thoát, trang nhã, tựa mình bên vách núi, sát ngay chân sóng biển, tạo nên kỳ quan thiên nhiên độc đáo sơn thủy hữu tình; đồng thời, gắn liền với truyền thuyết kể về nỗi oan trái của người con gái tên Đào thị Hương.

Chuyện kể, vào năm 1718 ở phía Đông Nam vùng Đồ Sơn, có vợ chồng họ Đào lấy nhau hơn 20 năm, mà chưa có được mụn con nào, nên ra sức tu thân tích đức, cầu xin trời Phật ban cho một đứa con. Động lòng trước sự thành tâm của họ, trời Phật đã ban cho gia đình họ cô con gái, lấy tên là Đào Thị Hương. Lạ. Từ khi sinh ra, đứa trẻ đã tỏa ra hương thơm ngào ngạt, càng lớn càng trở nên xinh đẹp; đặc biệt, khi tiếng hát nàng cất lên đã khiến cả muôn loài chim thú đều phải lắng nghe. Năm 1736, khi chúa Trịnh Doanh cùng đoàn tùy tùng đi thuyền di hành đến vụng Ngọc núi Độc, Chúa vô tình nghe được tiếng hát mượt mà, trong lành, của người con gái quê, nên đã khiến cho lòng ngài rung động, bèn truyền lệnh cho đi tìm người hát. Khi gặp giai nhân với vẻ đẹp sắc nước hương trời, chúa đã đem lòng yêu thương quí mến. Từ đó, hai người quyến luyến bên nhau suốt thời gian dài, không muốn rời xa, nên trước khi trở lại Kinh đô, Chúa hẹn, trong thời gian ngắn sẽ đưa thuyền rồng về đón bà. Song, khi Chúa vừa ra đi thì, bà biết mình mang thai, nên ngày đêm lo sợ, trông ngóng Chúa trở về đón. Không may, chuyện hàng Tổng biết việc bà chưa chồng mà đã có thai, nên theo lệ đòi phạt tiền, nhưng vì nhà nghèo quá không có tiền nộp phạt, hàng Tổng đã đem bà ra núi Độc dìm xuống biển. Trước khi chết, bà ngửa mặt lên trời khóc than: "Phận gái thân cô, gặp Chúa yêu thương tôi đâu dám chống, nhìn cha mẹ, hàng xóm, tôi đâu dám quên. Xin trời Phật chứng giám cho lòng con. Khi con bị dìm xuống nước, nếu có oan ức, xin Trời Phật cho con nổi lên 3 lần". Quả nhiên, sau khi chết xác bà đã nổi lên 3 lần, mọi người trông thấy ai nấy đều kinh sợ. Mãi tháng sau, thuyền của Chúa trở lại đón bà, mới hay bà đã bị dìm chết trong nỗi oan khuất. Chúa nghe tin vô cùng thương xót, bèn lệnh cho hàng Tổng xây đền, lập đàn giải oan, cho bà. Từ đó, sự linh thiêng của ngôi đền đã khiến cho bọn trộm cướp không dám mò tới; bọn cường hào ác bá cũng không dám sách nhiễu dân lành. Đến đời vua Tự Đức, trong lần đi thăm đền nàng Hương, nhà vua đã ban sắc phong cho bà "Đông Nhạc Đế Bà - Trịnh Chúa phu nhân" để tưởng nhớ đến bà.

Quay lại phường Vạn Sơn, thuộc khu 1, bán đảo Đồ Sơn, bọn tôi xuống xe, đi bộ dọc theo bờ tường của khuôn viên chùa Hang, thấy trên các bờ tường thấp, nhà chùa cho đặt trên đó một dãy tượng các vị La Hán, tạc bằng loại đá trắng, trông vừa uy nghi vừa toát lên vẻ nghệ thuật... trước khi tới được cổng chính ngôi chùa.

Chùa Hang, ngoài việc là ngôi chùa cổ ra còn được xem là ngôi chùa thiên tạo, lớn nhất trong khu di tích lịch sử Đồ Sơn, được các nhà nghiên cứu trong nước đánh giá là nơi đầu tiên Phật Giáo du nhập vào Việt Nam, có tên chữ là Cốc tự, xây dựng vào niên đại thế kỷ thứ 2 trước Công Nguyên.

Có lẽ, do đây là lần đầu tiên nhìn thấy các vị A La Hán nên Như thắc mắc quay sang hỏi tôi:

- Mấy tượng kia là ai vậy anh?

Tôi trả lời cô:

- Đó là tượng 18 vị A La Hán hay Thập Bát La Hán, gồm có các vị: La-Hán Thác Tháp, La-Hán Thám Thủ, La-Hán Khai Tâm, La-Hán Khánh Hỷ, La-Hán Tĩnh Tọa, La-Hán Ba Tiêu, La-Hán Tiếu Sư, La-Hán Tọa Lộc, La-Hán Trường Mi, La-Hán Hàng Long, La-Hán Bố Đại, La-Hán Khoái Nhĩ, La-Hán Trầm Tư, La- Hán Kháng Môn, La-Hán Kỵ Tượng, La-Hán Quá Giang, La Hán Phục Hổ, La-Hán Cử Bát. Đây là một chủ đề phổ biến trong nghệ thuật Phật Giáo, tượng trưng cho tín ngưỡng đặc thù dân gian bao gồm ba ý nghĩa. Giết hết mọi phiền não trong tâm. Đồng thời đạt được trạng thái tâm lý yên tịnh, không còn sinh tử, luân hồi. Và các ngài xứng đáng được người đời cúng dường.

Về lịch sử, chùa được tạo dựng trong một hang núi, tương truyền, do một nhà sư tên Bần, người xứ Thiên Trúc, theo thuyền đi truyền bá đạo Phật và đã đến cư trú tại hang và lập nên Cốc tự này.

Chùa Hang có cấu trúc hình thang, cao 3,5 m, rộng 7m, chia ra làm hai bậc thềm, thềm bên ngoài rộng 23 m2, thềm trong cao hơn nửa mét, xuyên thẳng vào trong núi với chiều dài 25 m. Càng vào sâu bên trong, hang càng thấp và hẹp với độ cao trong lòng hang 1, 2 m, rộng 1, 3 m.

Trải qua bao thăng trầm lịch sử, chùa không còn nằm cheo leo bên bờ biển, mà lui dần vào bên trong, cách xa vị trí của chùa cũ khoảng 100 m và nằm sát ngay mặt tiền đường, quay mặt ra hướng biển, nên khí hậu bên ngoài dù nóng bức, khắc nghiệt đến mấy, bên trong vẫn mát mẻ, dễ chịu. Trước đây, chùa có bàn thờ đá, tượng A Di Đà, bát hương đều bằng đá cùng nhiều bài thơ, vịnh về chùa Hang được khắc trên vách núi đá. Tuy nhiên, sau này do chiến tranh tàn phá và trùng tu nhiều lần nên không còn. Hiện tại, kiến trúc ngôi chùa gồm ba tầng, tầng 1 dành cho việc bếp núc, tầng 2 là tòa tam bảo, tầng trên cùng là Tây Phương điện.

Rời chùa Hang, thay vì đi tiếp ra khu 1 biển Đồ Sơn, bọn tôi được một vị khách khuyên nên ghé thăm khu du lịch sinh thái Quốc Tế Đồi Rồng, nằm cách đây không mấy xa, vừa mới khai trương khu bể bơi nhân tạo với hệ thống lọc nước hiện đại nhất, mang từ nước ngoài về.

Chưa kịp nghe hết giới thiệu, Như đã tỏ ra vô cùng hào hứng thích thú, năn nỉ tôi:

- Mình ghé đó chơi nha anh, dù sao cũng nằm trên đường đi mà?

Theo nhiều người, đây là dự án lấn biển rộng 420 ha, chia thành nhiều giai đoạn, mà giai đoạn đầu tập trung xây dựng, hoàn thiện, các hạng mục giao thông, khu vui chơi giải trí, thể thao nước, bãi tắm nước mặn nhân tạo, công viên cây xanh, đảo con sò, sân golf 18 hố. Đặc biệt, với sự có mặt của công nghệ lọc hiện đại nước ngoài, lọc nước biển đục thành trong, biến toàn bộ nước biển khu vực biển Đồi Rồng trở nên trong xanh, khắc phục đáng kể tình trạng nước biển vốn đã bị đục như nước biển ở Đồ Sơn.

Thực tế là vậy, song theo người dân địa phương cho biết, cách đây 13 mùa hè, tại phường Vạn Hương cũng đã từng có một siêu dự án mang tên Hoa Phượng, được chủ đầu tư san lấp, tạo dáng cho hòn đảo nhân tạo mang hình ảnh một bông hoa phượng 5 cánh, có đường trục chính nối từ trong đất liền ra đảo giống như cuống hoa, các tuyến giao thông uốn lượn mềm mại như đường gân của những cánh hoa xòe ra, tất cả được thiết kế nổi trên mặt nước biển. Nhưng kể từ đó đến giờ, không rõ vì lý do gì, mà trải qua hơn mười ba mùa hè rồi, mà hoa phượng trên vẫn chưa chịu nở. Đã thế, mới đây người phường Vạn Hương lại nghe nói, tập đoàn FLC sẽ đầu tư dự án 500 ha cho "Khu phức hợp dịch vụ, du lịch, nghỉ dưỡng và biệt thự cao cấp Đồ Sơn" qua mô hình hoa sen 6 cánh nữa.

Nghe sao biết vậy, nhưng ấn tượng về khu du lịch sinh thái Đồi Rồng cứ quấn lấy trong đầu tôi và Như, nên sau một hồi chạy loanh quanh qua những con đường còn thơm mùi nhựa, qua những khu đất bạt ngàn bỏ trống, taxi thả bọn tôi xuống tại bãi đậu xe đã qui định, để từ đó đi bộ ngang qua quảng trường rộng 7 ha, bắt gặp dọc hai bên đường trồng nào dừa, nào cọ, dẫn ra tới tận ngoài bãi tắm nhân tạo. Cái bãi tắm dài ngút tầm mắt, rộng 23 ha, được đổ bởi hàng trăm tấn cát vàng mang từ nhiều nơi khác về.

Không thể kềm nén được cám dỗ từ biển, kèm theo sự nghi vấn cần được giải tỏa về sự mới lạ, hấp dẫn, từ biển nhân tạo đầu tiên trên đất nước, nên Như nhanh chóng tháo giày đang mang giao cho tôi giữ, cứ thế lội đôi chân trần xuống nước.

Tôi đứng trên bờ hỏi vọng xuống:

- Cảm giác thế nào em?

Như cười nói đùa:

- Giống đang ở biển Sầm Sơn Thanh Hóa quê em vậy.

- Em thử xem nước ở đây thế nào?

Như cúi xuống nhúng tay vào nước, rồi đưa lên miệng nhẩm nhẩm, một lúc sau cô trả lời:

- Có vẻ là nước biển thật.

Tôi chợt cười trước câu trả lời dí dỏm của Như, bởi nước trong hồ dù có là biển nhân tạo đi chăng nữa, thì cũng là nguồn nước dẫn từ ngoài biển vào, chỉ khác là được lọc qua hệ thống lọc hiện đại để trở nên trong xanh hơn mà thôi. Tuy nhiên, thực tình mà nói, màu nước ở đây cho dù đã được lọc qua hệ thống máy lọc hiện đại, vẫn không thể so sánh được với màu nước biển xanh như ngọc ở nhiều nơi khác, có chăng nó chỉ khắc phục được phần nào màu nước đục cố hữu ở biển Đồ Sơn mà thôi.

Đang lúc mải lo so sánh, tôi chợt thấy Như từ dưới biển đi trở lên, nên hỏi:

- Em lên thay đồ tắm biển chăng?

Như lắc đầu, buông ngay câu nói nghe thật là bội bạc:

- Chán chết.

- Vì sao?

- Đã mang tiếng đi tắm biển, mà biển chẳng có tí sóng nào, thì lấy gì làm vui.

À! Thì ra chân lý của dân đi biển, ngoài việc tắm mình trong làn nước mặn ra, biển cần phải có sóng để được đùa giỡn, nhảy sóng, mới thật sự thích thú.

Chia tay bãi tắm Đồi Rồng, tôi và Như tiếp tục làm cuộc hành trình khám phá, xem biển Đồ Sơn có gì khác so với nhiều nơi?

Nhìn từ trên cao xuống, Đồ Sơn trông chẳng khác gì một con rồng, gồm ba bán đảo nhỏ mang trên mình những rừng thông, rừng phi lao, bạt ngàn màu xanh, đang vươn mình ra biển lớn, cùng với điểm nhấn là đảo Dấu, được ví von như một viên ngọc quí nổi lên giữa biển, tạo ra cảnh quan thiên nhiên vô cùng hùng vĩ. Đặc biệt, nơi đây còn gắn liền với những bãi tắm khu 1, 2, 3, đầy thơ mộng, lãng mạn, từng được xem là một trong những điểm du lịch nổi tiếng của miền Bắc. Cho dù, ở phía Bắc và phía Nam của quận Đồ Sơn, có hai cửa sông Lạch Tray và Văn Úc nằm trong hệ thống sông Thái Bình mang phù sa đổ ra biển, cộng thêm việc quai đê lấn biển xây dựng khu các resort cao cấp, đã khiến cho nước biển ở bãi tắm khu 2 bị xem là đục như bát nước đất.

Thay vì cưỡi ngựa xem hoa, tôi và Như xuống xe ở đầu khu dân cư của quận Đồ Sơn, đi bộ thẳng tới quảng trường bề thế, có diện tích lên tới 2400 m2, được bài trí xung quanh nhiều tiểu cảnh cùng một bệ tượng, trên đó đặt tượng đôi trâu chọi bằng đá đen, là biểu tượng của lễ hội truyền thống chọi trâu của người dân vạn chài ở Đồ Sơn. Theo đó, lễ hội là hình thức sinh hoạt văn hóa đã có từ thế kỷ thứ 18, mục đích là mưu cầu sự thịnh vượng, hạnh phúc, cho người dân địa phương. Tương truyền, vào ngày rằm tháng 8, người dân Đồ Sơn bỗng thấy xuất hiện một ông tiên, đang say sưa ngắm đôi trâu chọi trước cửa đền. Và từ đó lễ hội chọi trâu trở thành truyền thống trong đời sống tâm linh đối với người dân nơi đây. Còn dựa theo sách Đại Nam Nhất Thống Chí, dưới chân núi Đồ Sơn, thuộc huyện Nghi Dương, có đền thờ vị Thủy thần, tương truyền, một hôm có người bán thổ đi qua nơi này, nhìn thấy hai con trâu chọi nhau dưới đền, nên hàng năm vào ngày mùng 9 tháng âm lịch, dân chúng Đồ Sơn có tục lệ chọi trâu tế thần. Nghe đâu, bên cạnh nhu cầu vui chơi, tìm hiểu thì, lễ hội cũng là dịp để người ta tưởng nhớ đến công ơn của vị thần đã duy trì kỷ cương làng xã, cũng như cầu nguyện cho "nhân khang, vật thịnh"; đồng thời, khẳng định tinh thần đoàn kết, duy trì ý thức cộng đồng.

Đi dọc hành lang bờ kè khu bãi tắm 1 trên đường Vạn Sơn, bọn tôi bắt gặp trên đường đi từ khu 1 đến khu 2, người ta cho đặt nhiều ghế đá, dành cho khách ngồi nghỉ chân, ngắm biển; những thảm cỏ nhìn thấy mát rượi; những công viên cây xanh cắt xén tỉ mỉ hay những bao lơn ăn rộng ra biển... khá lý tưởng đối với những ai yêu thích khám phá, ăn uống, vui chơi, ngồi uống cà phê, hơn là chú tâm vào việc tắm biển. Bởi, biển khu 1 thường hay có sóng to, địa hình nhiều đá nhọn sắc, do có nhiều hàu con đeo bám nơi vách đá; bù lại, ở phía bên đường đối diện, lại có nhiều điểm ăn uống, nhà hàng, khách sạn, nên rất thuận tiện cho việc vui chơi, lưu trú và nghỉ dưỡng.

Mải lo ngắm cảnh trời nước bao la, chừng ngó lại thấy một số đông gia đình mang theo phao bơi, dụng cụ lặn, băng ngang đường, đi xuống biển, tôi và Như mới hay mình đã về tới bãi tắm khu 2 lúc nào không biết.

Đây là bãi tắm được khách du lịch đánh giá khá lý tưởng, nên bất kỳ ai đến với biển Đồ Sơn đều ghé đến đây, vui chơi, tắm biển. Bởi bãi tắm khu 2 khá đẹp, thoáng rộng, độ dốc bãi tắm thoai thoải, cát mịn, mực nước cạn, sóng nhẹ; đã vậy, trên bờ còn có nhiều điểm vui chơi, ăn uống, khách sạn cao cấp, biệt thự trên núi, dinh Bảo Đại, khu chợ Cầu Vòng... thu hút nhiều khách ghé thăm, nhất là các tour du lịch.

Theo chân mọi người, bọn tôi vượt qua các bậc thang bằng xi măng, đi xuống bên dưới, đặt chân lên bãi cát vàng mơ, bắt gặp quanh đây có khá nhiều hàng quán ăn uống, các dịch vụ cho thuê ghế ngồi, cho thuê dù vải, phao... được sắp xếp khá gọn gàng, ngăn nắp. À! Tôi chợt nhớ, nhờ thời gian giãn cách xã hội, phòng chống dịch Covid-19 vừa qua, mà bãi tắm khu 2 như được khoác lên mình một diện mạo mới, qua hình ảnh mọi thứ đều trở nên tinh tươm, sạch đẹp, thoáng đãng và đẹp mắt.

Đi men theo bờ nước ven biển, bọn tôi hòa mình vào sinh hoạt vui chơi, tắm biển, của mọi người. Tình cờ, nhìn thấy ai đó, vớt từ biển lên một con sứa biển to cỡ vài tay, chuyền cho mọi người xem thành quả của mình. Tò mò, Như cũng thử cầm trên tay con vật mềm nhũn, trong suốt, tưởng chừng có thể tuột khỏi bàn tay bất cứ lúc nào. Nghe kể, loại sứa này không hề để lại sự ngứa ngáy nào trên con người, nên có thể chế biến thành món gỏi sứa ngon tuyệt cú mèo.

Sau một hồi dạo chơi dưới bãi, bọn tôi để ý thấy có rất nhiều chị phụ nữ, ghé ngồi quanh những chiếc bàn được kê sát chân bờ kè, chờ ăn món có đề bảng “bánh đa nồi đất”, của một chị bán hàng rong. Được biết, đây là món ăn đặc sản của Hải Phòng, nổi tiếng không thua gì món chả cua bể Hải Phòng.

Ghé ngồi xuống dãy bàn đã có người ngồi, Như gọi hai tô bánh đa cua cho tôi và cô ăn thử.

Có lẽ, đoán biết bọn tôi từ xa đến, nên một trong số các chị ngồi cùng bàn hỏi Như:

- Các em từ trong Nam ra đây đi du lịch hả?

Như chỉ tay sang tôi giới thiệu:

- Bạn em mới là người ở trong Nam ra, còn em dân Thanh Hóa.

- Hai người là gì của nhau mà trông thật xứng đôi?

Như đỏ mặt cải chính:

- Bọn em mới là bạn của nhau thôi.

- Vậy mà chị cứ tưởng hai em là vợ chồng cơ đấy.

Hai tô bún nóng hổi được mang ra đặt trước mặt bọn tôi. Như thử dùng đũa kiểm tra xem thành phần món bánh đa nồi đất gồm có những gì. Này nhé, đây là thịt cua đồng giã nhuyễn, nấu thành khối, kế đến chả thịt lợn, rồi chả cuốn lá lốt, rau muống luộc, cà chua, nấm mèo thái mỏng, bánh đa đựng trong nồi đất, nước dùng, ăn kèm với rau sống, thêm chút ớt, nếu cần vắt trái quất thay chanh.

Xong. Như dùng muỗng húp thử một ít nước trong tô, trước khi cho biết ý kiến:

- Nước dùng có vị ngọt từ thịt, từ cua, nhưng mằn mặn, lờ lợ, ngang ngang, sao đó.

Nghe Như phát biểu như thế, một chị ngồi gần bên nói:

- Ngoài này không ai thích ăn vị ngọt của đường như trong Nam đâu em.

Như cười giả lả đáp:

- Vậy hả chị, nhưng em có phải người miền Nam đâu.

Trở lên bờ, bọn tôi được các tài xe điện mời chào, đưa đến thăm Dinh Bảo Đại nằm trên đồi Vung, ngay sau bãi tắm khu 2. Nơi mà trước đây, khi còn làm Hoàng Đế rồi Quốc Trưởng nước Việt Nam, đồng thời cũng là vị vua cuối cùng của chế độ phong kiến nhà Nguyễn, dùng làm nơi làm việc, nghỉ ngơi.

Khác với những dinh thự nổi tiếng, Bạch Dinh Vũng Tàu, Dinh 1, Dinh 2, Dinh 3 Đà Lạt, Dinh Bảo Đại Buôn Ma Thuột, Dinh Bảo Đại Nha Trang, Dinh Bảo Đại Thanh Hóa... Dinh Bảo Đại ở Đồ Sơn, tuy cùng là kiến trúc Pháp nhưng lại nằm trên ngọn đồi thơ mộng, nhìn xuống một bên là biển Đồ Sơn, một bên là con đường với đầy hoa lá cùng chim muông hót líu lo.

Từ nơi bán vé, tôi và Như đi bộ theo con đường dành cho xe hơi, chạy thẳng tới khuôn viên rộng 3700 m2, bao gồm bãi cỏ rộng, vườn cây cảnh, đài phun nước, ngôi biệt thự hình bát giác, trên ngọn đồi cao 36 m so với mực nước biển. Theo sử sách, biệt thự rộng 1000 m2, do quan toàn quyền Pierre Pasquier xây dựng năm 1928, dành tặng cho vua Bảo Đại. Biệt thự gồm ba tầng, tầng hầm dùng làm bếp ăn và là nơi thoát hiểm cho gia đình, tầng 2 và tầng thượng trên gác 3, là phòng ngủ của vua, hoàng hậu, các công chúa và hoàng tử.

Để tận mắt chứng kiến những vật dụng của vua chúa, đang còn hiện hữu trong Dinh thự lộng lẫy, xa hoa này, trước hết bọn tôi phải vượt qua mấy bậc thềm bằng đá granit đen, sau đó mới có mặt đứng ở phòng khách. Đầu tiên, đập vào mắt mọi người là cặp ngà voi thay cho bức bình phong, kế đến là hai chiếc ngai vua và hoàng hậu sơn son thếp vàng, lộng che, mũ, áo hoàng bào, hài thêu, bộ lư hương đồng, hai ảnh vua và hoàng hậu treo nơi tường. Đi sâu hơn vào bên trong là các phòng họp, phòng ăn, các tủ đựng tư liệu, hình ảnh của gia đình...

Tiếp tục đi lên tầng 2, tầng 3, là các phòng ngủ của vua, hoàng hậu, công chúa và các hoàng tử. Mỗi phòng đều được trang bị đầy đủ giường, tủ, bàn trang điểm, bàn làm việc, điện thoại, máy điều hòa, tivi; đặc biệt, mỗi phòng đều có cửa sổ nhìn xuống biển Đồ Sơn cùng với cảnh vật bên ngoài. Được biết, từ giữa năm 1999, biệt thự đã cho phép du khách nghỉ lại qua đêm, nhờ vậy giải tỏa sự thắc mắc của tôi và Như, khi phát hiện bên trong các phòng ngủ đều được gắn máy lạnh cùng với truyền hình màu thế hệ mới.

Trở xuống bên dưới, bọn tôi quan sát quanh ngôi biệt thự thêm một lát, trước khi quay ra xe để kịp thời gian chạy đến khu 3, khám phá tiếp khu resort Hòn Dấu.

Kia rồi, từ bên đường nhìn sang cổng Hòn Dấu resort, tôi có cảm giác như đang đứng trước hai chiếc quạt gió khổng lồ trên cánh đồng Hà Lan nào đó, khác chăng hai tòa tháp xây dựng trước cổng vào khu resort, thiếu mất bộ đôi cánh quạt?

Resort Hòn Dấu nằm trên đồi Vạn Hoa, được xây dựng bởi mô hình có nhiều tiểu cảnh, bao gồm thác Cam Ly, Thung Lũng Tình Yêu, hồ cá sấu, vườn thú, lâu đài cổ tích, chuột Mickey, vịt Donald, Bạch Tuyết và 7 chú lùn, các khách sạn, bungalow, bãi biển tạo sóng nhân tạo, bể bơi trẻ em, khu vui chơi cảm giác mạnh... giữa nơi chốn có đôi nét giống như cao nguyên Lâm Viên, nên được ví như một "Đà Lạt Thu nhỏ" ở Đồ Sơn.

Thắc mắc với tên gọi Đà Lạt thu nhỏ, tôi và Như quyết định, trước mắt mua vé tham quan khu resort, sau mới xem qua Đà Lạt ở đây như thế nào?

Đưa vé cho nhân viên kiểm soát ở ngay đầu những bậc thang, nơi có bảng chỉ đường lên Đà Lạt Thu Nhỏ xong, bọn tôi cứ tưởng điểm đến Đà Lạt nằm rất gần đâu đó, nhưng càng đi càng thấy cái hành lang cạnh bên sườn đồi, mỗi lúc một dài ra vô tận, với một bên là những rừng thông dựng đứng khoe tàn lá trên cao, một bên là khu vui chơi cảm giác mạnh, hồ bơi dành cho trẻ em ở ngay dưới chân, thích hợp cho những ai yêu thích chụp hình sống ảo.

Cuối cùng, chiếc cổng ghi hàng chữ "Welcome to Đà Lạt Thu Nhỏ", với phía sau là bảng chỉ đường tới các điểm thăm viếng, vui chơi như: Đền Nữ Thần Tình Yêu, khu trung bày tượng 12 con giáp, thác Cam Ly, cầu treo, khu vườn thú, Thung Lũng Tình Yêu...

Bước qua cổng chào, bọn tôi đứng đối diện với một bên là nhà hàng Hoa Biển, một bên là Đền Nữ Thần Tình Yêu.

Đến đây tôi buộc phải hỏi ý kiến Như:

- Em muốn đi hướng nào?

Cô đáp gọn lỏn:

- Dĩ nhiên! Em chọn đường lên đền Nữ Thần, vì em là con gái mà.

Leo hơn chục bậc thang, bọn tôi đi dưới biểu tượng bàn tay nắm lấy bàn tay, lên đứng ở khoảng sân rộng có nhiều cây cao bóng mát, nhìn lên thấy ngôi đền nằm tít trên cao nên tôi ái ngại hỏi Như:

- Thế nào em, có leo lên đền nổi không?

Như trả lời rất tự tin:

- Anh tới đâu em tới đó.

- Vậy mình tiếp tục nhé?

Vừa đi bên tôi, leo tiếp các bậc thang, Như vừa hỏi:

- Nữ thần ở đây tên gì anh biết không?

- Anh nghe gọi là Leo Tarra hay sao đó.

- Còn vị nữ thần tình yêu mà thế giới hay nhắc?

- Trong thần thoại Hy Lạp, vị nữ thần tình yêu, sắc đẹp, niềm vui và sự sinh nở, chính là thần Aphrodite, vị thần này gắn liền với sao Kim Tinh, là hành tinh đặt theo tên nữ thần La Mã-Venus. Ngoài ra, nữ thần còn là đề tài của rất nhiều kiệt tác nghệ thuật hội họa, thơ ca, cùng với hàng triệu trái tim con người đang yêu; đồng thời, là một trong 12 vị thần trên đỉnh Olympus.

- Còn thần nào luôn mang theo một cây cung và những mũi tên ái tình bên mình?

- Đó là thần Eros, vị thần của tình yêu.

Từ xa, hiện ra trước mắt tôi và Như, ngôi đền có lối kiến trúc hình lục giác, gồm có các tầng mái ngói cong vút; những chiếc cửa cách điệu hình mái vòm không cánh, có thể nhìn thấy tận bên trong cái phù điêu hình tứ giác, không rõ trên đó khắc gì.

Vòng ra phía sau đền, đi một đoạn, bọn tôi gặp cổng vào khu vui chơi cùng với khu trưng bày tượng 12 con giáp, được cách điệu bằng các hình nhân mang đầu những con thú. Điều này, nhắc tôi chợt nhớ lại chuyện tranh cãi ồn ào một dạo, về các tượng khỏa thân nơi 12 con giáp, từng bị người dân và báo chí phản đối rầm rộ. Có lẽ, vì lý do nhạy cảm đó, mà hiện nay khu vực trưng bày tượng 12 con giáp, tạm thời che chắn bằng những tấm pa-nô quảng cáo, nhưng không cấm người vào xem.

Rời khỏi nơi đây, bọn tôi tiếp tục khám phá khu cầu treo, động ma, thung lũng tình yêu, khu vườn thú, trước khi kết thúc buổi tham quan Đà Lạt thu nhỏ, bằng sự có mặt tại hồ bơi tạo sóng liên hoàn, có view nhìn thẳng ra biển đẹp tuyệt vời.

Thật vậy, đây là hồ bơi tạo sóng nhân tạo lớn nhất Châu Á, nằm giữa không gian rộng 6,7 ha, gồm có hệ thống lọc và xử lý nước hiện đại nhất Châu Á, có thể lọc hầu hết các cặn bã do nguồn nước biển chảy vào bể bơi. Chính nhờ vậy mà, bể bơi loại này đã giúp cho con người cảm nhận được yếu tố tự nhiên và đúng nghĩa là bãi tắm bao gồm cả những con sóng.

Nhắc tới sóng, tôi chợt nhớ lý do tại sao trước đây Như chê bãi tắm ở Đầu Rồng là vậy, song hôm nay với bãi tắm đúng như ý cô, liệu cô sẽ như thế nào?

Tôi nói với cô:

- Biển ở đây có đầy đủ sóng nè, em có muốn xuống bơi không?

Như đáp:

- Giờ thì em cảm thấy hết hứng thú rồi.

- Em nghĩ sao về cái được gọi là Đà Lạt thu nhỏ này?

Như nhún vai trả lời:

- Gọi thế chỉ tội cho Đà Lạt thôi, bởi ở Hòn Dấu chỉ có vài đồi thông, vài căn nhà gỗ, còn thác Cam Ly hay Thung Lũng Tình Yêu chỉ gọi cho có tên, trong khi Đà Lạt là vùng đất của những rừng thông bạt ngàn, của những cánh đồng hoa rực rỡ, của mù sương nối tiếp mù sương qua từng ngọn đồi... đáng yêu qua các tên gọi: "Thành Phố Mộng Mơ - Thành Phố Mù Sương - Thành Phố Ngàn Hoa - Thành Phố Của Tình Yêu".

- Em so sánh như thế không sợ người Hải Phòng buồn ư?

- Sự thật là vậy, em có nói ngoa đâu, ai không tin thì vào Đà Lạt kiểm chứng; ngược lại, Đồ Sơn có Casino trên đồi 9 ngọn đẹp hết biết luôn.

- Ý em muốn nhắc đến Casino Đồ Sơn chứ gì?

- Hi hi.

Từ Resort Hòn Dấu, tôi và Như chọn cách đi bộ lên casino Đồ Sơn, để được tự do nhìn ngắm cảnh vật nằm dọc hai bên đường cực kỳ xinh đẹp và lãng mạn, thoạt nhìn cứ ngỡ như đang leo dốc lên tháp truyền hình Namsan Seoul Tower, bối cảnh trong bộ phim "Vườn Sao Băng" của Hàn Quốc.

Thích quá, Như đi sát vào tôi, chụp vài bức ảnh kỷ niệm chuyến đi, rồi nói:

- Mai mốt ai hỏi em có người yêu chưa, em sẽ đưa ảnh ra khoe và nói là đi chơi Đồ Sơn với "bồ".

Tôi đùa lại với cô:

- Hay mình làm tình nhân của nhau đi?

Như hỏi:

- Tình nhân là sao?

- Tình nhân có thể là người yêu, người đang yêu hoặc nam nữ có tình cảm với nhau.

- Đơn giản vậy sao?

- Đơn giản bởi em vẫn là em, anh vẫn là anh, nhà ai nấy ở, không cần để ý đến nhau, không cần biết người kia đang nghĩ gì, làm gì, miễn khi cần là có mặt, nhờ thế mà hai người vẫn luôn là người yêu tuyệt vời của nhau.

Như gật đầu đồng ý:

- Ô! Vui nhỉ, vậy chúng ta thử chơi trò đó, bắt đầu luôn từ bây giờ nha anh yêu?

Xa xa, nơi phía trước cổng ra vào tòa lâu đài Casino Đồ Sơn, bọn tôi thấy có vài nữ du khách đang đứng chụp hình tự sướng, hay một hai youtuber trông rất quen mặt, đang điều khiển flycam quay cảnh sòng bạc nơi đây?

Đến nơi, tôi hỏi thăm một anh bạn đứng gần cổng vào:

- Không vào được hả anh?

Người này đáp:

- Ai có quốc tịch nước ngoài mới được vào, còn dân trong nước phải thỏa mãn một số điều kiện.

Biết sao bây giờ, bọn tôi đành đứng nhìn tòa lâu đài Vạn Hoa nằm xa tít ở tận bên trong với sự nuối tiếc.

Nhân lúc thấy bác bảo vệ vui tính, tôi bèn hỏi dò và được biết:

- Chủ nhân là đôi vợ chồng, vợ người Đồ Sơn, chồng người Pháp tên Xít-Tông, họ có cả thảy hai con gái, một con trai. Và tòa lâu đài được xây dựng theo phong cách Châu Âu thời Phục Hưng, gồm hai tháp nhọn, do kiến trúc sư người Pháp, cũng chính là người thiết kế xây dựng công trình nhà hát lớn Hải Phòng, trong gần hai năm 1936-1938.

Tôi thắc mắc hỏi:

- Sao lại có giai thoại nói, hồi những năm 20 của thế kỷ trước, có cô gái người Hải Phòng nào đó, đã may mắn trúng được món tiền lớn từ xổ số Đông Dương. Do không biết dùng số tiền lớn đó vào việc gì, nên cô đã mua cả ngọn đồi 9 ngọn và xây dựng nó thành tòa lâu đài xa hoa, lộng lẫy này?

Bác bảo vệ nói:

- Mới đầu, tòa lâu đài được xây dựng thành một hotel có sàn nhảy hẳn hoi, đến năm 1992 nó được giao cho Cty liên doanh du lịch Quốc Tế Hải Phòng khai thác. Và đến năm 1995 thì Casino Đồ Sơn đi vào hoạt động, đồng thời để lại nhiều giai thoại. Một trong những giai thoại đáng chú ý mang tên Tăng Phát Bảo, quốc tịch Mỹ gốc Hoa, bị bắt năm 2004 qua vụ buôn bán quota hàng dệt may. Ông này được biết là, người từng có tên trong Hội Đồng Quản Trị sòng bạc Las Vegas, thủ phủ cờ bạc nổi tiếng thế giới, đồng thời cũng là chủ nhân Casino Đồ Sơn.

- Có tin nói là Casino Đồ Sơn bị đóng cửa và bỏ hoang là chuyện thật hay chỉ là tin đồn vậy bác?

- Sự thật thì sòng bạc được chuyển xuống khu khách sạn dưới thung lũng Xanh, còn tòa lâu đài hiện nay đang bị bỏ hoang phế.

Ồ! Thì ra Casino Đồ Sơn được dời xuống dãy khách sạn cao bốn tầng, là khách sạn Quốc Tế 4 sao duy nhất có mặt tại thành phố Hải Phòng, tọa lạc dưới thung lũng Xanh, chứ không phải bị đóng cửa như tin đồn.

Như thắc mắc hỏi:

- Dời xuống khách sạn bên dưới rồi có cho người mình vô tham quan không bác?

- Được! Nếu cô thỏa mãn một số qui định đại khái như: Trên 21 tuổi. Có chứng minh đủ năng lực tài chính để tham gia hoặc thuộc diện chịu thuế thu nhập loại 3 trở lên. Phải mua vé 1 triệu đồng cho 24 giờ hoặc 25 triệu đồng 1 tháng...

- Điều kiện khó quá, thà để dành tiền đi du lịch qua Campuchia, ghé Casino Naga World chơi đâu phải mất tiền vé.

Tôi đùa:

- Sao không qua Mã đi cáp treo lên Genting chơi cho đáng đồng tiền bát gạo hơn, vì ở đó ngoài casino ra còn có các khu mua sắm, khu vui chơi, phòng hòa nhạc, nhà hàng, gần 100 nhà buôn bán lẻ, đặc biệt, còn có nhà VN bán món gỏi cuốn và món chả giò ăn một cuốn no tới chiều.

Trong lúc quay ra định đi về, Như tình cờ nhìn thấy hình ảnh đảo Hòn Dấu đang phát trên You tube do flycam ghi lại, cô bèn níu lấy cánh tay tôi nũng nịu nói:

- Anh yêu! Đảo Hòn Dấu xinh đẹp quá trời, hay tiện thể mình ra đó chơi một chuyến, rồi chờ hôm sau đi tiếp ra Vịnh Hạ Long?

Nghe có lý, tôi cùng Như ngồi xe điện, nhờ chở đến Bến Nghiêng, nơi mà vào thế kỷ XI (1058) vua Lý Thánh Tông, đã từng ngự giá đến đây thị sát, trong giấc mơ nhà vua bắt gặp một con rồng vàng, bèn cho xây dựng một tòa tháp và đặt tên Tường Long. Ngôi tháp, trước hết được dùng vào mục đích tôn giáo, sau là trạm quan sát tiền tiêu, bảo vệ bờ cõi quốc gia Đại Việt, trước hiểm họa xâm lăng từ mặt biển Đông Bắc.

Tại bến Nghiêng, ngay phía sau lưng tôi và Như là ngọn núi thuộc dãy Cửu Long vươn mình ra biển, phía trước là bãi tắm khu 2 nhìn ra cửa biển Ba Lộ. Dựa theo lịch sử, năm 1900 thực dân Pháp đã cho xây dựng tại Đồ Sơn, một quân cảng nhỏ, có độ dốc thoai thoải khoảng 5 độ, dùng để xe tăng đổ bộ xâm lược nước ta, do đó mà được gọi tên bến Nghiêng. Sau tháng 5 năm 1954 kháng chiến thành công, thì ngày 13 tháng 5 năm 1955 những người lính thực dân cuối cùng, cũng phải rút khỏi miền Bắc tại bến Nghiêng lịch sử này.

Hiện nay, ngoài việc bến Nghiêng là địa chỉ di tích lịch sử ra, còn là nơi xuất phát những chuyến tàu du lịch đưa khách ra khám phá đảo Dấu, đảo Cát Bà, Vịnh Hạ Long và cả Móng Cái.

Để ra đảo Dấu, hay đảo Dáu theo tiếng địa phương, bọn tôi phải ngồi tàu thủy, di chuyển trên biển mất 20 phút. Từ xa, mọi người trên tàu đã trông thấy đảo Dấu như con mắt 9 rồng nơi Đồ Sơn đang chầu về.

Việc làm đầu tiên của tôi và Như khi thuyền cặp cầu cảng là đi theo bảng chỉ dẫn, rẽ trái để ghé đến đền Nam Hải Đại Thần Vương chiêm bái. Ngôi đền nhỏ, chạm khắc cầu kỳ, tọa lạc ngay sát mép biển, dưới bóng những tàn cây cổ thụ. Nghe kể, ngôi đền rất thiêng đối với người dân Đồ Sơn và ngư dân miền Duyên hải Bắc Bộ. Tương truyền, trong đêm quyết chiến với giặc Nguyên Mông ở cửa sông Bạch Đằng năm 1288, khi trời sẩm tối các ngư dân đánh bắt cá gần đảo Dấu, bỗng phát hiện một thi thể không đầu nổi trên mặt nước. Đốt đuốc tới gần, mới nhận ra người này mặc trang phục võ quan Đại Việt nhà Trần, trôi dạt, về đây, nên hè nhau mang xác ngài lên đảo, chờ sáng hôm sau tiến hành lễ mai táng. Không ngờ, sáng hôm sau khi dân làng trở ra thì thấy thi thể đã được mối phủ kín thành ngôi mộ khổng lồ. Người ta tin đây là điềm ứng, bèn cho lập miếu thờ thờ vị võ tướng này.

Theo sách Đại Nam Nhất Thống Chí, vào thời Hậu Lê, vua Lê ngự giá kinh lý vùng Đồ Sơn và nghỉ đêm trên đảo Dấu, đêm đó nhà vua đã mơ thấy một ông già râu tóc bạc phơ, vai đeo chiếc giỏ, xưng mình là Thần đảo. Sáng ra, sau khi lên thuyền nhà vua kể lại câu chuyện cho các quan hầu cận nghe, rồi nói "Nếu là thần đảo xin hãy cho ta thấy một báo ứng. Vừa nói dứt lời, có một con cá quẫy mạnh nhảy lên thuyền. Thấy linh nghiệm, vua bèn sắc phong cho tước hiệu Lão Đảo Đại Thần Vương, sau đó truyền trăm họ lập đền thờ thờ phụng. Lần khác, trong một lần kinh lý ra Bắc, khi vua Tự Đức đi thuyền ngang qua ngôi đền thì gặp phải sóng to gió lớn, Vua bèn lệnh cho dừng thuyền, để ngài lên đền khấn vái, khi Vua vừa bái lạy xong thì, liền ngay sau đó trời quang mây tạnh. Từ đó nhà vua phong cho ngôi đền tên Nam Hải Thần Vương.

Lui ra, từ đền thờ Nam Hải Thần Vương đi đến ngọn đèn biển Hòn Dấu, bọn tôi đi theo con đường độc đạo, rợp bóng cây xanh của khu rừng nguyên sinh, bao gồm các cây cổ thụ, thảm thực vật xanh mát, cùng quần thể 37 cây đa búp đỏ là di sản Quốc Gia, những cây si, cây sanh, cây đa, cổ thụ thả những rễ phụ to cỡ cổ tay, bám xuống đất tạo thêm thế vững chắc cho cây: đặc biệt, với câu khẩu hiệu gây suy nghĩ "Đừng lấy đi gì ngoài những bức ảnh - Đừng để lại gì ngoài những dấu chân".

Hải đăng Đảo Dấu, hay Đèn Biển Hòn Dấu do người Pháp xây dựng từ năm 1892 đến 1896, nhưng đến năm 1898 mới được đưa vào hoạt động. Đây là một trong ba tháp đèn xưa nhất ở nước ta, gồm có các hải đăng Mũi Kìe Gà, hải đăng Vũng Tàu, hải đăng Hòn Dấu. Ban đầu, ngọn hải đăng được xây dựng cao 140 m so với mức nước biển, gồm một tòa nhà 2 tầng cùng với tháp đèn cao năm tầng, bằng những khối đá có hoa văn rất đẹp. Sau do chiến tranh tàn phá, dù đã có nhiều lần trùng tu, nhưng ngọn đèn biển không còn đẹp như lúc ban đầu.

Từ dưới chân đèn Hòn Dấu, tôi cùng Như leo hết thảy 125 bậc thang xoắn ốc, bằng gỗ, lên đứng trên hành lang của tháp. Từ đây, phóng tầm mắt nhìn xa xa, bọn tôi chiêm ngưỡng trọn vẹn vẻ đẹp hùng vĩ nơi biển đảo cùng cảnh núi rừng bao la, nhất là trong buổi chiều tà, thì không còn gì thú vị và hạnh phúc cho bằng.

Để kịp giờ về lại thành phố Hải Phòng, tôi và Như cảm thấy luyến tiếc khi phải chia tay đảo Dấu, nơi có phong cảnh đẹp chẳng khác gì chốn bồng lai tiên cảnh ở hạ giới.

Tạm biệt Đồ Sơn, tạm biệt nơi nghỉ mát, nghỉ dưỡng, có nhiều bãi tắm cùng phong cảnh thật tuyệt vời, xứng đáng được xem là mảnh đất của nhiều huyền thoại cùng với non nước hữu tình.

Minh Nguyễn

Trăng Thu

Y THY

Anh về tìm lại chốn xưa
Đôi chân đến ngõ trăng vừa nhú ra
Khi trăng mười sáu mặn mà
Anh như kẻ nghiện bê tha vướng tình
Mây
Trăng
Vờn cõi điêu linh
Gió
Thu hiu thổi lòng mình xuyến xao
Nhớ em…
Anh nhớ biết bao
Gió
Trăng
Trăng
Gió
Khi nào gặp nhau?
Ngẩn ngơ
Chọn ý
Tìm câu
Mượn vần thơ để gởi sầu tương tư... ■

Cà Phê Tản Mạn

TRẦN HOÀNG VY

1.
Hốt nhiên giọt nhỏ rùng mình
Cà phê đen tóc em nghìn trùng xa!

2.
Lặng thầm. Giữa quán ba hoa
Hương cà phê hít da ngà thuở thơm?

3.
Cà phê no vẫn đói cơm
Thèm đêm đông giá lửa rơm tâm tình.

4.
Quán nghiêng. Nghiêng cả bóng hình
Ly cà phê đắng môi mình môi em.

5.
Ta xòe diêm đốt đêm đen
Cà phê bàng bạc mùi quen bay vòng! ■

Trăng Ảo

ĐẶNG HIỀN

Trăng lên trang giấy trắng
Luồn qua từng lóng tay
Hình như ngày xa lạ
Khác cả ánh mắt nhìn

*

Thôi thì đành thế thôi
Vô cùng là ngừng lại
Đêm nào chân mỏi rũ
Em về lòng lao đao

*

Tôi ôm mùa chớm nắng
Cơ hồ trăng lơ ngơ
Em mê màu hư ảo
Xanh chút đời sương rêu

*

Bỗng nhiên tình rớt vội
Vỡ hồn si ngây ngô
Yêu em giờ lãng đãng
Giọt mời trăng long lanh... ■

Cám Ơn Đời Cám Ơn Em

NGUYỄN VĂN ĐIỀU

Mỗi sáng mai ngồi vào bàn lướt web
Vợ mang cho cà phê nóng thơm lừng
Thầm cảm tạ và biết ơn cuộc sống
Một chút gì ấm áp ở bên lưng

Bỗng quên hết những nhọc nhằn phiền muộn
Hoa vì ai mà vẫn nở sum vầy
Đời công nghiệp quay hoài như gió cuốn
Lòng rất vui vì hạnh phúc là đây

Đôi mắt em như dòng sông tuổi nhỏ
Dìu lòng ta qua bến bãi êm đềm
Nụ hôn dài cho ân tình bùng vỡ
Dắt nhau đi về phía mặt trời lên

Em có thấy đời mình vui quá thể
Những gập ghềnh sóng gió cũng đi qua
Ta còn nhau giữa trùng trùng dâu bể
Cám ơn đời vẫn còn đó hương hoa

Cám ơn đời ta có em bên cạnh
Dắt dìu nhau bước tiếp giữa đường trần
Thời nhiễu nhương biết ai người tri tửu
Đi hay về cùng một nghĩa phù vân. ■

T

Lặng Im Đáng Sợ ...

HỒ CHÍ BỬU

Tôi gặp anh bán vé số
đang ăn cơm trưa trong một quán ăn từ thiện
Tôi hỏi quê anh ở đâu
anh đưa tay lắc lắc
giống như tôi làm khi ai đó mời mua vé số
Ừ, thì thôi - đâu cũng là quê hương

Tôi gặp một chị chưa già
nhưng cũng không còn trẻ
đang nằm ngủ trên ghế đá công viên
Làm quen
Tôi hỏi nhà chị ở đâu
Chị lại đưa tay lắc lắc
Ừ, thì thôi - đâu cũng là nhà của chị...

Tôi gặp một thương phế binh VNCH
Đang ngồi ngoài rào trước một nhà thờ
với chiếc nón lật ngửa
đặt trước hai chân cụt gần tới háng
Dễ biết anh thuộc binh chủng nào
Với chiếc áo bệch bạc màu có thêu bằng dù
trên mép túi bên trái

Tất cả đều im lặng.

Tôi trở về nhà
Nhìn tôi trong gương
Thằng làm thơ ăn mày dĩ vãng
Bằng những ngữ pháp cũ mèm
Sáng tạo bị đóng băng

Tôi lại nghĩ về đồng nghiệp
Những kẻ đã chạy xa vùng lũ
Cười vui nhảy múa nhìn
bạn bè chới với ôm phao
để rồi một lúc nào đó cao hứng thét :
Tôi yêu quá quê hương..
Tôi yêu quá quê hương.. ■

T

Bước Ra
Từ Nhà Thương Điên Biên Hòa

PHƯƠNG TẤN

Cung cúc giữa xó đời
Chờn vờn bóng ma trơi
Cười sao cười quá đỗi
Ta giỡn, kệ ta chơi.

.

Ta tự làm khán giả
Cùng sân khấu trống không
Phá lên cười ha hả
Tên lạc chợ trôi sông.

.

Cúi và từng bụm cát
Nỗi bạo hành trong tay
Ta đấm ta xây xát
Rồi thu thân đứng cười.

.

Ta đấm ta ngã xuống
Hồn mắc nơi cành khô
Ta đấm ta ngã xuống
Ngã xuống ta đứng lên
Gỡ hồn và ngúc ngoắc.

.

Này giữa lòng thánh địa
Thượng đế treo toòng teng
Nhiễu nhương cười hô hố
Và thánh thần Amen!

.

Hai với hai mười sáu
Từng khoảng buồn lên cao
Từng niềm vui xuống thấp
Ta vo đầu cười khan.

.

Nào, bật trái tim ra
Treo leo heo đầu lưỡi
Nỗi khốn cùng tròn xoe
Tò tí tò tí te. ■

T

Quên Và Nhớ!

TRẦN NGUYÊN

Ta sẽ bỏ chút quên vào nỗi nhớ
Để nghe chiều vời vợi với mênh mông
Ngày chưa xa nên lòng mình cứ ngỡ
Vẫn mơ hồ tĩnh lặng thuở chờ mong

Ai bâng khuâng nghe gió nói thì thầm
Lá chưa vàng sao nỡ trách mùa thu!
Heo may về thao thức khóc trăm năm
Ngày và đêm huyễn hoặc đến sa mù

Ta sẽ quên để trở về cội thức
Chiều thu tàn tan giấc ngủ liêu trai
Ta cố quên để trở về cõi thực
Tháng năm nào cũng đến lúc vàng phai!

Ta không tiếc khi mình thôi muốn nhớ
Ngày chông chênh nghe mưa nắng hao gầy
Đêm trở về đốt hết một trời thơ
Thơ vụn gãy trong tro tàn run rẩy

Mà trong ta, quên nhớ vẫn mơ hồ! ■

Ơn Đời
Nặng Trĩu Đôi Vai

VÕ THẠNH VĂN

Ơn đời từ buổi
Rớt nặng hai vai
Mưa đời ngọt tuổi
Thêu hoa chân hài

Trăm năm từ bữa
Lạc dấu rêu xanh
Một nghìn năm nữa
Trôi qua cũng đành

Tiếng chuông đồng vọng mây lành
Đỉnh non đá dội tròng trành khe sâu

Sương rơi ướt đẫm khuê lầu
Mây trôi lụt mấy chân cầu nước xoay

Tuyết rơi ngập lối chiều nay

Thinh không hấp hối
rừng bày cành trơ

Cánh âu lạc bạn bơ vơ

Một phương giông bão
đợi chờ mười phương. ■

Đêm Ở Làng Nghe Hô Bài Chòi

TRẦN VẠN GIÃ

Đêm trăng nghe hô bài chòi
Giọng người Bình Định hay ngoài Phú Yên
Đất lành hội tụ người hiền
Xa xưa ở khắp ba miền đến đây

Trăng lu khuất dưới bóng mây
Âm thanh réo rắt tiếng cây đờn cò
Hô câu: Nhớ thuở hẹn hò
Nhớ thời bom đạn nhớ đò nổi trôi

Hô câu: Chung thủy lứa đôi
Để trầu xanh lá để vôi nồng nàn
Để thơm ân nghĩa của làng
Để còn xanh mãi bóng hàng tre xanh

Em nghiêng đầu xuống vai anh
Buồn buồn nghe đoạn Thoại Khanh tìm chồng
Bời bời nghe đắng bão giông
Trăng mùa thu dọi vào lòng hai ta. ■

TM

Người Mẫu

LÊ CHIÊU GIANG

** Viết về Nghiêu Đề, người bạn Tấm Cám không phải chỉ mình tôi, mà đã có rất nhiều bạn bè quí mến, viết về, nói đến... Nhưng vẫn chẳng ai nói về Nghiêu Đề, cảm động như người bạn đời đã viết về anh - Lê Chiêu Giang. Cô viết như một tưởng niệm về người bạn của chúng ta - Nghiêu Đề.*

Anh đã ra đi tháng 11/1998.

Ngô Thế Vinh

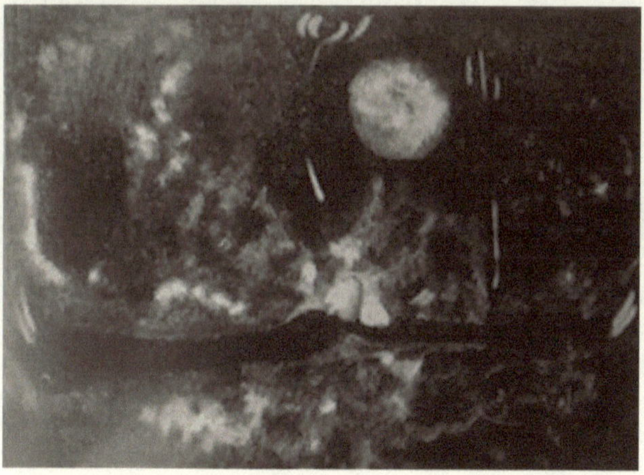

Vùng thanh thoát
Nghiêu Đề 1962

Sách vở cho bài tập ngày mai, được tôi loay hoay học, khi Anh ngồi tìm góc cạnh cho một chân dung mới.

Anh đã chẳng muốn tôi bị mất điểm vì ngày thi gần đến, nên tôi ngồi ngay phòng khách nhà Anh. Vừa học vừa ngồi mẫu cho bức tranh dang dở, bắt buộc Anh phải hoàn tất cho lần triển lãm sắp tới.

Những Chủ nhật trốn lễ nhà thờ chưa đủ, tôi bỏ cả trường lớp, trốn học và có khi còn muốn đi luôn... Tuổi nhỏ mê muội, đắm đuối trong một rừng Tranh, tôi ngây ngô chưa hiểu gì, nhưng thú vị với những bức tranh còn nồng ướt mùi sơn dầu của Anh, và bè bạn. Những họa sĩ hơn tôi không biết bao nhiêu tuổi, chỉ biết họ nhìn tôi như một cô học trò mới lớn.

Mắt tôi Anh vẽ dài như lá, tóc bới cao cho tôi nhận ra cổ mình rất đẹp, và thấp thoáng trong tranh tôi nhìn thấy những thiết tha, trìu mến mỗi khi anh ngắm tôi để thêm một nét mới. Anh không vẽ tôi rất giống như một hình ảnh chân phương, sự cách điệu không hài hòa, làm gương mặt tôi có sắc sáng như trăng, lại thêm chút bóng tối của u mê. Sự u mê mà chắc chỉ mình Anh nghiệm ra, nhìn thấy…

Khi nghe tiếng xe dừng, Anh nhìn ra cửa, nói vội cùng tôi: "Cô bạn cũ".

Tôi xếp tập vở, sửa soạn cho một lời chào hỏi.

Chẳng thèm ngó gì đến tôi, Chị đanh đá nhắm vào Anh xỉa xói, một "kẻ phản bội, không giữ lời hứa cưới xin…", "có mới nới cũ…". Khi hiểu ra chuyện, sợ hãi nhưng tôi chẳng biết làm gì và chạy trốn đi đâu? Chỉ nghĩ nếu không có tôi ở nhà Anh lúc này, mọi điều sẽ rất khác.

Làm sao Anh có thể giãi bày? và Anh ấp úng…

Rất nhanh, Chị ném bức tranh anh đang vẽ ra cửa, như chưa hết tức, Chị chà lên, đạp xuống làm canvas rách bung với màu nhòe nhoẹt ướt. Mặt mũi tôi trong tấm canvas xéo chằng xéo chịt với mọi thứ màu sắc, nằm yên dưới đất trông rất tội nghiệp.

Tôi còn ngớ ngẩn ráng nói lời xin lỗi, Chị lườm với mắt như dao sắc rồi vùng vằng bỏ đi.

Tôi khóc. Anh hẹn sẽ tìm canvas cho một tranh khác.

"Tranh khác", nghĩa là tôi sẽ tiếp tục trốn học và chối Chúa, bỏ nhà thờ.

***

Buổi triển lãm hàng năm "Hội Họa Mùa Xuân" của Hội Họa Sĩ Trẻ, luôn tổ chức ở Alliance Française trên đường Gia Long, Sài Gòn.

Anh mang tranh còn ướt với khung tranh chỉ là những sợi dây lạt quấn quanh, bởi chưa kịp mua khung. Tôi nói với Anh, kiểu thức mới này làm chân dung tôi nhìn vui vui, và lạ mắt hơn.

Nhưng anh Đinh Cường khiếu nại, bầy vẽ cho tôi hiểu qua một ẩn dụ khác: "Nó" trói cuộc đời Cô lại đó, chứ dây lạt chẳng ai dùng làm khung tranh".

Có sự trói buộc nào dễ thương hơn không? Chỉ là những sợi dây lạt đan thắt lại, nhưng đã gắn bó chúng tôi bền bỉ cho đến khi hết hơi, cho đến ngày tắt thở.

Vừa lén lút sợ Ba Mẹ, vừa lúng túng. Tôi treo bức Chân Dung anh tặng sau ngày triển lãm ngay sát bàn học. Không dám nói tranh của ai vẽ vì Ba Mẹ tôi đã tuyệt đối cấm đoán, không cho gặp Anh thêm một lần nào nữa.

Tôi ngây thơ nhưng gian dối, ôm thánh kinh, trốn nhà thờ ngồi cafe với anh hàng tuần, mỗi chiều Chủ nhật, chờ hết Thánh lễ tôi mới về nhà.

Tôi vâng vâng dạ dạ ngoan hiền, nhưng tính toàn chuyện bỏ học, ôm sách vở đi chơi...

Tôi đã mơ màng cùng tranh những sáng mưa, chiều nắng. Hương của sơn dầu như thơm ngát trên tóc tôi cùng sách vở. Tôi đã ngồi với bàn học trễ hơn mỗi đêm khuya, để nhìn ngắm chân dung mình, hít hà mùi thơm của tranh chứ không phải ôn bài, hay đọc sách.

Tan trường về, việc đầu tiên là tôi đứng trước bàn học thầm thì, như chào như hỏi với tranh và bóng tôi.

Có Tranh, đã như có thêm sự góp mặt của Anh, trìu mến cùng tôi trong gian phòng bé nhỏ, khiến tôi luôn cảm thấy ẩn khuất đâu đó hơi thở Anh nồng nàn, ấm áp. Và tranh với tôi đã quấn quít, quyến luyến như không thể xa rời.

Nhưng mọi sự chìm đắm của tôi chợt bị cắt ngang, Ba tôi mang giấu bức tranh đi biệt tích!

Vẫn nguyên áo dài chưa kịp thay, tôi lăn ra khóc, tôi ăn vạ, tôi bắt đền như những ngày xưa còn bé... Mẹ tôi bối rối nói những lời răn đe, rồi khuyên nhủ.

Tôi không nghe thấy gì những lời Mẹ nói. Bên tai tôi là tiếng gào xé thất thanh của bức tranh yêu dấu, tôi tưởng tượng ra nó cũng đang buồn rầu, khóc lóc thảm thương vì nhớ tôi cùng bàn ghế và sách vở...

***

Khi biết ý Anh muốn dùng chút thời gian còn lại để vẽ chân dung tôi, kỷ vật cuối cùng sau 25 năm gắn bó.

Tôi ngại ngùng vì Anh đã rất yếu, chỉ muốn Anh nghỉ ngơi. Nhưng nếu chẳng làm gì, chỉ nghỉ ngơi ngồi chờ cơn hấp hối, cực hình này mới thật đáng sợ…

Và mỗi ngày tôi vẫn ngồi mẫu.

"Mẫu", chỉ là một cách nói, tất cả tranh Anh, bức nào cũng đã phảng phất bóng tôi. Qua một cuộc nhân duyên bền bỉ, chúng ta có còn cần nhìn nhau cho thêm rõ những mặt, những mày?

Anh nhìn tôi mà như không thấy. Tay Anh run nên nét vẽ kém phần sắc sảo.

Tóc tôi vẫn được bới cao như bức chân dung mà Ba tôi đã giấu đi mất tăm. Tôi bồi hồi, buồn bã nhớ lại cuộc nhân duyên đầy khó khăn của Anh và tôi khi bị gia đình ngăn cấm…

Sao mắt tôi Anh diễn tả, ánh lên có chút màu đỏ?

Tôi rùng mình, so với màu máu tươi rỉ ra từ gan Anh, mà mỗi ngày hàng chục lần tôi phải thấm cho khô hết.

Anh vẽ mắt tôi xếch và sắc như kiếm dao, điểm thêm với miệng cười vô cùng khinh bạc.

Nhưng biến hóa lạ lùng, trong tranh trông tôi vẫn rất dịu dàng...

Đến phút cuối đời, Anh mới diễn tả về tôi rất thật, đã nhìn ra tôi rất đúng. Chính tôi.

***

"Chị" đã quăng bức chân dung thứ nhất.

Ba tôi giấu mất bức tranh thứ hai.

Tranh "Chân Dung Cuối Đời", tôi đã gửi theo, khâm liệm để ở lại cùng Anh mãi mãi.

Tôi sợ màu đỏ, Anh không vẽ tôi khóc. Anh vẽ tôi với mắt nhìn ngạo mạn...

Nhưng sao tôi tưởng ra, tôi nhìn thấy, đã có những giọt máu tuôn rơi từ đôi mắt kia, rất sắc.

Lê Chiều Giang

2020

Đò Xưa

THÁI NC

- Thằng đang bơi, qua bên ni chị nhờ chút.

Đang bơi thỏa thuê trên sông, Cọp nghe tiếng gọi từ con đò đang đậu gần đó và thấy chị Lành đang đứng đầu mũi đưa tay ngoắc.

Cọp biết đây là đò bán chè của chị Hiền và chị Lành. Hai người tuy ở chung đò nhưng không phải là chị em vì rất khác nhau. Chị Hiền lớn hơn chị Lành vài tuổi, cao và có nước da ngăm ngăm, giọng chị mang âm hưởng Quảng Nam, trong khi chị Lành thấp và trắng hơn, nói đặc giọng Huế.

Lý do nào hai cô gái không phải chị em thân thuộc, không cùng quê quán lại cùng chung sống trên một chiếc đò thì Cọp không biết, và không cần biết. Cọp chỉ biết rằng mấy tháng trước hai chị cùng chèo đò tới cập bến tại đây để bảng bán chè. Ban ngày hai chị chèo đò bán dạo ở đâu không biết, chiều thường trở về bến ở xóm Chùa Bà nhà Cọp nấu cơm ăn, giặt giũ. Tối đến hai chị lại chèo đi bán chè dạo trên sông.

Cọp biết tên chị Hiền, chị Lành vì thỉnh thoảng nghe người ta gọi chè hai chị từ trên bờ, nhưng họ không biết Cọp là ai. Buổi chiều Cọp thường ra bơi sông gần chỗ hai chị neo đò nhưng chưa mua chè hai chị nên chưa quen nhau.

Cọp bơi lại gần và thấy chị Lành đang đứng kiễng chân ở mũi đò cầm cái sào khá dài cố vớt cái quần đen đang dần trôi xa ra khỏi tầm với của chị.Quần áo mấy chị giặt phơi bị gió thổi xuống sông đây. Không chần chờ, Cọp bơi qua lấy cái quần đưa lại. Chị Lành mừng quá, hỏi rối rít,

- Cám ơn cu hí. Cu tên chi?

- Tên Cọp.

Chị Lành cười

- Ui cha tên chi mà dữ rứa? Nhưng thấy cu hiền khô dễ thương ghê.

- Ai rứa? Có tiếng chị Hiền từ bên trong

- Cái quần Mỹ A mới may bị gió xuống sông may nhờ thằng cu ni bơi vớt lên chơ không là trôi mất rồi.

- May chưa tề! Kêu hắn lên cho hắn chén chè.

- Ừ hí, em quên. Cu lên đò chị cho chè ăn nì. Cu chi? Cọp phải không? Cọp lên đây chị múc chè ăn. Không tính tiền mô.

Nghe nói được cho chè, Cọp thích lắm, nhưng đành chịu, ngượng nghịu lắc đầu.

Chị Lành hiểu ngay khi nhìn Cọp qua dòng nước, cười nói vào bên trong

- Hắn lên không được mô Hiền ơi. Hắn đang bơi ở lổ. Hắn dị, hí hí!

- Bày đặt. Con nít con nôi ai thèm dòm mà dị!

Chè thì thích thiệt, nhưng làm sao dám tồng ngồng lên gặp hai chị. Nó quẫy mình bơi lẹ ra sông, và nghe tiếng chị Lành vói theo,

- Ngày mai Cu mặc quần rồi lên đò chị ăn chè nghe.

***

Hôm sau Cọp đã chuẩn bị nên bơi… có mặc quần đàng hoàng và lên đò chị Hiền chị Lành làm một bụng chè thỏa thuê.

Kể từ hôm đó Cọp trở nên quen thân với cả hai chị. Không cần vớt quần vớt áo chi cả, Cọp khi nào cũng được ăn chè không tốn tiền. Không phải chỉ chè mà thôi, chị Hiền chị Lành thỉnh thoảng kêu bún bò hay cơm Hến vô ăn cũng đều để dành cho Cọp một tô…

Một bữa Cọp bơi đến con đò và thấy chị Lành ngồi một mình

thọc hai chân xuống nước. Cọp mon men bơi lại nhưng không leo lên đò như mọi khi mà chỉ đứng dưới.

Đang nói chuyện Cọp để ý chị Lành xắn chiếc quần đen đang mặc lên tới tận đầu gối, thòng cả hai cái chân xuống đong đưa vọc nước. Cọp cứ nhìn sững đôi chân đến nỗi chị Lành ngạc nhiên hỏi,

- Mi nhìn chi dưới nước?

Cọp bẽn lẽn nói nó nhìn hai cái chưn chị đong đưa như vậy giống như hai con cá đang lượn đùa nhau.

- Hi hi, chị Lành cười. Thằng ni tưởng tượng ghê hí. Ừ, chừ cho hai con cá bơi đua nghe.

Nói xong, chị phát ra miệng mấy tiếng kêu " ron-ron-ron..." như tiếng xe máy đang rú ga. Bên dưới chị dùng chưn trái lượn qua qua lượn lại rất lả lướt. Chưn phải cũng lượn rượt theo liền phía sau. Hết bên trái tới bên phải, cứ như vậy chị cho hai con cá đuổi nhau thật sôi động. Thỉnh thoảng một con hứng chí bay lên khỏi mặt nước, con kia cũng bay theo lên liền không chịu kém.

Thằng Cọp thích quá hò reo hưởng ứng. Chị Lành nghĩ ra trò đua cá thiệt hấp dẫn.

Bỗng nhiên chị Lành cho con cá chưn trái chậm lại để cá chưn phải bắt kịp. Chị xoè ngón chân cái và ngón trỏ ngoạm một cái ngay gót chân, rồi la lên

- Bắt được mi rồi. Bắt được mi rồi...

Xong chị lấy ngón chưn cái của con cá sau ịn một cái vô con cá trước và nói tiếp:

- Bắt được rồi cho hun một cái.

Thằng Cọp cười ngặt nghẽo nhìn chị Lành đạo diễn màn đua cá, nhất là màn cuối bắt được rồi cho hun một cái.

Chị Lành nhìn Cọp nói

- Chừ tau với mi chơi. Tau bơi, còn mi đuổi theo nghe chưa. Cho mi dùng tay làm cá đó.

Cọp chịu. Chị Lành co một chưn lên bờ, chưn kia vẫn để dưới nước và bắt đầu rà tới rà lui.Miệng chị vẫn "ron-ron-ron" rú ga giống như hồi nãy đầy vẻ thách thức. Cọp đâu chịu kém. Nó cũng "ron-ron-

ron" rú ga giống như chị Lành, và nhanh như chớp bất thần cả hai tay chụp xuống dưới nước. Chưa kịp chuẩn bị và không ngờ Cọp mới chịu là...làm liền, nên con cá Lành bị chụp cứng ngắc không kịp phản ứng.

Chị la bai bải

- Ăn gian! Thằng ni ăn gian. Tau chưa chuẩn bị. Mà mi không được dùng hai tay. Tau một con mi cũng một con thôi. Chừ bắt đầu lại.

Trò chơi lại bắt đầu. Lần này chị Lành đã chuẩn bị, và Cọp chỉ được dùng một tay nên cuộc đua sôi nổi hào hứng hơn. Mỗi lần Cọp chụp hụt là chị Lành lại cười ré lên khoái chí. Nhưng sau nhiều lần chỉ vồ nước sông, Cọp đã nghĩ ra cách chụp cá. Nó không nhắm bàn chưn chị Lành nữa mà nhè ngay... đầu gối chị để chụp. Chỗ này thì dính chắc vì chị đâu có di động được. Từ đầu gối, mặc cho chị Lành vùng vẫy dữ dội Cọp vẫn cứ bám lấy và lần mò theo bắp chưn của chị xuống phía dưới cho đến khi nắm được bàn chưn con cá Lành là chị hết đường cục cựa. Chị Lành cười nắc nẻ,

- Mi chơi ăn gian, nhưng mà thôi, cho mi thắng đó. Chừ bắt được rồi cũng hun một cái.

Cọp đang ngơ ngác, chị Lành co chân lên khỏi mặt nước lúc lắc ngón chân cái. Hiểu ý, Cọp bắt chước như hồi nãy dùng ngón tay ịn vô chưn của chị để...hun một cái. Cả hai cười như nắc nẻ khoái chí.

Đang cười, chị Lành bỗng ngưng lại, nhìn Cọp hỏi,

- Mi thấy chưn tau đẹp không?

Nói xong chị đưa cái chưn tới sát ngay mặt. Như phản xạ tự nhiên, Cọp dùng cả hai tay bưng chưn chị Lành rồi ngơ ngẩn nhìn. Một tay Cọp đỡ ngay gót, tay kia vân vê những ngón chưn. Cọp nhận ra chưn của chị Lành trắng phau phau. Bàn chưn của chị nhỏ nhắn nhưng đầy đặn không một sợi gân. Đẹp nhứt là năm ngón e ấp tụm lại với nhau chứ không xòe ra như cánh quạt của hầu hết những người khác mà Cọp thấy. Điều đặc biệt là gót chưn của chị tròn lẳn, không một vết nứt nẻ nào. Cọp chưa từng thấy ai có bàn chưn đẹp như ri.

Bỗng nhiên Cọp thấy thèm một cây cà-rem, cây cà rem đậu xanh Cọp thích nhứt, giữa buổi trưa hè... Nó đau đáu nhìn những giọt nước từ bàn chưn chị Lành tụ lại ở đầu ngón và rơi xuống sông, tưởng tượng cây cà-rem ...

Cọp thèm một cây cà rem chi lạ!

- Chưn tau đẹp không?

Tiếng chị Lành lặp lại. Cọp thẫn thờ gật đầu.

- Mi thích không?

Cọp lại gật đầu.

- Thích thì… cho hun một cái đó.

Hồn vía Cọp lúc nầy như đã bị ma hớp hồn. Nó lấy ngón tay tính để ngón chưn của chị để hun như lúc nãy, nhưng chị Lành gạt ra và nói

- Không phải hun rứa. Hun thiệt. Hun bằng miệng.

Chị Lành nói xong đưa chưn tới sát ngay trước mặt Cọp.

Cây cà rem đậu xanh sữa nhúc nhích, nhúc nhích. Cọp nhìn chị Lành thấy chị vừa cười vừa gật gật đầu. Nó mân mê cái chưn trắng ngồn ngộn của chị Lành trong tay, rồi bỗng nhiên như có một sức mạnh nào thúc đẩy, nó đưa mũi tới sát và hít một hơi thiệt mạnh. Chưa bao giờ Cọp hít mạnh như vậy. Nó có cảm tưởng không phải chỉ bàn chưn, mà cả cái chưn của chị, cả người chị Lành, đang chui tọt vô mũi nó.

Không phải chỉ chị Lành.

Con đò,

Dòng sông,

Cả thế giới chung quanh như đều bị Cọp hít hết cả vào người. Chị Lành bật cười sằng sặc làm Cọp bừng tỉnh. Nó dị quá, thả vội cái chưn ra và quay mình bỏ chạy.

- Chuyện chi rứa? Tiếng Hiền hỏi từ bên trong.

- Thằng Cọp chớ ai. Tui mới chọc chút mà hắn dị hắn chạy rồi.

- Con khỉ ! Hắn còn nhỏ, mi chọc chi rứa?

Tiếng chị Lành cười khanh khách phía sau…

***

Từ giã dòng sông Hương hiền hòa, Cọp rời Huế một sáng trời mưa bay bay, hành trang mang theo là những kỷ niệm.

Kỷ niệm một cái chưn trắng nõn nà của cô gái bán chè trên sông Hương đã cho Cọp cái cảm giác rạo rực đầu tiên trong đời.

Thai NC

Hải Hành Mùa Đại Dịch

NGUYỄN LÊ HỒNG HƯNG

(Truyện Dài Kỳ 2)

Hôm tôi xuống tàu, khi xe đậu lại bến, Ama đang đứng trực trên đầu cầu thang, vừa thấy tôi từ trên boong nó chạy ào xuống làm chiếc cầu thang rung rinh và kêu lạch cạch. Nó quên luôn luật phòng chống dịch, nhào tới bắt tay mừng rỡ và ôm chầm lấy tôi:

- Biết chú xuống con chờ.

Tôi vỗ vỗ vào vai nó, nói:

- Lâu lắm rồi chú cháu mình mới gặp lại.

Nó khom xuống kéo chiếc vali nặng trịch và đầy nhóc đồ đạc của tôi vác lên vai rồi đi một mạch lên phòng, để vali xuống xong, nó nói:

- Con còn phải trực, chú cháu mình sẽ gặp lại sau.

Ama dân In Đô thuộc giống người Ambon tóc quăn, nước da đen gần như người Phi Châu. Tôi quen ba của nó trong những ngày đầu tôi tập sự hải hành, ông tên là Verman, lớn hơn tôi bốn tuổi và gia đình theo đạo Thiên Chúa. Lúc tôi mới chân ướt chân ráo tới định cư nước Hòa Lan, xin được chân thủy thủ, những ngày sống chung nhau Verman thương và giúp đỡ tôi rất tận tình. Tới ngày tôi làm đầu bếp thì cũng là lúc Ama xuống tập sự làm thủy thủ, Verman dạy Ama kêu tôi bằng chú và dặn tôi nhắc nhở, giúp đỡ Ama trong lúc nó cần hoặc những khi ông không có mặt trên tàu. Thời gian sau Verman bệnh nặng không làm việc được nữa, lúc đó Ama đã thạo nghề và lương bổng được khá thì cũng là lúc Verman qua đời.

Sau giờ ăn trưa hôm đó, Ama dẫn tới một thanh niên trẻ, giới thiệu là con trai của nó tên Nando vừa tròn hai mươi tuổi, học xong trung học và mới xuống tàu đi chuyến đầu tiên. Tôi còn nhớ ngày đầu khi Verman dẫn Ama tới giới thiệu cho tôi, tuổi Ama cũng bằng Nando bây giờ và không khí gặp gỡ cũng giống như ngày hôm nay, khác cái là Verman dạy Ama kêu tôi bằng chú Tấn (uncle Tan), còn bây giờ Ama dạy Nando kêu tôi bằng ông Tấn (Mr. Tan.) Nước In Đô với nước Hòa Lan có hiệp ước lao động nên phần đông tàu Hòa Lan nhận người In Đô làm thủy thủ rất nhiều. Cũng vì vậy nhiều thủy thủ người In Đô làm việc cho công ty hết đời cha tới đời con và bây giờ tới đời cháu rồi.

Trước đây Ama theo tôi học làm bếp, tới khi thấy nó thạo nghề tôi mới chỉ cách nó xin việc. Từ khi Ama nhận việc tôi với nó không đi chung tàu nữa, nhưng thỉnh thoảng cũng có nhắn tin thăm nhau. Nhờ vậy mà tôi biết nó làm bếp được một thời gian rồi nó gây lộn với mấy người Nga sao đó và xin trở lại làm thủy thủ. Ama thấy tôi chiều nào cũng lên bến đi dạo, nên tuần trước nó nhờ tôi hỏi thuyền trưởng cho nó đi theo. Sau giờ ăn chiều, tôi hỏi thuyền trưởng thì ông nói:

- Người nào đi thì người đó hỏi, hổng được người này hỏi giùm người kia.

Nói xong ông vô phòng đóng cửa lại. Những thủy thủ người In Đô thường ngại không dám gõ cửa phòng hoặc điện thoại cho thuyền trưởng, đúng ra tụi nó hỏi thuyền phó cũng được. Nhưng có lẽ vì sợ mắc dịch Covid-19 hoặc vì cái bản tánh ngại ngùng của dân thuộc địa trước kia còn đọng trong máu nên không dám hỏi, cũng như nhiều người Việt làm trên các xưởng ở đất liền, hễ thấy sếp Tây thì rụt rè không dám đòi hỏi mặc dù biết đó là quyền lợi của mình, cũng vì vậy mà hơn tháng qua không có người In Đô nào lên bờ đi dạo hết. Chiều nay sau giờ ăn Ama vô bếp phụ tôi dọn dẹp, xong việc tôi lấy bia mời nó. Chúng tôi đứng trong bếp đưa lon lên cụng, ngước cổ uống một hớp. Chợt nhớ ra tôi hỏi:

- Con hổng muốn trở lại làm bếp nữa sao?

- Dạ, cũng muốn nhưng nhiều chuyện phiền phức, con sợ mình chịu hổng được.

- À, làm dâu trăm họ mà không nhẫn nại thì cũng phiền phức lắm.

- Sao con thấy không có người nào vô bếp đòi hỏi chú món này món kia.

- Có chớ, hồi chú mới vô nghề gặp nhiều lắm, chú chửi mấy thằng cà chớn đó hoài, thậm chí muốn lấy dao đâm cho nó lòi phèo luôn.

- À! Vậy hả chú, nhưng hồi biết chú tới giờ con thấy chú hiền khô.

- Lúc gặp con chú đã lớn tuổi rồi.

- Con thấy mấy người Nga sống vô kỷ luật, ăn uống hổng giờ giấc gì hết, mà lại xấc xược đôi khi cũng bực mình.

- Trước kia chú nghĩ cũng như con vậy, chú chửi lộn với tụi Nga hoài, sau này chú mới nhận ra, người nước nào cũng kỳ thị, ganh tị và hay làm khó nhau.

- Sao con người hay kỳ thị nhau quá chú?

- Có lẽ từ khi có loài người trên trái đất thì chuyện phân biệt đã có rồi, là con người thì ai cũng có tánh phân biệt. Theo chú thì phân biệt là mầm mống của kỳ thị, nhưng tùy hoàn cảnh xã hội mà nó bộc phát, với lại còn cá tính của mỗi dân tộc và tùy trình độ của mỗi người mà tỏ thái độ khác nhau. Ngay người In Đô cũng vậy thôi, người Ambon không ưa người Java, người Java ghét người Ambon, đạo Hồi không ưa đạo Chúa, đạo Chúa không thích đạo Hồi.

Ama nói:

- Đạo Hồi hổng thích đạo nào hết,

- Chỉ vì ba cái chuyện nhỏ nhặt vậy thôi mà con bỏ nghề.

- Dạ.

Tôi liếc qua nhìn thằng nhỏ, thấy nó chú tâm lắng nghe, tôi nói tiếp:

- Trên tàu con tức giận chửi lộn rồi bỏ nghề. Nếu con ở Mỹ mỗi khi tức giận chắc con hùa theo đám dân da đen đập phá cho đã.

- Chú nghĩ vậy sao?

- Chắc chắn luôn chớ nghĩ gì, biểu hiện của tức giận là phẫn nộ, mà con có tánh nóng, khác hẳn ba con.

- Con muốn bỏ tánh nóng nhưng khó quá chú.

- Ba con ngày trước hiền khô, có lần ba con thấy chú gây lộn với đồng nghiệp, ba con rầy chú và chú có kể cho ba con nghe về tánh nóng khó chừa của mình. Con biết ba con nói sao không?

- Sao chú?

- Khó nhưng không có nghĩa hổng bỏ được, mình thay đổi người khác hổng được nhưng thay đổi chính mình thì được. Từ đó chú tập dằn cơn nóng giận khi gặp chuyện bất bình riết rồi tánh nóng biến đâu mất hồi nào không hay.

- Con thấy ngày Chủ Nhựt mà thuyền trưởng hổng cho đầu bếp nghỉ ngơi gì hết, chú vui vẻ làm, chớ những đầu bếp khác vừa làm vừa tức giận vừa chửi thề và mạnh tay với dao thớt.

- Trong số đầu bếp hổng vui vẻ đó có bếp Ama.

Chúng tôi cùng cười ha hả. Tôi hớp một hớp bia và vỗ lên vai thằng nhỏ, nhẹ giọng:

- Bỏ tánh nóng hổng phải là nhu nhược, nếu đầu bếp biết sắp xếp công việc thì ngày nào cũng là ngày Chủ Nhựt. Con đừng tính toán, so đo với ai hết, sống tập thể mình nên cảm thông, chia sẻ và chịu thua thiệt một chút, có như vậy mình mới an tâm làm việc.

- Ờ, con thấy chú nấu buổi sáng đủ ăn luôn cho buổi chiều.

- Thường là vậy, nhưng với viên thuyền trưởng này chú phải nấu thêm thịt.

- Ờ, thuyền trưởng ăn thịt nhiều quá.

- Ở nhà thiếu ăn nên xuống tàu ông ăn bù vậy thôi.

Ama tưởng tôi nói chơi nên hỏi lại:

- Ồ, thiệt vậy hả chú?

- Thiệt chớ.

- Nhưng ông ta là thuyền trưởng mà thiếu ăn sao ?

- Hồi trước ông cũng là chủ tàu nhưng sau đó bị phá sản, có lẽ cũng vì bất tài nên bị vợ cho ăn cầm hơi, trên tàu được ăn miễn phí nên ông ăn cho đã.

- Trước kia con nghĩ là thuyền trưởng người nào cũng hiền, thông thái và dân ở Âu Châu hổng có người nghèo đói.

- Con nên biết rằng, trên thế giới này nơi nào có tỉ phú thì nơi đó có ăn mày. Chú biết có nhiều người làm chủ công ty lớn bị phá sản đến đổi không còn nhà để ở, phải ở trong *caravan*. Theo chú nghĩ thì hoàn cảnh của viên thuyền trưởng này cũng tương tợ vậy thôi, hôm trước còn là chủ lớn, hôm sau trắng tay là lẽ thường tình. Còn nhân cách thì hổng phải người nào học cao cũng hiểu rộng, là người thông thái và biết cách đối nhân xử thế, con thấy trên tàu đó, có vài người học cao, có bằng cấp hẳn hoi nhưng giữa người và người họ cư xử với nhau còn thua phường vô loại nữa.

- Nhưng thuyền trưởng có một biệt thự lớn và một chiếc du thuyền buồm.

- Chú có thấy hình ảnh ông thường khoe với mọi người, nhưng biết đâu đó là hình ảnh của trước kia, hoặc nếu hiện tại ông đang sở hữu thì cũng có thể là ông làm việc để trả nợ cho những thứ ông đang có, trên tàu ông là thuyền trưởng khi về nhà ông sống ra sao ai mà biết được. Trong công ty những thuyền trưởng và những thợ máy người Hòa Lan trẻ hơn ông, họ đã nghỉ hưu hết rồi. Nếu ông là người giàu có thì tuổi này ở nhà nghỉ ngơi, hưởng thụ cuộc sống cho sướng cái thân già, chớ làm gì xuống đây thèm ăn và kèo nài thêm từng miếng thịt, từng cái trứng gà.

- Ờ, trước khi chú xuống, có lần đầu bếp chiên cho mỗi người hai cái *frikandel*, ông ăn xong rồi vô bếp nói với đầu bếp là ông chưa ăn, làm đầu bếp phải chiên thêm cho ông hai cái khác.

- Chú cũng bị ông đòi ăn thêm theo kiểu đó hoài.

- Công ty biết không chú?

- Biết chớ.

- Họ không làm gì sao?

- Chuyện ăn uống trên tàu đâu có liên quan tới họ.

- Theo quy luật trên tàu thì không người nào được vô bếp làm phiền đầu bếp.

- Thật ra thì luật lệ dành cho những người biết sống kỷ luật thôi. Có lần chú gặp thuyền trưởng hay chèn ép chú và hay vô bếp đòi này đòi nọ, chú bực mình, lúc gặp chủ tàu chú méc. Con biết ông ta nói sao không?

- Sao chú?

- Ông ta nói, ông là chủ trong bếp, bất cứ ai đòi này đòi kia thì mặc kệ, ông đừng làm theo.

- Rồi chú có làm theo lời chủ không?

- Có chớ, nên chú gây lộn hoài và chú cũng xin đổi tàu khác mỗi khi gặp thuyền trưởng khó khăn, nhưng qua tàu khác cũng vậy thôi, hổng lẽ xin đổi tàu hoài. Nhờ gặp khó khăn chú mới khám phá ra những người tham ăn, thường thì lòng dạ hẹp hòi lắm, mình làm dưới quyền họ mà, không khéo bị mất việc như chơi. Chú nhớ có lần đi chung với viên thuyền trưởng ghiền rượu, ông có một biệt thự ở Sumatra, có vợ người In Đô mà lại không ưa thủy thủ In Đô. Cũng vì tánh kỳ thị, mà nhiều thủy thủ In Đô ghét và hăm he khi về Sumatra sẽ đốt ngôi biệt thự của ông, nhưng cho tới nay ông vẫn sống vui vẻ với vợ con và vẫn ghét thủy thủ người In Đô. Đã hơn hai chục năm qua rồi, ngôi biệt thự của viên thuyền trưởng bên Sumatra vẫn chưa bị cháy.

- Ha ha...

Ama đang hớp bia, nghe tôi nói nó cười lớn bị sặc bia văng tùm lum. Tôi nói tiếp:

- Tốt nhất là quên hết đi, hổng nói chuyện về thuyền trưởng nữa, nói chung là không nên nói bất cứ ai. Con xin làm bếp lại đi, nhưng đừng so đo, tính toán lung tung nữa. Mình là đầu bếp nấu cho nhiều người ăn, nên công bằng ai cũng như ai, lo làm cho tốt việc của mình và nấu cho ngon. Con làm được như vậy, chú bảo đảm hổng người nào dám vô bếp làm phiền con nữa đâu.

- Vậy mỗi sáng con vô bếp học thêm chú nhé.

- Hơn tháng rồi ngày nào con cũng vô phụ chú mà.

- Dạ, nhưng con cần học thêm kinh nghiệm.

Nói tới đây nó nhìn lên góc bếp thấy chiếc ba lô máng trên vách. Nó hỏi:

- Chú định lên bờ hả?

- Chiều nào chú cũng đi mà.

- Con muốn đi với chú nhưng mà thuyền trưởng khó quá.

- Thì con hỏi thuyền phó.

- Thuyền phó kêu hỏi thuyền trưởng.

Tôi hơi khó chịu và nhăn cái mặt, cao giọng hỏi:

- Con gọi điện hỏi thuyền trưởng hổng được sao?

- Sợ ổng ngủ.

- Giờ này mà ngủ nghê gì!

Thấy nó lưỡng lự, tôi day ngang chỗ máng điện thoại, nhấc ống nghe lên, bấm số rồi đưa ống nghe qua cho nó:

- Con hỏi đi, ổng hổng bắt con bỏ tù đâu.

Có như vậy nó mới đủ can đảm cầm ống nghe lên hỏi. Xong nó day qua tôi tươi cười nói:

- Được rồi chú, nó nói, chú chờ con tắm xong rồi đi.

- Khỏi, mình lên bến đi gần đây thôi, có được ra phố đâu mà làm bảnh.

- Đi liền hả chú?

Tôi chỉ qua đám dĩa đã rửa xong nói:

- Chú sắp mấy cái này lên kệ xong rồi đi.

- Để con sắp cho chú.

Tôi chưa kịp trả lời, nó liền day ngang lấy dĩa sắp lên kệ. Trong khi Ama sắp lại chồng dĩa, tôi chợt nhớ trong ba lô chỉ có hai lon bia, tôi đi lại góc phòng, với tay lấy ba lô xuống mở ra lấy hai lon bia bỏ trở lại tủ lạnh và lấy một xâu sáu lon bia nhét vô ba lô. Ama sắp dĩa lên kệ, xong day nó qua tôi nói:

- Để con lấy bia.

Tôi nói:

- Sáu lon, một người ba lon hổng đủ sao?

- Để con lấy thêm vài lon nữa.

- Thôi khỏi.

Tôi mở tủ lấy hai lon bia hồi nãy nhét trở lại vô ba lô, day qua nói với nó:

- Mỗi người bốn lon đủ rồi.

Nó cười hì hì:

- Để con lấy hộp đậu phộng.

Trong ba lô của tôi có một hộp phó mát đầu bò, nhưng thấy thằng nhỏ nhiệt tình quá tôi cũng gật đầu.

- Cũng được.

Nó vui vẻ và liền quay lưng đi nhanh lên phòng. Tôi cũng xốc chiếc ba lô lên vai rồi ra boong đứng đợi. Buổi chiều lang thang trên bến hoặc ngồi thơ thẩn uống bia trên bờ sông Maas nhìn mặt trời lặn xuống biển, đôi khi cao hứng tôi bấm vài câu thơ vô điện thoại thông minh rồi đăng trực tiếp lên facebook. Nhưng hôm nay nó lại trở thành buổi *picnic* ngoài trời.

(còn tiếp)

Nguyễn Lê Hồng Hưng

Đi Tìm Sự Yên Tĩnh Với "Mặt Trận Ở Sài Gòn"

HOÀNG NGỌC NGUYÊN

Trong những ngày đang phải cố thủ tại gia một cách tuyệt vọng trước "kẻ thù vô hình" Corona virus giăng mắc, phong tỏa nơi nơi, "Mặt Trận Ở Sài Gòn" là một nguồn quên lãng lớn cơn đại dịch này. Trước hiện tại đang thêm phần đen tối không chỉ vì đại dịch Cô-Vy và nạn suy thoái/ lạm phát mà chủ yếu vì một chính tình thối nát, có khi người ta phải đi vay mượn một vài tia sáng từ quá khứ để có thể ngày qua ngày. Những câu chuyện cách đây cả 50 năm ở một nơi nay quá xa xôi bỗng dưng sống lại một cách da diết trong trí nhớ, trong con tim của mỗi chúng ta khi có "Mặt Trận Ở Sài Gòn" đặt đầu bàn ngủ (không phải gối đầu giường).

Tác phẩm này là một tuyển tập truyện ngắn, ấn bản 2020 là song ngữ Việt Anh, nhưng tôi vẫn xem đó cũng là một tuyển tập tạp bút, tạp ghi từ những đau nhức của một thời của thế hệ chúng tôi - thời đó chúng ta chỉ mới hăm mấy, ba mấy, nhưng nay đã bước qua tuổi cổ lai hi rồi. Thời gian có thể qua nhanh như vậy sao? Truyện ngắn ít nhiều vẫn có tính hư cấu ("truyện"), đặt chuyện từ mục đích của người viết muốn chuyển tải. Bởi vậy, có khi "truyện" có vẻ không thật và người xem sau khi gấp sách lại có thể nhún vai coi như xong.

Tạp bút thì nói lên những ghi nhận, suy tư, tâm trạng buồn vui, hoan hỉ, phẫn nộ của người viết từ những kinh nghiệm thực tế trong cuộc sống. Đối với một tác giả như Ngô Thế Vinh, cuộc sống từ thời thơ ấu đã từng trải từ bắc vô trung và vào nam; trường học đã đi từ Khải Định Huế đến Chu Văn An Sài Gòn, rồi trường Y Khoa; và những năm làm y sĩ tiền tuyến tại những chiến trường xa xôi, heo hút đẫm máu vùng Tam Biên (Việt-Miên-Lào) cho đến ngày mất nước... cuộc đời của ông đã thừa sự phong phú mà không cần vay mượn sự tưởng tượng.

Tạp ghi có lẽ là một thể loại thích hợp nhất cho Ngô Thế Vinh. Ông có đủ sự tự hào và tự tin về mình để nói lên và tìm cách diễn đạt những gì mình quan sát, nhận định, suy tư mà người nghe, người đọc có thể đón nhận. Mặt khác, ông cũng có đủ sự khiêm tốn cần thiết của một người hiểu được sự nhỏ bé, bất lực của con người trước "bể khổ mênh mông" mà "Nước mắt của Đức Phật" chỉ làm cho cái "nghiệp" của con người thêm đáng thương, đau buồn rõ ràng.

Rất nhiều người Sài Gòn trong những năm sau của thập kỷ 60 đã đọc tạp chí Tình Thương của sinh viên trường Y Khoa Sài Gòn, bởi vì trên mặt trận hỗn tạp của báo chí thời đó, Tình Thương không phải là một "sản phẩm thương mại", nhưng lại có sức thu hút với người đọc đang tìm kiếm một tạp chí thể hiện những giá trị nhân bản tưởng như đang thất lạc trong cuộc sống đầy bất trắc. Ngô Thế Vinh từng ở trong ban biên tập, tổng thơ ký và chủ bút của tạp chí này, một nhịp cầu cho những bác sĩ tương lai đến với một xã hội thực sự tin "lương y như từ mẫu". Chắc chắn Ngô Thế Vinh đã có những niềm tin, những đam mê lớn lắm mới cống hiến sức mình góp phần làm nên Tình Thương, và chính Tình Thương đổi lại đã góp phần định hướng cho anh suốt cả cuộc đời - đến với những người dân lành bị bỏ quên trong xã hội, hay những người lính ngoài trận địa chẳng mấy khi được những người hậu phương nhớ đến.

"Mặt Trận Ở Sài Gòn" là một tuyển tập gồm 12 "truyện bút ký". Một nửa nói lên những trăn trở của một bác sĩ quân y ngoài tiền tuyến, đứng giữa làn tên mũi đạn, một nửa là những trăn trở của một người đã dấn thân vào việc tạo dựng một cuộc đời mới trên chốn "tạm dung" đất khách quê người, nhưng lại không đành để quá khứ lại đàng sau. Ít ra chỉ để nêu lên những câu hỏi cho dù câu trả lời càng ngày người ta càng không màng! Ít ra để có thể mơ mộng hão huyền - dù không xua tan được những ám ảnh như ác mộng - "Sẽ rực rỡ mùa thu này" với "Giấc mộng con năm 2000".

Mười hai "truyện bút ký" (Mặt trận ở Sài Gòn, Nước mắt của Đức Phật, Dấu ngoặc lịch sử, Hòa bình không sớm hơn, Giấc mơ Kim Đồng, Chiến trường tạm yên tĩnh, Cựu Kim Sơn - chưa hề giã biệt, Một bức tường khác, In Retrospect - Nhìn lại, Người y tá cũ, Sẽ rực rỡ mùa thu này, Giấc mộng con năm 2000) mang cùng văn phong (le style, c'est l'homme), kể chuyện nghe như những lời tâm tình, lúc cao giọng như phẫn nộ, lúc trầm tĩnh như buồn bã, thể hiện những trăn trở mà tác giả, một người trong cuộc, muốn chia sẻ và muốn được tin cậy đón nhận, cám cảnh, đồng tình.

Có thể Ngô Thế Vinh, với thói quen nghề nghiệp, ưa xem xét cặn kẽ mọi dấu hiệu, triệu chứng, và tìm cách giải thích hết mức khi chẩn bệnh. Nhưng cũng rõ ràng, là một quân nhân tiền tuyến, ông mang những tình cảm sâu đậm có tính cách ruột thịt với đồng đội, những người cùng vào sinh, ra tử, và là một lương y, ông đau đớn vô kể khi thấy đồng đội ngã xuống không kịp nhắm mắt tại những nơi hoang địa rừng núi sâu thẳm. Ngô Thế Vinh là y sĩ trưởng của Liên đoàn 81 Biệt Cách Dù. "Mặt trận ở Sài Gòn" đã thể hiện nơi anh con người của đồng đội, do đồng đội, vì đồng đội. Một tình đồng đội như chúng ta có thể thấy qua bức ảnh của Tình Thương, bốn sinh viên y khoa cùng các bạn đồng môn đảm trách tờ báo này mà thời đó tên tuổi chẳng phải xa lạ với dân Sài Gòn [Hình 1].

***Hình 1:** Tòa báo SVYK Tình Thương 113 Nguyễn Bỉnh Khiêm Sài Gòn (1965), từ trái: Bùi Thế Hoành, Trang Châu, Ngô Thế Vinh, Phạm Đình Vy [tư liệu Ngô Thế Vinh]*

Hay bức ảnh của những sĩ quan trong đơn vị Biệt Cách: Trung úy Nguyễn Sơn (liên toán trưởng các toán thám sát), Trung úy Nguyễn Ích Đoan (đại đội trưởng Đại đội 1 Xung kích), Y sĩ Trung úy Ngô Thế Vinh, Trung úy Nguyễn Hiền (sĩ quan Ban 2) [Hình 2].

Đã hẳn, tình đồng đội trong một đơn vị đặc biệt như Biệt Cách Dù hẳn đặc biệt hơn cả bởi vì nhiệm vụ đặc biệt của đơn vị "cách biệt" này cùng cách hành sự cũng đặc biệt của nó. Như tác giả kể lại một câu chuyện, Liên đoàn Biệt Cách Dù này đang tiến hành một cuộc hành quân vào tháng năm 1971, căn cứ xuất phát là Dakto, một vùng rừng núi thuộc tỉnh Kontum cao nguyên Trung phần. Đây chính là thời điểm quân Sài Gòn mở chiến dịch tấn công vào vùng Hạ Lào nhằm giải tỏa áp lực của Bắc quân trên vùng Trung nguyên và làm suy yếu khả năng của miền Bắc đưa quân và khí giới xâm nhập miền Nam. Chiến dịch này gây nhiều tranh cãi, chủ yếu là vì Mỹ muốn thử thách xem "Việt Nam hóa" là thế nào, Tổng thống Thiệu thì muốn phô trương tài lãnh đạo của mình trước cuộc bầu cử độc diễn trong năm, nhưng lại không biết "bảo mật" cho nên để lực lượng quốc gia chịu nhiều tổn thất. Các toán Biệt Cách Dù có nhiệm vụ thám sát và theo dõi sự di chuyển của Bắc quân dọc biên giới xuống tới vùng Tam Biên Việt-Miên-Lào trong mục đích khám phá đường mòn "Hồ Chí Minh" ở nơi "cùng cốc, thâm sơn". Vùng Tam Biên này rừng núi trùng trùng điệp điệp, đi dễ khó về vì chẳng dễ tìm đường ra. Những nhóm "Biệt Cách" này chỉ biết trao sinh mạng cho nhau, và cho tử thần. Nếu không có nhau, làm sao người ta có thể sống sót được qua những điệp vụ như thế.

Hình 2: *Hành quân Liên Đoàn 81 Biệt Cách Dù, Dakto tháng 5, 1971, từ trái: Trung úy Nguyễn Sơn, Trung úy Nguyễn Ích Đoan, Y sĩ Trung úy Ngô Thế Vinh, Trung úy Nguyễn Hiền [tư liệu Nguyễn Hiền]*

"Mặt trận ở Sài Gòn" là câu chuyện của một đơn vị Biệt Cách Dù đang chiến đấu gian khổ trong vùng rừng núi Tam Biên thì được đưa về thủ đô Sài Gòn. Tác giả ngậm ngùi và tự hào: "*Không kể những người đã chết, chỉ riêng trong đám sống sót trở về - có thể nói họ xứng đáng mang danh anh hùng bằng chính những chiến tích lẫy lừng đi vào huyền thoại*". Lính tráng đều vui mừng vì có dịp về thành phố mừng tủi gặp lại gia đình và tha hồ vui chơi. Nhưng tác giả chẳng có gì thú vị vì hiểu rằng nhiệm vụ mới là một cuộc "chiến tranh trong thành phố". "*Chúng tôi trở về thủ đô giữa một không khí rục rịch biểu tình khởi đi từ những phong trào quần chúng đấu tranh chống chính phủ*". Tác giả đã trải qua những tháng ngày rất mệt mỏi trong cuộc nội chiến để bảo vệ độc lập và toàn vẹn lãnh thổ. Ông đã chứng kiến bao nhiêu hy sinh của đồng đội; ông cũng ngán ngẩm trước đối phương xem sinh mạng của "bộ đội" như cỏ rác. Và ông cũng đau lòng trước thống khổ của người dân trong vùng chiến, vừa sợ bom đạn chiến tranh, vừa lo khủng bố, vừa bị túng quẫn vì miếng ăn... "*Người lính chỉ ao ước được cầm súng chiến đấu cho tổ quốc, hy sinh cho một lý tưởng cao cả, một chính nghĩa sáng ngời, mà khỏi cần phải bận tâm suy nghĩ điều gì. Nhưng bây giờ thì họ hiểu rằng, đã thất lạc và qua rồi sự bình an giả tạo sau những mỏi mệt trở về từ rừng rú. Rằng ngoài chiến trường súng đạn quen thuộc, họ còn phải đương đầu với một trận tuyến khác mỏi mệt hơn - đó là cảnh thối nát, bất công của xã hội mà dân tộc đang phải hứng chịu trong tối tăm tủi nhục... Vậy phải lựa chọn chiến trường nào? Rằng không phải chỉ ở chốn xa xôi biên cương - mà đích thực chiến trường thách đố của họ phải là ở Sài Gòn*".

Câu chuyện sau đó, "Nước mắt của Đức Phật", cũng có thể làm cho người đọc đã từng sống những ngày tháng tao loạn thời đó rơi nước mắt. Bối cảnh những truyện kể đều là thời "Việt Nam hóa chiến tranh" của Nixon, hay đúng hơn là "giải Mỹ hóa", (de-Americanization), tức lính Mỹ tháo chạy, bỏ rơi đồng minh, cho dù Nixon nói, "peace with honor". Quan điểm của tác giả ngay từ thời đó đã rõ ràng: Mỹ đã quyết rút khỏi "tiền đồn", vì Nixon đã có kế hoạch đi Nga, đi Tàu. Lúc đó là vào năm 1971, theo chỉ đạo của cố vấn Mỹ, quân Miền Nam đánh qua biên giới Campuchia để truy tầm "Cục R", tức bộ chỉ huy của địch lập trên đất Miên để điều khiển cuộc chiến. Cuộc hành quân này như là bước đầu thử nghiệm "Việt Nam hóa". Đơn vị Biệt Cách Dù được thả xuống đất Miên như lạc vào trong một khu rừng hoang không biết lối ra. Toán thám sát này vừa truy tầm vừa nhằm phá hoại địch, tác giả gọi đó là "một chiến tích lẫy lừng của các anh hùng vô danh". Nhưng kết cuộc là thế nào. Tác giả viết: "*Và suốt trong đêm hôm đó tại một ngôi chùa Miên bỏ hoang, có một người lính Công giáo Việt Nam kiệt quệ và đau khổ, quỳ gối bên xác một đồng bạn, mắt đẫm lệ hướng lên vẻ mặt an tĩnh của Phật thành tâm cầu nguyện cho linh hồn người bạn xấu số sớm được giải thoát...*" Đây là câu chuyện ở Thị trấn Krek, Campuchia, sát biên giới miền Nam ở Tây Ninh.

Những truyện được viết trong thời chiến của Ngô Thế Vinh mà chúng ta đọc được qua tuyển tập "Mặt Trận Ở Sài Gòn" đều mang âm hưởng tương tự: như một tiểu thuyết chiến tranh với sự căng thẳng, chết chóc, mệt mỏi, tang thương, bi đát, anh hùng, và ai điếu... Rất rõ rệt Ngô Thế Vinh mang nặng nghiệp cầm bút (thời đó chưa có computer), ông không thể không viết trước những bức bách của thực tế cuộc sống, xã hội, đất nước, nhưng nếu không là y sĩ ở tuyến đầu, sẵn sàng dấn thân trong chốn trận mạc, đương nhiên ông không thể có những kinh nghiệm phong phú như thế để ghi lại - không chỉ những gì đã xảy ra mà cả những suy nghĩ, biến động trong nội tâm của ông. Diễn biến nội tâm đúng là phức tạp, khủng hoảng mà chỉ có người trong cuộc mới hiểu nổi: ông vừa thấy cuộc chiến là sống còn cho miền Nam vừa thấy cuộc chiến là phi nhân vì lãnh đạo Hà Nội thì bất nhân (đã thí mạng đến cả nửa triệu thanh niên) và lãnh đạo Sài Gòn thì "vô tâm" (quân đội, chính khách, lãnh đạo tôn giáo mãi lo quyền lực, quyền lợi của mình hơn quyền sống của người dân).

Truyện ngắn "Mặt Trận Ở Sài Gòn", khoảng 5.000 chữ, xuất hiện đơn độc lần đầu tiên trên tạp chí Trình Bầy ngày 18-12-1971 và sau đó tác giả bị đưa ra tòa - chẳng bao lâu sau khi "Vòng Đai Xanh" của ông được trao giải thưởng. "Mặt Trận Ở Sài Gòn" bị khép vào tội có "*luận điệu phương hại trật tự công cộng, và làm suy giảm kỷ luật, tinh thần chiến đấu của quân đội*". Tờ báo bị tịch thu, bị "phạt vạ" và đình bản mấy tháng sau đó. Nhưng năm 1972 là năm Mùa Hè Đỏ Lửa, và vụ án đã nhanh chóng chìm vào quên lãng. Mãi đến sau này, vào năm 1996 khi tác giả tập họp một số truyện ngắn để có tuyển tập "Mặt Trận Ở Sài Gòn" xuất bản ở California, nhiều tác giả hữu danh như Nguyễn Xuân Hoàng, Tạ Ty, Phan Nhật Nam... lên tiếng, chia sẻ những trăn trở của tác giả vì đất nước, vì xã hội trong thời chiến. Nguyễn Xuân Hoàng cho rằng giữa "con người và tác phẩm" không có khoảng cách. Và Ngô Thế Vinh là một tác giả của xã hội. Ngô Thế Vinh cũng có dịp bộc bạch tâm sự của mình trong một số bài phỏng vấn dài của tạp chí Bách Khoa và của nhà báo Nguyễn Mạnh Trinh.

Như thế, nay chúng ta có thể nói thêm gì đây?

Người đọc nay có thể nhìn lại để thấy "Mặt Trận Ở Sài Gòn" không chỉ là tiểu thuyết chiến tranh mà còn có một nội dung chính trị sôi sục của một người đối kháng vì lương tâm. Chính trị là một nội dung mà tác giả đã chất chứa trên từng trang giấy của từng truyện.

Một điều chúng ta đều có thể thấy nhưng ít người viết tiện nói ra, nói thẳng, nói thật, đó chính là sự "bất túc" của lãnh đạo miền Nam cho nên cuộc chiến đã trở thành một cuộc phiêu lưu ngày qua ngày thay vì là một Hội nghị Diên Hồng tập họp quần chúng trong một cuộc chiến sống còn của đất nước. Không chỉ là nhân chứng, Ngô Thế Vinh là người dấn thân ở chốn trận tiền. Hiểu rất rõ sinh mệnh mong manh của người cầm súng. Cho nên không sợ mang tiếng "phản chiến" ông có quyền đặt những câu hỏi chính trị. Khi không hiểu đúng và đủ nội dung và ý nghĩa của chính trị, nhiều người - nhất là giới văn nghệ sĩ - ngại ngùng và muốn tránh xa "chính trị". Nhưng khi hiểu chính trị chụp lên đời sống của tất cả mọi người, quyết định sự sống còn của con người, của xã hội, của đất nước, là sự mưu tìm dân chủ, tự do, nhân quyền và công bằng xã hội, thì đó là điều người viết không thể tránh né. Và hẳn sai lầm khi tránh né.

Quyết định của Ngô Thế Vinh có một ấn bản song ngữ giữa năm đại dịch này bởi thế đáng hoan nghênh. Không chỉ vì đó là một nỗ lực táo bạo, phi thường mà vì ông nghĩ đến chuyện gởi gắm cho những thế hệ những đời sau một di chúc xứng đáng. Dĩ nhiên, càng ngày người ta càng ít đọc. Mong muốn những thế hệ trẻ cầm sách về lịch sử hay chính trị đất nước Việt Nam trước đây đúng là chuyện "giấc mộng con". Cũng như muốn người Mỹ phải hiểu rõ hơn lịch sử và chính trị của Hoa Kỳ để cho nội chiến đa chủng, đa văn hóa, thực sự chấm dứt. Nhưng Ngô Thế Vinh bao giờ cũng là người sống trong giấc mộng con người phải tốt đẹp hơn để xã hội tốt đẹp hơn.

Đọc "Mặt Trận Ở Sài Gòn", chúng ta tưởng chừng như đang nghe thổn thức "Tình khúc trên chiến trường tồi tệ". "Mặt Trận Ở Sài Gòn" hay "Chiến trường tồi tệ" (tác giả là Ngô Đình Vận, người bạn ở Saigon Post) sẽ chẳng thế nào rời khỏi tâm trí của những người đã sống một thời đầy đau nhức đó, và nay đã là một ám ảnh đau buồn khi chợt nghĩ ra rằng chúng ta chỉ có một thời để sống.

Hoàng Ngọc Nguyên
Utah, September 5, 2020

"Thành Phố New York" của Lê Thanh Hoàng Dân

NGUYỄN VY KHANH

(1) Vann Phan, nhà văn nhà báo nổi tiếng hiện nay ở hải ngoại, BA Báo Chí, MS Anh Văn, nguyên Tổng Thơ Ký báo Người Việt, nhận định gì?

"Có rất nhiều sách viết về tiểu bang New York và Thành Phố New York, bởi vì New York vốn là cửa ngỏ đón nhận những di dân và người tị nạn đầu tiên đến Mỹ định cư, được coi là cái nôi nuôi dưỡng di dân từ bốn phương trời đến sinh sống tại Mỹ, với biểu tượng là Tượng Nữ Thần Tự Do cầm đuốc với ngọn "lửa thiêng soi toàn thế giới" trước hải cảng New York.

Nhưng phần lớn những quyển sách đầu tiên viết về New York đều phản ảnh cái nhìn từ phía người Âu Châu, và mãi về sau này mới có sách của người Ấn Độ, Nhật Bản, Trung Hoa và Đại Hàn.

Quyển "Nước Mỹ nơi tôi đang sống: New York" là một trong những quyển sách đầu tiên về tiểu bang và thành phố New York nhìn từ góc độ của một di dân và một người tị nạn Việt Nam.

Dưới mắt của tác giả Lê Thanh Hoàng Dân, New York không những chỉ là Tượng Nữ Thần Tự Do, là Wall Street, là Times Square, là The New York Times, là Phố Đại Hàn, là Chợ Tàu, là Phố Sài Gòn Nhỏ… mà còn là thế giới của rất nhiều loài hoa khoe sắc, từ hoa anh đào và hoa mẫu đơn cho tới hoa monet và hoa thủy tiên, thậm chí bông sen, bông súng cũng có nữa.

Quyển sách vừa chứa đựng những chi tiết chính xác như được lấy ra từ thư viện mà cũng vừa đầy những tình tiết sống động của một cư dân và cũng là một khách du lịch nữa."

(2) Nguyễn Vy Khanh, nhà phê bình văn học nổi tiếng hiện nay ở hải ngoại, tác giả bộ sách "Văn Học Miền Nam 1954-1975", và sách mới "Nhà Văn Việt Nam Hải Ngoại" nhận định gì?

"Sau cuốn "42 Năm Sống Ở Mỹ", giáo-sư Lê Thanh Hoàng Dân đã cho ra mắt quyển 1 - Thành Phố New York của bộ Nước Mỹ Nơi Tôi Đang Sống trong cùng năm nay 2018.

Cách trình bày khá mỹ thuật, bắt mắt - từ bìa sách đến phụ bản kèm theo bài viết, đã đưa người đọc đến với một nội-dung thật đặc-biệt. Thật vậy, tác-giả đã có cách riêng của ông khi trình bày và giới thiệu thành phố lớn nhất nước Mỹ về dân số cũng như tầm quan-trọng quốc-gia và toàn cầu về kinh tế, thương mại cũng như ngoại giao và lịch-sử.

Đây không phải là sách du lịch theo nghĩa quảng cáo, chào mời, cũng không phải là bút ký du lịch trong đó người viết ghi lại những nơi đã đi qua để khoe với người đọc như phần lớn các sách du lịch của người Việt đã xuất-bản ở hải-ngoại từ hơn hai thập niên qua.

Đây là tâm tình của một người Việt, một gia-đình gốc Sài-Gòn, đã phải rời bỏ quê-hương đến đây định cư, làm lại cuộc-đời hơn bốn thập niên, từ con số không đến ngày có thể về hưu và du lịch khắp nơi.

Đây là tâm tình của một cư dân gốc Việt đã sinh sống ở thành phố New York trong suốt thời-gian đó, đã vươn lên từ những cố gắng để sống còn, học lại và làm lại cuộc-đời mới nơi đây.

Qua 8 chương sách và qua mỗi địa danh, công viên, nhà cửa, đường phố, tác-giả đã kể lại quá-khứ lịch-sử, hình thành và thăng trầm của mỗi địa điểm, lễ lạc, sinh hoạt xen kẽ với những liên hệ cụ thể của chính tác-giả, từng sống, làm việc hoặc thăm viếng, tham gia các sinh hoạt ở những nơi đó.

Ông đã bắt đầu với "Những mùa tháng Tư New York". Tại sao lại tháng Tư mà không là một tháng ngày khác? Vì gia-đình tác-giả đến định cư ở đây là do biến cố tháng Tư đen 30-4-1975. Trong "Lời nói đầu" tác-giả cho biết: "mỗi năm tháng Tư lại về, lòng tôi xao xuyến, nhớ mông lung về giấc mơ ban đầu. Rồi mỗi năm tháng Tư lại qua, tôi lại thôi, tiếp tục sống cuộc đời bình thường ở Mỹ, như một người Mỹ trung bình". Sau đó, ông đưa người đọc đến với từng danh lam thắng cảnh thành phố New York và các mùa thời-tiết khác của một năm.

Quyển sách không những đã cho người đọc biết từng chi tiết (cả những bí mật và sự thực) về từng khu phố, con đường, mà khi gấp sách lại, người đọc đa cảm hoặc cùng thân-phận di tản, lưu vong, hoặc sẽ tiếp tục bồi hồi, tiếc nuối hoặc sẽ chấp nhận trôi theo dòng đời và lạc quan sống ngày hôm nay trong an vui, hạnh phúc.

Nguyễn Vy Khanh

Tin Sách

NGUYỄN VĂN GIA

LÊ HÂN

Chúng tôi tiếp tục mục này như đã có trong Ngôn Ngữ Số 9, vậy các bạn có sách mới xuất bản, nhớ gởi cho tòa soạn chúng tôi để tiếp tục giới thiệu vào số tới. Đây là những sách đã có mặt trong tháng 9 và 10 năm 2020:

A. TẠI VIỆT NAM

1. **Chúng Ta Từ Cõi Lao Đao**

Tác giả: Mộc Nhân Lê Đức Thịnh
Thể loại: Tạp văn
Sách dày 160 trang
Bìa: Đỗ Thượng Thế
NXB Hội Nhà Văn - 8/2020
Giá bìa: 100.000 đồng

2. **Gửi Chút Hương Bay**

Tác giả: Tiểu Nguyệt
Thể loại: tạp bút
Sách dày 141 trang
Bìa: Đinh Trường Chinh
NXB Hội Nhà Văn - 8/2020
Giá bìa: 120.000 đồng

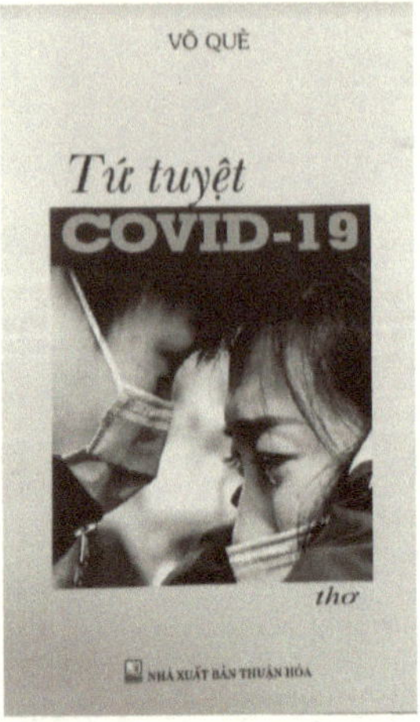

3. Tứ Tuyệt COVID - 19

Tác giả: Võ Quê
Thể loại : thơ
Sách dày 56 trang
Bìa: Thy Mai
NXB Thuận Hóa 4/2020
Sách tặng không bán

4. Thiên Nga Bay Đi

Tác giả: Nguyễn Giúp
Thể loại: thơ
Sách dày 120 trang
Bìa: Bùi Tiến Tuấn
NXB Hội Nhà Văn - 8/2020
Giá bìa: 99.000 đồng

5. Lòng Chưa Cạn Đêm Sâu

Tác giả: Nguyễn Ngọc Hạnh
Thể loại: Ký, tản văn
Sách dày 344 trang
Bìa: Hoạ sĩ Lê Thiết Cương
NXB Đà Nẵng, 2/2020
Giá bìa: 130.000 đồng

6. Tưởng Nhớ Nguyễn Bạch Dương

Tác giả: Nhóm thân hữu
Thể loại: Những bài viết về
tác giả Nguyễn Bạch Dương
Sách dày 200 trang
Bìa: không ghi rõ của ai
NXB Văn Học Việt (Không ghi ngày tháng xuất bản)
Giá bìa: Không ghi giá bán

7. Biệt Khúc

Tác giả : Lê Văn Trung
Thể loại : Thơ
Sách dày : 206 trang
Trình bày bìa : Hà Nguyễn
NXB Hội Nhà Văn - 3/2020
Giá bìa: 200.000 đồng

8. Lược Trăng

Tác giả: Nguyễn Thị Mây
Thể loại: Tập Truyện ngắn thiếu nhi
Sách dày 200 trang
Bìa: Dan Tee
NXB Phụ Nữ Việt Nam.
Giá bìa: 69.000đ.

B. NHỮNG TÁC PHẨM MỚI NHẤT DO NHÂN ẢNH XUẤT BẢN TẠI HẢI NGOẠI

1. The Formation Process Of The Origin And Culture Of The Viet People

Sách dịch sang tiếng Anh
Tác giả: Hà Văn Thùy
Thể loại: Biên Khảo
Sách dày 394 trang
In với bìa mềm
Bìa: Uyên Nguyên Trần Triết
Trình bày: Nguyễn Thành
NXB Nhân Ảnh - 9/2020
Giá bìa: 25USD

2. Tình Thơ Mùa Thu

Tuyển tập thơ
Gồm 120 tác giả
Sách dày 628 trang
In với bìa cứng
Bìa: Uyên Nguyên Trần Triết
Dàn trang: Nguyễn Thành
Phụ bản: tranh Đinh Trường Chinh
NXB Nhân Ảnh - 10/2020
Giá bìa: 40USD bìa cứng

3. Dòng Sông Chối Từ

Tác giả: Bùi Việt Sỹ
Thể loại: Tiểu thuyết
Sách dày 278 trang
In với bìa mềm
Bìa: Uyên Nguyên Trần Triết
Trình bày: Nguyễn Thành
NXB Nhân Ảnh - 9/2020
Giá bìa: 20USD (bìa mềm)

4. Các Bệnh Mãn Tính Gây Tử Vong Hàng Đầu - Các biện Pháp Phòng Ngừa & Điều Trị

Tác giả: Charlie Nguyễn
Thể loại: Tài liệu y học
Sách dày 410 trang
In với bìa mềm
Bìa: Uyên Nguyên Trần Triết
Trình bày: Nguyễn Thành
NXB Nhân Ảnh - 9/2020
Giá bìa: 25USD (bìa mềm)

5. Tù Khúc Lưu Vong

Tác giả: Dương Thượng Trúc
Thể loại: Thơ
Sách dày 180 trang
Gồm có 100 bài thơ
Lời giới thiệu: Điệp Mỹ Linh
In với bìa mềm và bìa cứng
Bìa: Uyên Nguyên Trần Triết
Trình bày: Nguyễn Thành
NXB Nhân Ảnh - 6/2020
Giá bìa: 18USD (bìa mềm)

6. Thơ Ngô Nguyên Dũng

Tác giả: Ngô Nguyên Dũng
Thể loại: thơ
Sách dày 150 trang

Gồm có 80 bài thơ
Bìa: Uyên Nguyên Trần Triết
Trình bày: Nguyễn Thành
NXB Nhân Ảnh - 10/2020
Giá bìa: 20USD

www.ingramcontent.com/pod-product-compliance
Lightning Source LLC
LaVergne TN
LVHW040604061026
849523LV00001B/60
* 9 7 8 1 9 8 9 9 9 3 3 8 5 *